அய்யன் சமூகம்:
தோற்றமும் வளர்ச்சியும்

கோ.சசிகலா

தடாகம்

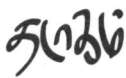

தடாகம்

அய்யன் சமூகம்: தோற்றமும் வளர்ச்சியும்

- ஆசிரியர்: கோ. சசிகலா
- முதற்பதிப்பு: மார்ச், 2023
- பக்க வடிவமைப்பு: கி. ஆஷா
- அட்டை ஓவியம்: முரளிதரன் அழகர்
- அட்டை வடிவமைப்பு: M-Creative

Book Name & Authors Name: ***Ayyan Samugam: Thottramum Valarchiyum*** a collection of essays by ***G. Sasikala***

© ***G. Sasikala***

Published by:

THADAGAM
No.112, First Floor, Thiruvalluvar Salai
Thiruvanmiyur, Chennai 600041
Ph: +91-98400-70870
www.thadagam.com | info@thadagam.com

ISBN: 978-93-93361-22-6

Published on March 2023

INR: ₹ 250

நூலாசிரியர் குறிப்பு

இந்நூலாசிரியர் கோ. சசிகலா அவர்கள் தொல்லியல் மற்றும் கோயிற்கலைகள் ஆய்வாளர். சொந்த ஊர் மதுரை. பெற்றோர் மு.கோபாலகிருஷ்ணன், கிருஷ்ணவேணி ஆவர். மதுரை காமராசர் பல்கலைக் கழகத்தில் தமிழ் இலக்கியத்தில் முதுகலை பட்டம் பெற்றவர். தமிழ்நாடு அரசுத் தொல்லியல் துறையில் முதுகலை தொல்லியல் மற்றும் கல்வெட்டியல் பட்டயம் பயின்றவர். அத்துறையில் 'தொல்லியல் நோக்கில் சங்க கால சமூகம்' என்ற தலைப்பின் கீழ் முனைவர் பட்டம் பெற்றவர். தமிழ் இணையக் கல்விக்கழகத்தின் தகவலாற்றுப்படை என்னும் திட்டப்பணியில் பண்டைய வரலாறு மற்றும் தொல்லியல் என்னும் அமைப்பின் கீழ் ஆய்வு வளமையராக ஆறு ஆண்டு காலம் பணிபுரிந்தவர். தற்போது தமிழ்நாடு அரசுத் தொல்லியல் துறையில் மாநில சுவடிகள் பாதுகாப்புக் குழுமத்தின் மாநில ஒருங்கிணைப்பாளராகப் பணிபுரிந்து வருகிறார். தொல்லியல் மற்றும் கோயிற்கலை, கல்வெட்டுகள் தொடர்பான சமூக, பொருளாதார, பண்பாட்டு ஆய்வு நோக்கில் 50-க்கும் மேற்பட்ட ஆய்வுக்கட்டுரைகளை எழுதியுள்ளார். 'புள்ளமங்கை' என்னும் முற்கால சோழர் கோயில் பற்றிய ஆய்வு நூலை தமிழ்நாடு அரசுத் தொல்லியல் துறை வெளியிட்டுள்ளது. இதுவரை பத்துக்கும் மேற்பட்ட தொல்லியல், தமிழ் இலக்கியம், பண்டைய வரலாறு தொடர்பான ஆய்வு நூல்களை எழுதியுள்ளார். இவருடைய முனைவர் பட்ட ஆய்வேடு நூலாக வெளிக்கொணரப்பட்டுள்ளது. 'கொற்றவையும் நடுகற்களும்', 'தாய்வழிச் சமூகம்: வாழ்வும் வழிபாடும்', 'பண்டைத் தமிழ்ச் சமூகம்' ஆகிய இவரது ஆய்வு நூல்கள் குறிப்பிடத்தக்கன. இலக்கியம், தொல்லியல், கல்வெட்டு தொடர்பான பல்வேறு தலைப்புகளில் பல சொற்பொழிவுகளை நிகழ்த்தியுள்ளார். பள்ளி மற்றும் கல்லூரி ஆய்வு மாணவர்களுக்கும், வரலாற்று ஆர்வலர்களுக்கும் இத்துறையின் வழியாக வழிகாட்டி யாகச் செயல்பட்டு வருகிறார்.

நூல் குறிப்பு

'அய்யனார் வழிபாடு வீரக்கடவுள் என்ற மூலத்திலிருந்து தொடங்கி, வீரர் வழிபாடு, வணிக சாத்துகளின் கடவுள், வேளாண் மக்களின் நீர்நிலைக் கடவுள், கால்நடை மேய்ப்பாளர்களின் காவல் தெய்வம் ஆகிய நிலையிலும், ஆகமத்திலும், சைவம், சமணம், பௌத்தம் ஆகிய சமயங்களின் தாக்கத்திலும் பல்வேறு இணைப்பு களைப் பெற்று வைதீக வடிவமாக அய்யப்பனாகவும், பழமைவடி வாக அய்யனார் என்ற கிராமப்புறக் காவல் தெய்வமாகவும் இன்று திகழ்கின்றது. தென்னிந்தியாவில் குறிப்பாக, பண்டைத் தமிழகம் சார்ந்த நிலப்பரப்பில் மட்டுமே அய்யனார் அல்லது சாஸ்தா வழிபாடு நிறைந்துள்ளது என்பது குறிப்பிடத்தக்கது.'

'தமிழ்நாட்டின் அரசியல் வரலாறு கிழார் எழுச்சியுடன் தொடங்கு கின்றது. தமிழ் நாட்டில் நூற்றுக்கணக்கான கிழார்கள் சிறுசிறு பகுதிகளின் குடித் தலைவர்களாக ஆட்சி செய்தனர். மன்னன், வேள், வேந்தன் ஆகிய அதிகாரப் படிநிலைகள் அரசியலில் உருவாவதற்கு முன் கிழார் என்பவர் அரசியல் தலைவராக விளங்கினார். இந்தக் குடித் தலைவர்கள் கூறாக்கக் குடிகளின் தலைவர்கள், கிழார் குறிப்பிட்ட குடியின் தலைவர்கட்கு முழு உறுப்பினர் ஆவார். அவர்கள் மூத்தோர் என்று அழைக்கப் பெற்றனர். இந்த மூத்தோர் குழுவினர் குடியின் உற்பத்தியையும், உற்பத்திப் பொருட்களின் பங்கீட்டையும் தங்கள் அதிகாரத்தின் கீழ் வைத்திருப்பவர்கள். கிழார்கள் நிலவுடைமையுடன் மட்டுமே தொடர்புடையவர்களாக மட்டுமே கருதப்பட்டனர். அக்கருது கோள் சரியானதன்று. கிழார்கள் வீரத்தலைவர்கள் ஆவர். அவர்கள் படைகளைக் கொண்டிருந்தனர். வேந்தன், வேள் ஆகிய அரசியல் தலைவர்களுக்குப் படைகளைத் தந்து உதவியும் வந்தனர். வணிகத்தில் ஈடுபட்டனர். தமிழகம் முழுவதும் பரவலாக இவர்கள் ஆட்சி நடைபெற்றது. இவர்களே அய்யனார்கள்.'

‘அய்யனார் இனக்குழு சமூகங்களில் ஒவ்வொரு குடியின் தலைவர் என்பதை அய்யனார் சிற்பங்கள் தெற்றென விளக்கி நிற்கின்றன. வீரர்கள் உண்டாட்டு மகிழும் கள்குடம் அய்யனார் சிற்பங்களில் காட்டப்பட்டுள்ளன. மேலும் குடிகளின் குலச் சின்னங்களாக கோழி, குரங்கு, ஆடு, சேவல் ஆகிய விலங்குகள் பொறிக்கப்பட்டுள்ளன. ‘கோழியோன்’, சேவற்கொடியோன் ஆகிய பெயர்களைப் பெற்று விளங்கும் தலைவனாக அய்யனார் விளங்கு கிறார். முருகனும் ஓர் அய்யனாரே. இளம் தலைவன். முருகனுக்கான தலையலங்காரமாக ஆகமங்கள் காட்டும் கரண்டமகுடம் இளம் வீரனுக்குரியது. இந்தக் கரண்ட மகுடம் சோழர் கால அய்யனார் சிற்பங்களில் காட்டப்பட்டுள்ளன. அய்யனார் வேட்டைக் கடவுள் என்பதைக் காட்டுவதாகவே அச்சிற்பங்களில் உள்ள நாய் உரு வங்கள் உள்ளன. விழுப்புரம் மாவட்டத்தில் உள்ள அய்யனார் சிற்பங்கள் மீசையுடன் வடிக்கப்பட்டுள்ளன என்பது இங்கு உற்று நோக்கத்தக்கது. பெருந்தெய்வங்கள் ஆகமநியதிப்படி மீசையுடன் காட்டப்படுவதில்லை. எனவே அய்யனார் உள்ளூர்த் தலைவன் அவனே அம்மக்கட்கு இறைவன் என்பதையும், அவன் வீரன் என்பதையும், அய்யனார் வீரயுக காலத்தின் தமிழகத்தின் தலைமைக் கடவுள் என்பதையும் விளங்கலாம்.’

அணிந்துரை

அய்யன் வழிபாடும் சமூக வளர்ச்சியும் என்ற அடிப்படையில் உருவான 'அய்யன் சமூகம்: தோற்றமும் வளர்ச்சியும்' என்ற இந்த நூல் அய்யனார் வழிபாட்டுடன் தொடர்புடைய சமூகங்களைப் பற்றிய வரலாறாக அமைந்துள்ளது. கலித்தொகையில் (குறிஞ்சிக்கலி 6) 'அய்யனைப் பாடுவோம்' என்ற சொற்றொடர் பயின்று வரக் காணலாம். இங்கு அய்யன் என்பதற்கு முருகன் என்று பொருள் கொள்கிறார் நச்சினார்க்கினியர். இந்த உரை சரியானதா? இல்லை என்றே சொல்ல வேண்டும். இந்தச் சொல் அய்யனார் என்றும் பொருள் கொள்ள முடியும். கலிப்பா உலகியல் வழக்கைப் பாடும் பா வகையாகையால் நாட்டார் தெய்வமான அய்யனாரைக் குறிப்பிடுகின்றது என்று கொள்ளலாம். அய்யன் என்ற சொல் குடும்பத் தலைவனைக் குறிக்கும் வழக்கு கொங்கு நாட்டில் இன்றும் உண்டு.

ஆயிரக்கணக்கான இரத்த உறவுள்ள குடிகளாகச் சிதறுண்டு கிடந்த தமிழ்ச் சமூகம் நிலைபெற்றிருந்த காலம் தோராயமாக கி.மு. ஆயிரத்திலிருந்து இந்த நிலை ஏற்பட்டிருக்கலாம். குறிஞ் சிக்குத் திணைத் தெய்வம் சேயோன் என்று தொல்காப்பியர் கூறுகின்றார். ஆனால், இளம்பூரணர் கொற்றவையைக் குறிஞ்சித் திணைத் தெய்வமாகக் கொள்கிறார். அய்யனார் சமூக வளர்ச்சிப் போக்கில் ஏற்பட்ட மாற்றங்களால் கீழ்நிலைக்குத் தள்ளப்பெற்றார். இருப்பினும் ஊரக மக்களிடம் இன்றுவரை பெருஞ்செல்வாக்கு பெற்றிருந்தமையால் ஊர்ப்புறங்களில் அய்யனார் வழிபாடு மேலோங்கி நிற்கின்றது. அவர் தன் வேரை உறுதியாகப் பற்றி நிற்கின்றார். மக்கள் அய்யனாரை 'பயபக்தி'யுடன் வழிபடுகின்றனர். தமிழகத்தின் தென்மாவட்டங்களில் அளவு கடந்த புகழுடன் பெரும் பெயர்ச் சாத்தனாக நிற்கின்றார். தஞ்சைப் பெருவுடையார் கோயிலைப் போன்று அய்யனார்க்கு பெருங்கோயில் ஏதும் கட்டவில்லை. மாறாக 'உள்ளம் பெருங்கோயில்; ஊனுடம்பு ஆலயம்' என்ற

திருமூலர் வாக்கை அறியாமலேயே உள்ளத்தை அய்யனார்க்குக் கோயிலாக்கினர். இது ஒருவகையில் 'மற' பக்தி என்று கொள்ளலாம்.

தமிழகத்தின் தென்புலம் மறவர்களுக்கும் உரியது. அதனால் ஆயிரக் கணக்கான ஊர்களில் அய்யனார் கோயில்களை செங்கற்களாலும், காரையாலும் கட்டியுள்ளார்கள். கொல்லிமலையில் ஐம்பதுக்கும் மேற்பட்ட அய்யனார் கோயில்கள் செங்கற்களால் மட்டுமே கட்டப்பெற்றுள்ளன. மேற்கூரை புற்களால் மேயப்பட்டுள்ளன. ஆனால், இக்கோயில்களில் 9-10-ஆம் நூற்றாண்டு சிற்பங்கள் உள்ளன. கூரை வேய்ந்த கோயில்கள் கொல்லிமலைக் கொற்றவை சிற்பங்களுக்கும் உண்டு. கொல்லிமலைப் பழங்குடிகள் பண்டைய மரபை இன்றுவரை பாதுகாத்து வருகின்றனர் எனலாம். அய்யனார் கொல்லிமலையில் பண்டைக்காலம் முதல் வழிபடப்பட்டு வந்திருக்க வேண்டும். மலைவாழ் மறவர் சமவெளிக்கு வந்ததைப் போலவே அய்யனாரும் அதுபோலவே மறவர்கள் மூலமே சமவெளிக்கு வந்திருக்க வேண்டும். 'மறவத்தனம்' எல்லாக்குடிகளுக்குரியதாக மாறி வந்த நிலையில் அய்யனார் மண்டலங்களின் ஊரகக் கடவுளானார்.

அய்யனார் பெருந்தெய்வ சமயங்களுக்குள் இணைக்கப்பெற்றார். காரணம் ஊரக மக்கள் பெருந்தெய்வங்களொடு ஒத்த அய்யனாரை வழிபட்டதால் அவர்களைத் தம் சமயங்கள் பால் ஈர்க்கவே அய்யனாரை பரிவாரத் தெய்வமாக இணைத்தனர். மையக் கருவறையில் அவரை அனுமதிக்கவில்லை. அவருடைய சிற்ப வடிவங்களில் பழங்குடித் தன்மையே மேலோங்கி நின்ற தன்மையை வலியுறுத்தியுள்ளார் நூலாசிரியர். அப்பர், சிவன் சாத்தனை மகனாக வைத்தார் என்று கூறினாலும் தக்கயாகப் பரணி காடுகாளின் (கொற்றவை) மகனாகக் காட்டப் பெறுகின்றார். இந்தத் தாழ்நிலையில் அய்யனார் மிக்க கள்ளும் மிடாக்கறியும் உண்பவனாகக் காட்டப்பெறுவது அய்யனார் பழங்குடித் தெய்வம் என்பதைக் காட்டுகின்றது. உரையாசிரியர் இந்தத் தன்மை குடியின் கீழ் (தாழ்) நிலையைக் காட்டுகின்றது என்கிறார். சைவ அய்யனார், அசைவ அய்யனார் என்ற இரண்டு நிலையிலும் அய்யனார் வழிபாடு இன்றுவரை தொடர்கிறது.

அய்யனார் சமூகத் தலைவனாகக் காட்டப்படும்போது சில செய்திகள் விட்டிசைத்து நிற்கின்றன. அவை தேடலில் கிடைக்கும் செய்திகள் பற்றாசுகளாக அமையும் எனலாம்.

இந்த நூலின் ஒவ்வொரு இயலும் ஆலமர் வித்து போல அமைந்துள்ளது. எதிர்காலத்தில் தனித்தனி நூலாக எழுதும் வாய்ப்பைப் பெற்றுள்ளது. அது இந்நூலாசிரியரால் செய்ய முடியும். அவரின் களஆய்வுகளிலும், பண்பாட்டுத் தேடல்களிலும், சங்க இலக்கியங்களை தெளிவுற கற்றமையாலும் விளைந்ததுவே இந்நூல். அய்யனார் திருவிழாக்கள் மிகுதியும் நடைபெறுகின்றன. அந்த நேரங்களில் அந்த ஊர்களில் தங்கியிருந்து கள ஆய்வில் ஈடுபட்டால் பல அரிய சமூக வரலாற்றுச் செய்திகள் உறுதியாகக் கிடைக்கும். மதுரை, திண்டுக்கல், தேனி உட்பட்ட பல மாவட்டங்களில் இவ்வாய்வுகளை நூலாசிரியர் செய்துள்ளார்.

அவர் பல அதிசய ஆய்வுகளைச் செய்வார் என்ற நம்பிக்கை எனக்குண்டு.

வாழ்த்துகள்.

14 டிசம்பர் 2022
காட்பாடி.

அன்பு
ர.பூங்குன்றன்

வாழ்த்துரை

அய்யனார் என்ற கடவுள் மிகவும் கம்பீரமான அரசர் உருவிலான தோற்றத்துடன் காணப்படுபவர். மருத நிலங்களின் மத்தியிலும், நீர்நிலைகளின் கரைகளிலும், நீர் மற்றும் நில வளங் காக்கும் கடவுளாகத் தன்னை வணங்கும்படி மக்கள் மனதில் உயர்ந்து நிற்பவர் அய்யனார் என்ற சாத்தன்.

மழைக்குரிய கடவுள் இந்திரன் என்பதை அறிவோம். இந்திரன் அரச கடவுளாகவும் போற்றப்படுகின்றான். தொல்காப்பியர், 'வேந்தன் மேய தீம்புனல் உலகமும்' என்று மருத நிலக் கடவுளாக வேந்தனைக் குறிப்பிடுகிறார். வேந்தன் என்பவன் அரசன். அரசக் கடவுள்தான் நமது அய்யனார் என்ற தெய்வம். தீம்புனல் உலகமாகிய மருத நிலத்திற்கு மட்டுமல்லாது, மற்ற நிலங்களுக்கும் கடவுளாகத் திகழ்ந்திருக்கிறார் அய்யனார். அது பற்றித்தான் தம் ஆய்வைத் தொடங்குகிறார் இந்நூலாசிரியர்.

சங்க கால இலக்கியங்கள் கூறும் போர் நடவடிக்கைகள் பற்பல. அவற்றுள் வெட்சி, கரந்தை ஆகிய போர் நடவடிக்கைகளில் ஈடுபடும் வீரர்களது இயல்பு, அவர்களது செயல்பாடுகள், அதிலிருந்து உருவாகும் ஒரு தலைமைப் பண்புள்ள பேராண்மை மிக்க தலைவனாக உருவாகும் மனிதர்கள் அச்சமூகத்தின் அடிப்படைத் தேவைகளாக நிலவிய நிலம் மற்றும் நீர்ப்பாசனத்திற்குத் தேவையான நீர்நிலைகள் போன்றவற்றிற்கு தலைவர்களாக, பாதுகாவலர்களாக, அய்யன்களாக வெளிப்படுவர். இவர்கள் தலைவர்களாக அதாவது அய்யன்களாக உயர்ந்து நின்று மக்கள் மத்தியில் வழிநடத்துதலுக்குரியவர்களாக இனங்காணப்படுவர்.

காலப்போக்கில் மருத நிலத் தலைவனாக, கால்நடை சமூகத்தின் பாதுகாவலரும், சாத்து வணிகர்களின் பொருட்களைக் காக்கும் வீரனாகத் திகழ்ந்து, மொத்தத்தில் தெய்வமாக ஆக்கப்பட்டு அனைத்து

சமூக வளர்ச்சியிலும் பங்குகொண்டவராகக் காட்டப்பட்டிருக்கின்றார் என்பதைத்தான் இந்நூலாசிரியர் விவரிக்கிறார்.

குறிஞ்சி நிலத்தில் வேட்டுவத் தலைவனாக, முல்லை நிலத்தில் காடுகிழாள் மகனாக, மருத நிலத்தில் நீர்நிலைகள் மற்றும் நில வுரிமைகளைக் காக்கும் கிழவனாக, நெய்தல் நிலத்தில் நீர்த்துறை களின் தலைவனாக, பாலை நிலத்தில் வணிகப் பெருவழிகளின் சாத்தனாகத் திகழ்கிறார் அய்யனார் என்கிறார் இந்நூலாசிரியர்.

தம் தலைமைப் பண்பால் சிறந்த வீரர்களின் உருவாகக் காட்சி யளிக்கின்றது அய்யனார் என்ற இந்த தெய்வம் என்பதை பல சான்றுகள் மூலம் படம் பிடித்துக் காட்டியுள்ளார்.

இந்நிலையிலிருந்து சமூகம் அதன் வளர்ச்சியில் உயர்ந்து மாறு கின்ற போது விவசாயத்தில், அதன் தொழில் நுட்பத்தைப் புரிந்து கொண்டு திறம்பட தங்கள் வாழ்வை வளமாக்கிய சமூகத்தில் கிழார் என்ற நிலவுடமையாளர்கள் தோன்றுகின்றனர். அவர் களால், அவர்களிலிருந்து உருவாகும், உருவாக்கப்பட்டவர்களே தலைவர் > வேள் > அரசன் > மன்னன் ஆக உயர்ந்து உயர்வு பெறுகிறார்கள். அதனாலேயே பேரரசர்கள் ஊர்த் தலைவர்களாகிய கிழார்களாலும், சிற்றரசர்களாலும், குறுநில மன்னர்களாலும் ஆதரிக்கப்பட்டு, அறிவுறுத்தப்பட்டு, படைகள் அனுப்பப்பட்டு ஆதரவு அளிக்கப் பெற்றிருக்கின்றனர்.

மொத்தத்தில் இத்தகைய உள்ளடக்கத்துடன் கூடிய அய்யனார் என்ற கடவுளின் பல்வேறு சிறப்பம்சங்களின் ஆய்வுத் தொகுப்புதான் இந்நூல். சிறப்பான முயற்சி இந்நூல். தமிழ் வரலாற்றுத் தேடு தலுக்குரிய முக்கியமானதொரு களம் தான் இது.

17 டிசம்பர் 2022 வாழ்த்துகளுடன்

திருவான்மியூர், **ஆ. பத்மாவதி**
சென்னை

நன்றியுரை

'ஐ' என்று பழந்தமிழ் இலக்கியங்களில் குறிப்பிடப்படும் வீரயுகக் காலத் தலைவனாகிய அய்யனார் வழிபாட்டின் தொடக்க நிலையும் அதன் வளர்நிலைப் போக்குகளைப் பற்றியும் இந்நூல் வழியே சில கருத்துகள் முன்வைக்கப்படுகின்றன. இந்நூல் முழு வதும் சங்க இலக்கியத் தரவுகளை மையமாகக் கொண்டும், கள ஆய்வின் அடிப்படையிலும், அய்யனார் சிற்பங்களிலுள்ள கல்வெட்டு களைக் கொண்டும், சிற்பத்தின் படிமக் கலைப்பாடுகளின் வழியும், வழிபாட்டுச் சடங்குகளை ஆராய்தலிலுமாக ஆய்வுநெறிகள் மேற் கொள்ளப்பட்டு ஆய்வு முடிவுகளாக வெளிப்படுத்தப்பட்டுள்ளன.

இந்த ஆய்வு நூலுக்கு முன்னோடியாக அய்யனார் பற்றிய ஆய்வு களை இதுகாறும் மேற்கொண்டுள்ள அனைவருக்கும் எனது நெஞ் சார்ந்த வணக்கம். அய்யனார் பற்றிய தொல்லியல் தரவுகளை எனக்கு வழங்கியமையில் பலருடைய பங்குண்டு. தொல்லியல் அறிஞர்கள் திரு. ர.பூங்குன்றன் ஐயா, முனைவர் ஆ.பத்மாவதி அம்மையார் ஆகியோரிடம் அய்யனாரின் வரலாற்றைப் பற்றி பலமுறை கலந் துரையாடி உள்ளேன். புதிய நோக்கினை அவ்வுரையாடல்கள் எனக்கு அளித்தன. அவர்களுக்கு என் நன்றிகள் பல. மேலும் இந்நூலை எழுதுவதற்கு ஊக்கப்படுத்திய தொல்லியல் அறிஞர் முனைவர் நா.மார்க்சியகாந்தி அம்மையார் அவர்களுக்கும், தமிழ் நாடு அரசு தொல்லியல் துறையின் ஆணையர் (மு.கூ.பொ) முனைவர் திரு. சிவானந்தம் அவர்களுக்கும் என் நன்றிகளைத் தெரிவித்துக்கொள்கிறேன்.

அய்யனார் பற்றிய தேடல்களில் முதன்மைப் பணியான கள ஆய்வுகளுக்கு எனக்கு உதவி புரிந்த என்னுடைய இளவல் திரு.கோபிகண்ணன் அவர்களுக்கு நன்றி. இந்நூலை செம்மைபடுத்த உதவிய தோழர் திரு. காமராசன் அவர்களுக்கும், கிழார் பற்றிய

சங்க இலக்கிய செய்திகளை என்னுடன் பகிர்ந்துகொண்ட தம்பி முனைவர் பட்ட ஆய்வாளர் திரு. கலையரசன் அவர்களுக்கும் என் நெஞ்சார்ந்த நன்றி. அய்யனார் பற்றிய நூல்களைப் பெற உதவிய தமிழ்நாடு அரசு தொல்லியல் துறை நூலகம், தஞ்சாவூர் தமிழ்ப் பல்கலைக்கழகம் நூலகம், தமிழ் இணையக் கல்விக் கழகத்தின் மின்னூலகம் ஆகியவற்றிற்கு என் நன்றிகளை உரித்தாக்குகிறேன். சில ஒளிப்படங்கள் அய்யனார்-சாத்தனார் வழிபாடு / Iyanar and Sastha cult என்ற முகநூல் குழு பக்கத்தில் இருந்து பெறப்பட்டன. அக்குழுவில் ஒளிப்படங்களைப் பகிர்ந்த நல்லுள்ளங்களுக்கு நன்றிகள். நான் கள ஆய்வு மேற்கொண்ட காலங்களில் என்னோடு அன்பையும் நட்பையும் பகிர்ந்து பாதை காட்டிய பல்மாந்தர்களுக்கும் என் நன்றியைக் காணிக்கையாக்குகிறேன்.

மேலும் இந்நூலை வெளிக்கொணர்வதில் மிகுந்த ஆர்வம் காட்டி, எழுதுவதில் என்னைத் துரிதப்படுத்திய தடாகம் பதிப்பகம் தோழர் திரு. அமுதரசன் பால்ராஜ் அவர்களுக்கும், பனுவல் புத்தக விற்பனையாளர் குழுவினருக்கும் என் நன்றி. அரசூர் அய்யனாரைத் தன் கைவண்ணத்தில் அட்டைப்பட ஓவியமாகத் தீட்டிய ஓவியர் திரு. முரளிதரன் அழகர் அவர்களுக்கும் நன்றி.

சென்னை அன்புடன்
செப்டம்பர் 4, 2022 கோ. சசிகலா
மதுரை

பொருளடக்கம்

	முன்னுரை	17
1.	ஐயன் ஆர்?	25
2.	புதிர்நிலை - மன்று - சபை	44
3.	குறிஞ்சித்திணையின் முதல் கடவுள்	62
4.	முல்லை - காடுகிழாள் மகன் காரிக் கடவுள்	73
5.	மருதம் - வளமைக்கடவுள் - நீர்நிலை, நிலவுரிமைக் கிழான்	91
6.	நெய்தல் - நீர்த்துறை தலைவன் - இந்திர விழா	108
7.	பாலை - வணிகப்பெருவழி - சாத்தன்	122
8.	குடித்தலைவர் - பாதீடு - உரிமை	128
9.	குடித்தலைவர் - கிழார் - கஹபதி - சாத்தன் -அய்யனார்	141
10.	அய்யன் - சாத்தன் - சாஸ்தா	173
11.	அய்யனார் தோற்றமும் இருப்பிடமும்	184
12.	அய்யனார் கல்வெட்டுகள்	206
13.	அய்யனார் சமயமும் தத்துவமும்	212
	துணைநூல் பட்டியல்	220

முன்னுரை

சங்ககாலம் நிலவுடைமையாக மாறிய காலகட்டம் என்பது அறிஞர் முடிபு. இந்தச் சூழலில் தனியுடைமையும் உடைமைப் பாதுகாப்பும் தேவைப்பட்டன. இவற்றைப் பாது காப்பதற்கான சமுதாய அமைப்புகளான குடும்பமும் அரசும் வலுவாய் இறுக்கமாய் அமைவுறுகின்றன. குடும்பத்தில் ஆண் தலைமை நிலைநிறுத்தப்படுகின்றது. பொருளீட்டலும் அதைப் பாதுகாப்பதும் ஆணின் கடமைகளாகின்றன. பகைவரும் விரும் பத்தக்க வீரம்மிக்க ஆண் மகனைப் பெறுவது துறக்கப்பேற்றைத் தரும் (அக.66:1-4) என ஆண் மக்கட்பேறு முன்னிறுத்தப் பட்டுள்ளன. உயர்ந்தோர் உலகம் என மேனிலைப்படுத்தப்பட்ட துறக்கப்பேற்றையும் ஆண்களின் மூலமே பெறவியலும் என்ற நிலையில் மேலாண்மை நிலை நிறுத்தப்பட்டுள்ளது.

தமிழ் நிலத்தில் தந்தைவழிச் சமூக தொடக்கமானது புதிய கற்காலத்தில் தொடங்கியிருத்தல் வேண்டும். உலகெங்கிலும் அதுவே உண்மையெனினும் புதிய கற்காலத் தொல்லியல் தடயங்கள் ஆனைமலை, சவ்வாது மலை, பழனிமலைத் தொடர் ஆகியவற்றில் கிடைக்கின்றன. கால்நடை வளர்ப்பில் பெண் களின் பங்கைவிட ஆண்களின் பங்கே அதிகமாக இருந்தது. மேய்ச்சலுக்காகக் கால்நடைகளைத் தொலைவிடங்களுக்கு ஓட்டிச் சென்று மேய்ப்பது, இரவு நேரங்களில் அங்கேயே கிடையமர்த்திக் காவல் காப்பது முதலிய வேலைகளை ஆண்களே செய்தனர். கால்நடைகளைக் கொடிய காட்டு விலங்குகள் தூக்கிச் செல்லாத வாறு விழிப்புடன் பாதுகாக்கும் பணியையும் ஆண்களே மேற் கொண்டனர். அறிஞர் வெ.பெருமாள் சாமி, 'சங்க காலத் தமிழகத்தின் சமூக நிலை - மார்க்சிய நோக்கில் சங்க இலக்கிய ஆய்வு' என்ற நூலிலிருந்து கீழ்க்குறித்த கருத்துகளைப் பதி விடுகிறார்.

'ஒன்றமருடுக்கைக் கூழாரிடையன்
கன்றமர் நிரையொரு கானத்தல்கி'

என்று வீரர்கள் இரவில் கானகத்தில் பசுக்களைக் கிடையமர்த்திக் காவல் காத்தமை குறித்துப் பெரும்பாணாற்றுப்படை *(175 - 176)* பேசுகிறது.

'தகர்விரவு துருவை வெள்ளையொடு விரை இக்
கல்லென் கடத்திடைக் கடலின் இரைக்கும்
பல்யாட்டின நிரை'

என்று ஆடுகள் இரவில் காட்டில் கிடையமர்த்தப்பட்டமை குறித்து மலைபடுகடாம் *(414 - 416)* கூறுகிறது.

'பாசிலைதொடுத்த உவலைக் கண்ணி
மாசூணுடுக்கை மடி வாயிடையன்
சிறுதலை யாயமொடு குறுகல்செல்லாப்
புலிதுஞ்சு வியன்புலம்'

என்று புறநானூறு *(54)* கூறுகிறது.

இரவு நேரத்தில் காட்டில் கிடையமர்த்தப்பட்டுள்ள கால் நடைகளைக் கொடிய விலங்குகள் தூக்கிச் சென்று விடாதபடி கிடையைச் சுற்றித் தீயை வளர்த்துக் காவல் காத்தனர். இதனை,

'துய்ம்மயிரடக்கிய சேக்கையன்ன
மெய்யுரித்தடக்கிய மிதிய தட்பள்ளித்
தீத்துணையாகச் சேந்தனிர்கழிமின்'

மதுரைக் காஞ்சி *(418 -20)*

காடுகளில் கிடையமர்த்தப்பட்ட ஆநிரைகளையும் ஆட்டு நிரைகளையும் வெட்சி சூடி வந்த வேற்றுப்புலத்தார் கவர்ந்து செல்லாதவாறு பாதுகாக்கும் பணிகளிலும் ஆடவரே ஈடுபட்டிருந் தனர். அப்போது நிகழ்ந்த போர்களில் அவர்கள் தம் உயிரையும் பொருட்படுத்தாமல் ஈடுபட்டனர். இப்போர்கள் வெட்சிப் போர் என்றும் கரந்தைப் போர் என்றும் குறிப்பிடப்பட்டன.

இவ்வாறு, ஆண்களின் உழைப்பாலும் பாதுகாப்பு முயற்சி களாலும் சமூகத்தில் கால்நடைச் செல்வம் பெருகியது. அதனால் மக்களின் வாழ்க்கை முன்னிலும் மேம்பட்ட நிலையினை

அடைந்தது. கால்நடைகள் சமூகத்தின் முக்கியமான செல்வ மாயின. சமூகத்தில் கால்நடைச் செல்வம் பெருகியது. அப்பெருக் கத்துக் காரணமாக ஆண் இருந்தான். அதனால் சமூகத்தில் ஆணின் கை ஓங்கியது. நிலை உயர்ந்தது. அந்தஸ்து மேம்பட்டது. இங்கு 'கால்நடைவளர்ப்பு தந்தைவழிச் சமுதாயத்தை ஏற்படுத்தியது. அது ஆணின் ஆதிக்கத்திற்கும் தனிச் சொத்துடைமைக்கும் வழி கோலியது' என்பது மெய்க்கூற்று.

உண்டாட்டு நிகழ்வுகளின் போது வீரர்கள் பாராட்டப்பட்டனர், மதித்துப் போற்றப்பட்டனர். இது குறித்த பாடல் வருமாறு:

'நறவுந் தொடுமின் விடையும் வீழ்மின்
பாசுவலிட்ட புன்காற் பந்தர்ப்
புனல் தருமிள மணல் நிறையப் பெய்மின்
ஒன்னார் முன்னிலை முருக்கிப் பின்னின்று
நிரையெடு வரூஉ மென்னைக்கு
உழையோர் தன்னினும் பெஞ்சாயலரே'

புறம்.262

வீரர்கள் உண்டாட்டு நிகழ்த்திப் பாராட்டப்பட்டதைப் புற நானூறு (262) கூறுகிறது. ஆண்கள் வெட்சிப் போர் உடற்றி வெற்றி பெற்று வேற்றுப் புலத்தாரது ஆநிரைகளைக் கவர்ந்து வந்து தம் கணத்தின் கால்நடைகளைச் செல்வங்களைப் பெருக்கினார்கள். அதன் பொருட்டே ஊரவர் உண்டாட்டு நிகழ்த்தி வீரரை மகிழ்வித்தனர். சமூகத்தின் செல்வத்தைப் பெருக்கும் செயலில் ஈடுபட்ட ஆண் அனைவராலும் மதிக்கப்படும் நிலையை எய்தி னான்.

காலவோட்டத்தில் சமூகத்தின் செல்வ நிலை உயர்ந்தது. கால்நடைகளும் உணவு தானியங்களும் உபரி நிலையை எட்டின. இந்நிலை ஏற்பட ஆணே காரணமாக இருந்தான். வெட்சி வீரன், தான் கரந்தையாரை வென்று கவர்ந்து வந்த ஆநிரை மீது உரிமை கொண்டாடத் தொடங்கினான். தான் கவர்ந்து வந்த ஆநிரைகளைப் பிறருக்கு அளிக்கும் உரிமையைத் தானே மேற்கொண்டுவிட்டான். ஆம், தனக்குக் கள் வழங்கிய கள் விலைளாட்டிக்கே பசுவை முதலாவதாகக் கொடுக்க முன்

வந்தான். இங்கு, அவன் தான் வாழ்ந்த கண சமூகத்தின் நடைமுறை குறித்துக் கவலைப்படவில்லை. மாறாக, தான் கவர்ந்து வந்த பசுக்களின் மீது தனக்குள்ள உரிமையை நிலைநாட்டுவதிலேயே அக்கறை செலுத்தினான். அவனது செயலை 'நிறுத்த ஆயம் தலைச் சென்றுண்டு' (தான் கொண்டு வந்து நிறுத்தின நிரையைக் கள் விலைக்கு நேராகக் கொடுத்துக் கள் உண்டான்) என்னும் புறநானூற்றுப் பாடலடி உணர்த்துகிறது.

'நாளாதந்து நறவு நொடை தொலைச்சி'

விடியற்காலத்தில் தான் கவர்ந்து வந்த ஆநிரையைக் கள்ளுக்கு விலையாகத் தந்தான் என்னும் பெரும்பாணாற்றுப்படை பாடல் வரியும் இதனை வலியுறுத்துகிறது எனலாம்

சமூகத்தின் செல்வப்பெருக்கிற்குக் காரணமானவன் என்ற நிலையில், தலைமையிடத்தைப் பெற்ற ஆண் இப்போது ஊர் மன்றத்தில் தலைவனாக அமர்ந்து ஊரை, நிலத்தை, நீர்நிலைகளை நிர்வகிக்கும் பொறுப்பை மேற்கொண்டுவிட்டான்.

**'புன்புலந்தழீஇய அங்குடிச் சீறூர்க்
குமிழுண்வெள்ளை மறுவாய் பெயர்த்த
வெண்காழ் தாய வண்காற்பந்தர்
இடையன் பொத்திய சிறுதீ விளக்கத்துப்
பாணரோடிருந்த நாணுடை நெடுந்தகை'**

புறம்.324

புன்செய்கள் சூழ்ந்துள்ள அழகிய குடிகள் வாழும் சீறூரின் கண் குமிழம் பழத்தையுண்ணும் வெள்ளாடுகள் எருவாய் வழியாக வெளிப்படுத்திய வெள்ளிய கொட்டை போன்ற புழுக்கைகள் பரந்து கிடக்கின்ற வளவிய கால்கள் நிறுத்தப்பட்ட பந்தரின் கீழ் இடையன் கொளுத்திய சிறு சுடரையுடைய விளக் கொளியில் பாணர் சூழ்ந்திருக்க, அவரிடையே நாணமாகிய நற்பண்பையுடைய நெடுந்தகையாகிய தலைவன் வீற்றிருந்தான் என்னும் புறநானூற்றுப் (32-4) பாடலடிகள், ஆண்கள் சமூகத்தின் தலைமையிடத்துக்கு உயர்ந்துவிட்டதனைத் தெளிவாக உணர்த்து கின்றன. இவ்வாறு தந்தைவழிச் சமூகம் தோன்ற வழிவகுத்ததனைச் சங்க இலக்கியங்கள் காட்டுகின்றன.

இவ்வாறு தந்தைவழிச் சமூகம் தமிழகத்தில் பன்னெடுங்காலம் முன்னே முகிழ்த்த பொழுது சமூகத்தில் தோன்றிய பல இனக் குழுக்களில் பல தலைவர்கள் தோன்றினர். ஒவ்வொரு குடிக்கும் ஒரு குடித்தலைவன் உருவாகிறான். அத்தலைவன் வீரத்தினாலும், தொல்மரபின் ஒளியாலும் அம்மக்களால் அய்யனாக ஏற்றுக் கொள்ளப்படுகிறான். இந்த அய்யனே அக்குடிகளின் நீருக்கும் நிலத்திற்கும், உடைமைகளுக்கும் முன்னுரிமை உடையவன். உரிமைக்கான அதிகாரத்தைப் பெற்றவன். இத்தலைவன் இளமைப் பாங்கில் பல்வேறு வீரச்செயல்களில் ஈடுபடுபவன். குடி காத்தும், ஆநிரை காத்தும், நீர்நிலைக் காத்தும் நிற்பவன். இவனே முதிர்வில் குடியின் மூத்தோனாகி மன்றில் அமர்ந்து தாயங்களை உருட்டி நிலங்களை, நீர்நிலைகளின் அளவீடுகளை, விளைச்சலின் பங்கீடுகளைப் பிரிக்கிறான், பகிர்கிறான். தாய்வழிச் சமூகத்தின் கொடிச்சியின் முறை முறை பகுக்கும் செயல்கள் இப்போது தந்தைவழிச் சமூகத்தில் அய்யன் செய்கிறான். மன்றில் அமர்ந்து கவர்ந்து வந்த செல்வங்களை அவரவர் தகுதி மற்றும் செயலுக் கேற்ப பாதீடு செய்கிறான். இது தொல் மரபில் இருந்து சற்று மாறுபட்டது. தலைவனின் பங்கீடானது குடிகளின் தகுதி, செயல், உற்பத்தி அளவு ஆகியவற்றை அடிப்படையாகக் கொண்டு தந்தை வழிச் சமூகத்தில் நடைபெற்றது. நிலைபெற்ற சிறப்பைப் பெற்ற இத்தலைவன் சீறூரின் கிழவனாக, மூத்தோனாக, மன்னனாக விளங்கப்பெற்று அவ்வூரின் மன்றின் அதாவது அந்தச் சபையின் தலைவனாக ஏற்றம் பெற்றான். அவனைப் போற்றுதலே அய்யன் வழிபாடு. எனவே அய்யன் ஒருவரல்ல. பலர். ஏனெனில் குடிகள் பற்பல. ஊர்கள் தோறும் அய்யன் வாழ்ந்தான். சிறப்புப் பெற்றான். வீரமகத்துவம் அடைந்தான். தமிழகத்தின் அரசுருவாக்க முகிழ்த்தல் நிலையில் தோன்றிய இத்தலைவன் வேள், வேந்தன் ஆகிய பரிணாமங்களின் முன்னோடி ஆவான்.

தொல்லியல் அறிஞர் திரு. ர.பூங்குன்றன் அவர்கள், அய்யனார் வழிபாட்டைப் பற்றி பின்வருமாறு கூறுகிறார். "அய்யனார், நாட்டார் வழக்காற்றில் வணங்கப்படும் சிறு தெய்வங்களுள் ஒருவர். தொன்மைக் காலத்தில் இனக்குழு, அதைத் தொடர்ந்த பழங்குடி ஆகிய சமூக நிலைகளில் குழு அல்லது குடித் தலைவர் ஒருவரை, அவர் இறந்த பின்னர் வழிபடுகின்ற மரபில் அய்யனார்

தடாகம் ❋ 21

வழிபாட்டையும் சேர்க்கலாம். பல்வேறு குழுக்களும் பல்வேறு குடிகளும் தமக்கென ஓர் அய்யனாரை வழிபட்டு வந்திருக்கின்றனர். அய்யனார் ஒரு பொதுச் சொல். "அய்யன்" என்னும் சொல் குறிக்கும் தலைவன் என்னும் பொருளில் வணங்கப்படுபவரே அய்யனார். தமிழகத்தின் எல்லாப் பகுதிகளிலும் அய்யனார் வழிபாடு இருந்துவருகின்றது. குறிப்பிட்ட சாரார் வணங்கும் கடவுளாக அய்யனாரைக் கருதவியலாது. வேட்டுவக் குடிகள் வணங்கிய அய்யனார் பெருமளவில் காணப்படுகிறார். அய்யனார் சிற்பங்களில் காணப்பெறும் நாய் உருவம் வேட்டைக் குடிகளோடு தொடர்புடையது. வேட்டைத் தலைவனின் வேட்டை நிகழ்வு களில் நாய் தவிர்க்க இயலாத ஓர் அங்கம். அய்யனார் சிற்பங்களில் நாம் காணும் பன்றியின் உருவம், வேட்டைப் பொருள் என்னும் அடிப்படையில் செதுக்கப்பட்டிருக்க வேண்டும். சில அய்யனார் சிற்பங்களோடு குதிரை இணைந்திருக்கும். சிலவற்றில் யானை உருவம் தொடர்புபடுத்தப் பெறும். இவையெல்லாம், தொடக்க கால அய்யனாரைப் பெருஞ்சமயத்தார் தம் சமயத்துள் இணைத்துக் கொள்ளும் முயற்சியில் காலப்போக்கில் ஏற்பட்டவை. குதிரையைச் சமணத்தாரும் (ஜைனரும்), யானையைப் பௌத்தரும் இணைத்துக் கொண்டார்கள் என்பர். பழங்குடிகளைப் பெருஞ்சமயத்தார் தம் முடன் இணைத்துக்கொள்ளும்போது அப்பழங்குடிகளின் தெய்வங் களையும் இணைத்து அவர்களைத் தக்கவைக்கும் முயற்சியின் வெளிப்பாடுகளே இவை. அய்யனாருக்கு இரு மனைவியரைப் புனைந்தாக்கியது பிற்காலத்திய சமய, பண்பாட்டு மாற்றங்களின் விளைவு எனலாம். ஆங்காங்கே, பெருவழிகளை ஒட்டி அமைந் திருந்த அய்யனார் கோயில்களில் அய்யனாரை வழிபட்ட வணிக மக்களும், அய்யனாரை அவர்களுக்கான தெய்வமாக்கினர் எனலாம். தொடக்கம் இதுதான் என்றோ, அய்யனார் இன்னாருக்குரியர் என்றோ வரையறைக்குள் கொணரவியலாப் பரவலாக வழிபடு கின்ற தெய்வமே அய்யனார். அவர் ஒரு காவல் தெய்வம் என்ற கருத்து நிலைத்துள்ளது. கால்நடைச் சமுதாயத்தில் நிரை கவர்தல், நிரை மீட்டல் ஆகிய நிகழ்வுகளின் போதும் அய்யனார் வழிபாடு இணைந்துள்ளது என்று கருதலாம்" என்கிறார்.

கல்வெட்டு மூதறிஞர் முனைவர் ஆ. பத்மாவதி அவர்கள் தம் ஆய்வு நோக்கில், அய்யனார் என்பவர் தமிழகத்தின் இந்திரன் என்றும், புகழ்பெற்ற அந்தக் கடவுளைப் பின்னாளில் பௌத்தம்

உள்வாங்கியது என்றும் கூறுவார். வேதங்கள் காட்டும் இந்திரன் ஒரு போர்க் கடவுள். வெற்றிக் கடவுள். மழைக்கடவுள். நீர்நிலை களைக் காத்து நிற்கும் வீரக்கடவுள். இத்தகைய ஒத்தியைந்த அம்சங்களைத் தமிழகத்தின் அய்யனாரும் கொண்டுள்ளார். எனவே, அய்யனார் இந்திரன் என்று அடையாளப்படுத்த தரவுகள் அவரால் முன்வைக்கப்படுகின்றன.

தத்துவ விசாரணைகளில் தமிழகத்தில் நிலவிய சமண, பௌத்த, ஆசீவகக் கோட்டுபாடுகளில் அய்யனார் மரபும் வழிபாடும் ஆசீவகத்தின் வெளிப்பாடு என்பதுவும், தமிழ்-பிராமிக் கல் வெட்டுகள் அமைந்துள்ள தமிழகத்தின் குகைத்தளங்கள் ஆசீவக முனிவர்களுக்கானவை என்பதுவும், யானைக் குறியீடு ஆசீவகத் திற்கான குறியீடு, எனவே அக்குறியீடு அய்யனாரின் வாகனமாக விளங்குவதில் இருந்து அய்யனார் மரபு ஆசீவக மரபு என்பதுவும் பேராசிரியர் க. நெடுஞ்செழியன் அவர்களின் ஆய்வு முடிபு.

இதுகாறும் கூறப்பட்டுள்ள அய்யனார் பற்றியத் தரவுகளோடு நாட்டார் வழக்காற்றியலில் அய்யனார் வழிபாடு எங்ஙனம் தொன் மரபு சார்ந்து விளங்குகிறது என்பதை நாட்டுப்புறத் தெய்வங்களைப் பற்றி ஆய்வு செய்யும் பல ஆய்வாளர்களும் அய்யனார் எவ்வாறு வீரக்கடவுளாக, குலதெய்வமாக, நடுகல்லாக விளங்குகிறார் என்பதை முன்வைக்கின்றனர். மேலும் சாஸ்தா, ஐயப்பன் வழி பாடு என்பதென்ன அதற்கும் அய்யனார் வழிபாட்டிற்குமான தொடர்பென்ன என்பதைப் பற்றியும் ஆய்வுகள் தொடர்கின்றன. இரண்டும் ஒரே வழிபாடா அல்லது வெவ்வேறு கடவுளரா என்பதைப் பற்றிய விவாதங்கள் தொடரும் நிலையில் உள்ளன.

மேற்கண்ட ஆய்வு வெளிப்பாடுகளை உட்கொண்டும், வெளிக் கடந்தும் ஒரு சில முதன்மைத் தரவுகளை முன்னிறுத்தி அய்யனார் பற்றிய கோட்பாடுகளை வெளிக்கொணர இந்த நூல் ஆய்வு முயல் கிறது எனலாம். அக்கருத்துகளுக்கு வலுசேர்க்கும் வகையில் சங்க இலக்கியங்களில் கிழார் பற்றிய புதிய நோக்கும் மற்றும் கள ஆய்வில் அய்யனார் சிற்பங்கள் பற்றி ஆய்வும் செய்யப்பட் டுள்ளன. சிற்பங்களின் படிமக்கலைகளும், தாங்கியுள்ள ஆயுதங் களும், அமர்வு நிலையும், தோற்ற நிலையும், அதில் உள்ள கல்வெட்டுகளும் முதன்மைத் தரவுகளாகக் கொண்டு அய்யனார் மரபும் வழிபாடும் ஆராயப்பட்டுள்ளன.

1. ஐயன் ஆர்?

அய்யனார் வழிபாட்டின் பன்முகங்களில், முதல் நிலை வேட்டுவக் கடவுள். இன்றளவும் மாசி மகாசிவராத்திரி அன்று பாரி வேட்டைக்குச் செல்லும் அய்யனார் வழிபாடும், பன்றி, எருமை, கிடாய்களைப் பலியேற்கும் அய்யன் வழிபாடும் அதன் எச்சத்தைக் காட்டி நிற்பவையே. இந்த வேட்டுவக் கடவுள் ஊர்க் காவல் சேவுகம் செய்யும் நிலையில் நாட்டார் வழிபாட்டில் உள்ளார். திருவண்ணாமலை, தருமபுரி, கிருஷ்ணகிரி ஆகிய பகுதிகளில் நட்டு வைக்கப்பட்டுள்ள பழைய கற்காலத்தைச் சேர்ந்த கற்கோடரிகளே அய்யனார் என்று வழிபட்டு வருவது இன்றளவும் கண்கூடு. இது அய்யன் வேட்டைச் சமூகக் கடவுள் என்பதைக் காட்டும் முதன்மைச் சான்றாகும். இங்கு அய்யன் என்ற அத்தெய்வத்திற்கு மூலப்பெயரைத் தவிர்த்து புறம்பணையான் என்ற மற்றொரு பெயரும் பண்டு வழங்கப்பட்டு வந்ததை சிலப் பதிகாரம் பதிவு செய்கிறது. உண்மையில் அப்பெயர் சிலப்பதிகார காலத்திற்கு முன்பே பன்னெடுங்காலமாக வழக்கில் இருந்த பெயராகும். புறம்பணை என்பதற்கு குறிஞ்சி நிலம், முல்லை நிலம் ஆகிய பொருட்களைப் பிங்கலநிகண்டு கூறுகிறது. அதன் படி இவ்விரு நிலத்தின் தலைவன் புறம்பணையான் என அழைக்கப்பட்டான். மேலும் புறம்பணை என்ற சொல் சீவக சிந்தாமணியில் நகர்ப்புறத்திலிருக்கும் மருத நிலம் என்று பொருள் படுவதாக தமிழ் லெக்சிகன் அகராதி குறிப்பிடுகிறது. எனவே, புறம்பணையான் இம்மூன்று நிலத்திற்கும் தெய்வமாய் இருந் துள்ளான். புறம்பணையான் என்பதற்கு ஊருக்கு வெளியில் இருப்பவன் அய்யன் என சிலம்பு (சிலப். 9, 12.) குறிப்பிடுகிறது. ஊரின் எல்லைப்புறத்தில் இருந்து ஊர், நிலம், மக்கள், நீர்நிலை, கால்நடைகள் இவற்றைக் காப்பவனாய் வீற்றிருக்கும் கோலம் என்று பொருளாகும்.

இரண்டாம் நிலை, தொல்சீர் வேட்டை வீரத் தெய்வம். கால் நடைச் சமூகத்திற்குத் தலைவனாகிறான். இவ்வமைதியில் அய்யன் கையில் செண்டாயுதம் பிடித்துள்ளார். செண்டாயுதம் சாட்டை என்று கூறப்படுவதெல்லாம் மிகவும் பிற்காலத்தில். செண்டாயுதம் என்பது கால்நடைகளுக்கு இலை, தழைகளை மரங்களில் இருந்து பறித்துப் போடும் இடையனின் கையில் உள்ள தொரட்டிக்குச்சி ஆகும். இது முதல் நிலையில் ஆயுதமல்ல, கருவி. இக்கருவி கால்நடை மேய்ப்பாளர்கள் கையில் வைத்திருக்கும் ஒன்று. மன்னார்குடி இராசகோபாலசாமி சிற்பம் கையில் பிடித்திருப் பதுவும் இதுவே. அச்செண்டு வடிவத்தில் மாறுபட்டது. பேராயர் என்றழைக்கப்படும் கிறித்துவ மதகுருமார்களின் கையில் இந்த கருவிதான் உள்ளது என்பதுவும் இங்குக் குறிப்பிடத்தக்கது. இந்தச் செண்டாயுதம், எகிப்திய அரசன் ஒருவனுடைய கல்லறையில் உடல் அடக்கம் செய்யப்பட்ட பெட்டியில் காணப்பட்டதாகத் தொல்லியலாளர்களால் வெளிப்படுத்தப்பட்டுள்ளது. இது பொன் னால் செய்யப்பட்ட ஒன்று. அரசனுக்குரிய ஆயுதம். எனவே, செண்டாயுதம் தாங்கிய அய்யனார் தமிழ் நிலத்து கால்நடைச் சமூகத்தின் தலைவன், மன்னன்.

முருகனும் அய்யனும் தொல்பழங்காலத்திலிருந்து கடவுளர் களாகத் தமிழ்நிலத்தில் பயணிக்கின்றனர். பல்வேறு அய்யன் மார்களில் முருகனும் ஓர் அய்யன் என்பது உய்த்துணரத்தக்கது. முருகன் கையில் கொண்டுள்ள வேல் என்னும் ஆயுதம் தொல் பழங்கால கற்கருவி. இக்கற்கருவி தொல்லியலில் கற்கோடரி என்றழைக்கப்படுகிறது. இதனை கையில் வைத்துள்ள இப்பழம் பெரும் ஆண் சமூகத்தின் முகிழ்நிலை தெய்வம், குறிஞ்சித் திணையின் கடவுள் கால்நடைச் சமூகத்தில் இடம்பெற்றமைக்கான குறியீடுகள் எதுவும் காணப் பெறவில்லை. ஆனால், அய்யனார் வேட்டை சமூகத்திலிருந்து மேய்ச்சல் சமூகத்தோடு தொடர் புற்றிருந்த நிலை அவர் கையில் செண்டாயுதமாகவும், எருமை, காளைகள் அவருடைய சிற்பத்தில் இடம்பெறும் தன்மையும் இதனை மெய்ப்பிக்கிறது. மேய்ச்சல் சமூக வாழ்க்கையின் முந்தைய நிலையான காட்டு விலங்குகளை வீட்டு விலங்குகளாகப் பழக்கும் காலத்தில் அவ்விலங்குகளை அடக்கும் கருவிகளும் உறுதியாகக் கையாளப்பட்டிருக்க வேண்டும். இக்கருவிகளில்

செண்டாயுதத்தின் பலவகை தோற்றங்கள்

செண்டாயுதத்தின் மாறுபட்ட வடிவமும் (இராஜகோபாலசாமி கையில் உள்ளதைப் போன்ற வடிவம்), கோலும் முக்கியமானவை. இதில் கவனிக்கத்தக்க ஒன்று முருக வழிபாடு பண்டு உயர்ந் தோர் மாட்டுச் சிறப்புற்று இருந்ததாகக் கருத வேண்டியுள்ளது. முருகனைப் பற்றிய பல குறிப்புகள் சங்க இலக்கியப் பாடல்களில் வருகின்றன. ஆனால், அய்யனைப் பற்றி கலித்தொகையின் ஓரிடத்தைத் தவிர வேறொன்றிலுமில்லை. அதுவும் கலித் தொகை பெருந்திணை மக்கள் இலக்கியம். அது சாதாரண மக்களின் வாழ்வியலைப் பாடுவது. அங்குதான் அய்யனார் குறிப் பிடப்படுகிறார். எனவே, அய்யனார் வழிபாடு உள்ளூர் மரபாக பரவலான மக்களிடையே நிலைபெற்றிருந்தது போலும். இந்நிலைப்பாட்டில் அய்யனார் சடங்குகள் மூலமே நிலைநிறுத்தப் பெற்றுள்ளார். தாய்வழிச் சமுதாயத்தில் தாய்க்கு மகனாகத் தோன்றிய கடவுள்களாகிய முருகனுக்கும் அய்யனாருக்கும் சிவனைத் தந்தையாக வைதீகப் புராணங்களில் கற்பித்த ஒரு மாபெரும் ஒற்றுமை நிலையானது இவ்விரு தெய்வங்களும் தமிழ் நிலத்திற்கே உரியன என்பதுவும், பி.எல்.சாமி அவர்கள் கூறுவது போல சாத்தன் வழிபாடு சாதவாகனர் காலத்தில் தமிழகத்தில் ஏற்பட்டது அன்று என்பதுவும் தெளிவாகின்றது.

மூன்றாம் நிலையில் அய்யனார் வழிபாடு அரசுருவாக்கத் தன்மைக்குச் செல்கிறது. இந்நிலை முருகனுக்கும் உண்டு. முருகன் இனக்குழுக்களின் தலைவனாக இருந்த நிலையை அவனின் மயில் வாகனமும், கோழிக்கொடியும் காட்டும். பழனிக்கு அருகில் உள்ள சங்க கால ஊரான பொருந்தில் அகழாய்வில் கிடைத்த மயில் பொறிப்பு கொண்ட பானையோடு இங்குக் குறிப்பிடத்தக்கது. இனக்குழுக்களை அடக்கி முருகன் வேளாக எழுச்சி பெற்ற நிலையை திருச்செந்தூரில் நடைபெறும் சூரசம்ஹாரம் குறி யீடாகக் காட்டி நிற்கிறது. வேள் என்ற ஆட்சித் தன்மை சற்றுப் பரந்தது. ஆனால், அய்யனார் ஊரின் சபைத் தலைவர் ஆகிறார். ஒவ்வொரு ஊரிலும் அய்யன் மன்றில் அமர்கின்றார். அறத்தை நிலைநாட்டுகின்றார். பாதீடு செய்கிறார். இந்த நிலையைக் காட்டும் சிற்பங்கள் தான் விழுப்புரம் பகுதிகளில் கிடைப்பது. இச்சிற்பங்களில் அய்யனார் அமர்வு நிலை ஓர் அரசனைப் போன்று இருக்கும். சில சிற்பங்களில் மகாராஜாலீலாசனத்தில் அமர்வு

காட்டப்பட்டுள்ளது. வலது கால் குத்திட்டு, இடதுகாலை மடக்கி அல்லது தொங்கவிட்டு, சாமரப் பெண் அருகில் நிற்க, சேவகன் ஒருவன் வலப்புறமிருக்க படையலுடன் காட்டப்பட்டுள்ள அய்யனார் சிற்பங்கள் ஆலகிராமம், நெற்குணம், ஒருகோடி, வடநெற்குணம், கள்ளக்குளத்தூர், அவியூர், அன்னப்புத்தூர், பிடாகம் ஆகிய விழுப்புரம் மாவட்ட ஊர்களில் காணப்படு கின்றன. ஒருகோடி என்னும் ஊரில் உள்ள அய்யனார் கள் குடத்துடன் காட்டப்பட்டுள்ளார். நெற்குணத்தில் உள்ள அய்யனார் சிற்பம் மீசையுடன் உள்ளது. இடையில் குறுவாளோடு வீரனுக் குரிய தோரணையுடனும், அதிகாரத்திற்குரிய தலைமைப் பதவிக் குரிய அமர்வுடனும் உத்குடிகாசனத்தில் அய்யனார் வீற்றிருக்கும் கோலத்தில் சிறப்பான மற்றொன்று. இச்சிற்பங்கள் அனைத்திலும் அவர் வேட்டைக்கடவுள் என்பதை மறவாது வைக்கப்பட்ட நாய் உருவங்கள். அவருக்குப் பெரும்பாலும் ஜடாபாரமே காட்டப் படுகிறது. வெகுசில சிற்பங்களில் கரண்டமகுடம் உள்ளது. ஜடாபாரம் யோகிகளுக்கும், முனிவர்களுக்கும், தவசிகளுக்கும் காட்டப்படுவதென ஆகமங்கள் கூறுகின்றன. அய்யனின் குத்திட்ட காலின் யோகபட்ட அமர்வு மற்றுமொரு தத்துவார்த்த செயல் பாட்டு நிலையைக் காட்டி நிற்கிறது. அதைத் தாண்டி அது அரச மரபோடு மிகவும் தொடர்புடையது. மேலும் இச்சிற்பங்களின் தொகுதியில் பெண்ணொருத்தி படையல் பாத்திரத்தைக் கையில் கொண்டுள்ளாள். இது கலயமாகக் காட்டப்பட்டுள்ளது. இக்கலயம் பெரும்பாலும் மதுக்குடமாக இருக்க வாய்ப்புண்டு.

> யவனர் நன் கலம் தந்த தண் கமழ் தேறல்
> பொன் செய் புனை கலத்து ஏந்தி, நாளும்
> ஒண் தொடி மகளிர் மடுப்ப, மகிழ் சிறந்து,
> ஆங்கு இனிது ஒழுகுமதி! ஓங்கு வாள் மாற!
>
> - புறம்.56

"யவனர், கலன் ஏற்றிக்கொண்டு தந்த மதுவைப், பொற்கலனில் நாடோறும் இளமகளிர் வார்த்து ஊட்ட, உண்டு மகிழ்கின்றாய்" என்று நக்கீரர் பாண்டிய நாட்டின் தலைவனை வாழ்த்தியதன் தன்மையை நினைவுறுத்தும் வகையில் இச்சிற்பங்களில் உள்ள பெண் மதுக் கலயத்தை வைத்திருக்கிறாளோ என்று எண்ணத்

தடாகம் ❁ 29

தோன்றுகிறது. குதிரை அவரின் வாகனமாகப் பெரும்பாலான சிற்பத்தில் காட்டப்பட்டுள்ளமை உற்றுநோக்கத்தக்கது. இது வீரயுக வெளிப்பாடு. போர், பூசல் ஆகியவற்றில் ஈடுபடும் வீரத்தலைவனின் வாகனம் குதிரையாக இருந்தது நாம் அறிந்ததே. குதிரை வாகனம் சமண சமயத் தாக்கம் என்பதுவும், யானை இருந்தால் அது பௌத்த சமயத் தாக்கம் என்பதுவும் முழுமையாக ஏற்றுக்கொள்ளக் கூடிய கருத்தாக இல்லை. மேலும் இக்கருத்தை பி.எல்.சாமி அவர்கள் பௌத்த தாக்கம் சாத்தன் வழிபாட்டில் குதிரை என்றும், யானை சமணத் தாக்கத்தால் அய்யனாருடன் காட்டப்படுவது என்றும் கூறியிருப்பது இக்கடவுளின் பழங்கால நிலைப்பாட்டைக் கொள்ளாமல் சமண, பௌத்த, வைதீக சமயங்களின் உள்ளீட்டை மட்டுமே காட்டுவதாக உள்ளது. உண்மையில் இத்தெய்வம் சமண, பௌத்த சமயங்கள் தமிழகத்தில் வேரூன்றுவதற்கு முன்னே ஒரு தொடர்ச்சியான தொன்மையான பண்பாட்டு வழிபாட்டுக் கூறுகளைத் தன்னகத்தே கொண்டிருந்தது. அந்நிலை சங்க காலத்திற்கும் முன்பானது. இன்னும் சொல்லப்போனால் அது கற்காலத்தில் இருந்து தொடங்கி உள்ளது. பெருங்கற்காலத்தில் அதன் வெளிப்பாட்டு நீட்சியை அறிய முடிகிறது.

எசாலத்தில் உள்ள அய்யனார் சிற்பம் மிகவும் எழில் வாய்ந்தது. மகாராஜா லீலாசனத்தில் அமர்ந்து, சபையில் அமர்ந்து ஓர் உயர்ந்த தலைவனைப் போன்று இங்கு அய்யனார் காட்சியளிக்கிறார். அவ்வாறே பிடாத்தில் உள்ள அய்யனாரும் மீசையுடன் ஊரின் தலைவனாய் சபையில் அறத்தை நிலைநாட்டும் கோலத்தில் அமர்ந்துள்ளார். இச்சிற்பத் தொகுதிகளில் மற்றொரு சிறப்பம்சம் என்னவெனில் ஊர்த்தலைவனுக்கான காணிக்கைகளாக வழங்கப்படும் குதிரை, ஆடு, கோழி, குரங்கு, நாய் ஆகிய விலங்குகள் அவரின் கால்களுக்குக் கீழே காட்டப்பட்டிருக்கும். அவை வாகனம் மற்றும் பலி விலங்குகள் என்பதைத் தாண்டி அவை தலைவனுக்குக் காணிக்கைகளாக வழங்கப்பட்டவை என்று கொள்ளலாம். விழுப்புரம் அரசூரில் கிடைத்த ஓர் அய்யனார் சிற்பம் சிம்மாசனத்தில் வீற்றிருக்கும் அய்யனாரைக் காட்சிப்படுத்துகிறது. மேலும் சாமரப் பெண், கொற்றக்குடை

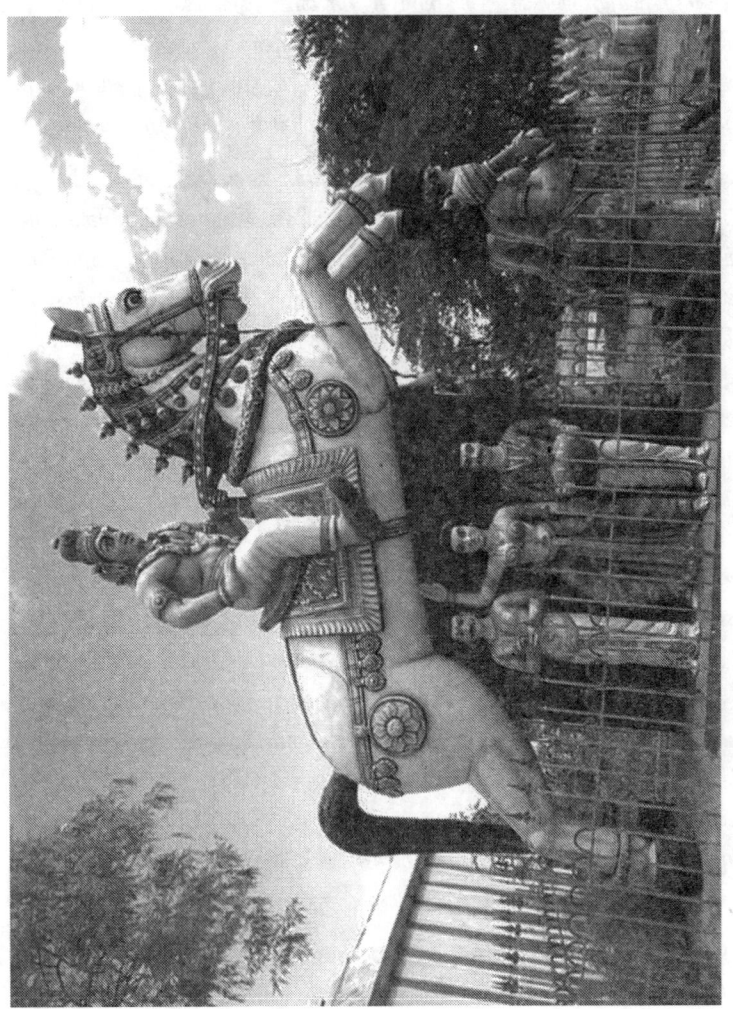

சுதையாலான அய்யனார், மதுரை மாவட்டம், பொ.ஆ.19

பிடிக்கும் சேவகன், விளக்கு, யானை, குதிரை இவை யாவும் அரசனுக்குரியவைகளாக அய்யனார் சிற்பத்தில் உள்ளன. நாய் மட்டும் கீழே காட்டப்பட்டுள்ளது. காங்கயம் பகுதியில் – முல்லை நிலப் பண்பாடு நிலவிய பகுதி – பத்தாம் நூற்றாண்டளவிலான அய்யனார் சிற்பங்கள் நிறையக் கிடைத்துள்ளன. தஞ்சைப் பகுதியில், சுனாம்பேடு என்னும் ஊரின் குளக்கரையில் கிடைத்த அய்யனார் சிற்பமே காலத்தால் முற்பட்டது. இந்த அய்யனார் சிற்பத்தில், நாயின் உருவத்தோடு சேவலின் உருவமும் உள்ளது.

நான்காவது கட்டப் பிரிவில் அய்யனார் வணிகர்களின் பெருந் தெய்வமாக விளங்குகிறார். வணிகர்களின் பெருவழித்தெய்வம் அய்யனார் ஆவார். பண்டைய தமிழகத்தில் உள்நாட்டு வணிகர் களின் தலையாய தெய்வமாக அய்யனார் போற்றப்பட்டுள்ளார். இந்நிலையில்தான் அய்யனார், சாத்தன் என்ற பெயரைப் பெறு கிறார். சாத்தன் என்ற பெயர் அய்யனாருக்கு உண்டானது பற்றிய பல கருத்துகள் நிலவினாலும், இது குறித்து தேவநேயப் பாவாணர் கூறும் கருத்து சிந்திக்கற் பாலது. "நாட்டின் பல இடங்களுக்கும் தத்தம் காவற்படையுடன் சென்று பொருளீட்டிய வணிகக் கூட்டங்களுக்குச் சாத்து என்று பெயர். சார்த்து – சாத்து: சார்தல் – சேர்தல் என்பது பொருளாம்" என்கிறார் அவர். மேலும் அவர், "வணிகக் சாத்துகளின் காவல் தெய்வத்திற்குச் சாத்தன் என்று பெயர். அவரே அய்யனார். அதனாலேயே அக்காலத்தில் வணிகர்கள் சாத்துகள், சாத்துவன், சாதுவன் என்றெல்லாம் அழைக்கப்பட்டனர். அக்காலத்தில் உள்ளூர் வணிகர்கள் பெரும்பாலும் குதிரைகளில் சென்றே வாணிகம் செய்தனர். அதனாலேயே அய்யனாருக்கு குதிரை வாகனமாகியது. சாத்தன் என்னும் தெய்வப் பெயர் வட மொழியில் சாஸ்தா எனத் திரியும். சாத்தன் எனும் வணிகக் கூட்டப் பெயர் ஸார்த்த என்று திரியும்" என்று குறிப்பிடுகிறார்.

வரலாற்றுத் தொடக்க காலத்தில் வணிகத்தின் முதல் படிநிலை யாக கால்நடைகளின் வணிகமே தலையாயதாக விளங்கியது. உள்ளூர் வணிகர்கள் ஆடு, மாடு, குதிரை, கழுதை இவற்றை விற்பதற்காகவும், பிற வணிகப் பொருட்களை அக்கால்நடை களின் மேல் ஏற்றியும் நாடெங்கும் சென்று சந்தைகளில் விற்றனர். இந்தச் சந்தைகள் கூடல் ஊர் எனப் பெயர் பெற்றது இங்குக் கருதத்

புஞ்சை சுதையாலான அய்யனார், நாகப்பட்டினம் மாவட்டம், பொ.ஆ.18

தக்கது. அவை பெரும்பாலும் பெருவழிகளிலும் அவ்வழிகளின் சந்திப்பிலும் அமைந்திருந்தன. பல பெருவழிகளில் அமைந்த ஊர்களில் அய்யனார் கோயில்கள் பண்டு சிறந்திருந்தன. அவை அனைத்தும் சிதிலமடைந்த நிலையில் அவ்வூர்களில் தனிச் சிற்பங்களாக அய்யனார் சிற்பங்கள் தற்போது காணக் கிடைக் கின்றன. இராஜகேசரி பெருவழிப் பாதையில் அமைந்துள்ள வாழ் விட மேட்டுப்பகுதியில் இன்றும் அய்யனார் கோயில் ஒன்று உள்ளது. அங்குள்ள அய்யனார் சிற்பம் சோழர் காலத்தியது. தமிழகத்தின் வணிகர்களாகிய நகரத்தார் மக்களின் குலதெய்வ வழிபாட்டில் அய்யனார் வழிபாடு தலைமையிடம் பெறுவது இங்குக் குறிப்பிடத்தக்கது.

மதுரை மாவட்டம் பூலாங்குளம் ஆண்டார் கொட்டாரத்தில் உள்ள கோயில் கடவுகாத்த அய்யனார் கோயில் ஆகும். “கடவு” என்றால் தணக்குமரம், வழி, எருமைக்கடா, ஆட்டுக்கிடா, பக்கம் என்பதான பொருள்களை அகராதி குறிப்பிடுகிறது. மதுரையை நோக்கிச் செல்லும் பண்டைய வணிகப் பெருவழியில் அமைந்துள்ள மேலூர் நகரின் அருகில் உள்ள கொட்டக்குடி கற்குவேல் அய்யனார் கோயில் குறிப்பிடத்தக்கது. கற்கை என்ப தற்கு யானை மீது போடும் பலகை என்றும், வேலிப் பருத்திச் செடி என்றும் அகராதிகள் கூறுகின்றன. கற்கி என்பதற்கு கோவில் என்றும் பொருள் உண்டு. மேலும் கூர்மையான என்ற பொருளே சரியானது. கூர்மையான வேலைக் கொண்ட வீரனாய் அய்யனார் இங்கு வழிபடப்படுகிறார். வணிகர் சமூகத்தைச் சேர்ந்த பலருக்குக் கற்குவேல் அய்யனார் குலதெய்வமாக உள்ளார் என்பது நோக்கத்தக்கது.

பெருவழி ஊர்களில் பெருங்கற் பண்பாட்டுக் கூறுகள் காணக் கிடைப்பதும் அவை நகரங்களின் வழியே ஊடுருவிச் சென்றதை நிரூபிக்கின்றது. வெள்ளலூர், ஆனைமலை, சி.கலையமுத்தூர், மதுரை, புகார், உறையூர், கரூர், அழகன்குளம் முதலிய பெருவழி ஊர்களின் அகழாய்வில் உரோமானியக் காசுகளும் பொருட்களும் கிடைத்துள்ளன. இவ்வழிகள் வாணிகத்திற்குப் பண்டு பயன் பட்டதை உறுதிப்படுத்துகின்றது. பெருவழிகளில் நடுகற்கள் நடப்பட்டதாக சங்க இலக்கியங்கள் கூறுகின்றன. ‘அதியமான்

நெடி அய்யனார், புதுக்கோட்டை மாவட்டம், பொ.ஆ.10

பெருவழி' எனப்படும் தகடூரிலிருந்து (தருமபுரி) செங்கம், உறையூர், கொடும்பாளூர், மதுரை வழியாக அழகன்குளம் வரை செல்லும் பெருவழியில் செங்கம், தருமபுரிப் பகுதிகளில் பல்லவர் கால நடுகற்கள் காணக்கிடைக்கின்றன. இவ்வழக்கை பண்டைய மரபின் தொடர்ச்சி எனக் கொண்டால் இலக்கியக் கூற்று மெய்ப் பிக்கப்படுகின்றது. சங்ககால நடுகற்கள் தேனி மாவட்டம், ஆண்டிப்பட்டியில் புலிமான்கோம்பையில் கிடைத்துள்ளது. இவ் வழி மதுரையிலிருந்து வைகைக் கரையோரமாக சேரநாட்டிற்குச் செல்லும் பெருவழிப்பாதையில் அமைந்துள்ளது குறிப்பிடத் தக்கது. மேலும் மேற்கண்ட பகுதிகளிலும், அதனைச் சுற்றிலும் ரோமானியக் காசுகள் கண்டறியப்பட்டுள்ளன.

மறவர்கள் நடுகல்லில் அம்பு தீட்டுவதால் அழிந்து போன எழுத்துகள் என்று கூறுவதும், உமணர் வண்டிகள் பெருவழியில் செல்லும்போது நடுகல் மீது சக்கரம்பட்டுத் தேய்ந்து போன எழுத்துகள் என்று கூறுவதும் குறிப்பிடத்தக்கவை. பெருவழியில் நடப்பட்டிருப்பது குறிப்பிடத்தக்கது. அதிலும், கவர்த்த (சந்திப்பு) வழிகளில் நடப்பட்டுள்ள நடுகற்கள் பற்றி இலக்கியங்கள் விவரிக்கின்றன. இது சந்தி வழிபாட்டின் எச்சமாகும். மேலும் இவ்வழிபாடு பெருவழிகளில் நடுவதற்குக் காரணம் உண்டு. கால்நடைகள், வணிகர்கள் பெருவழியில் பயணம் செய்தனர். பெருவழி வணிகர் மாண்டவர்களுக்கு வழிபாடு செய்யவும் வழியில் நடுகல் நட்டனர். வணிகர்களும் மாடுபிடிச் சண்டையில் மாண்டுள்ளனர் என்பதும் இங்குக் கருதத்தக்கது. சாத்துகளின் தலைவன் சாத்தன் ஆகையால் அத்தலைவன் அவ்வணிகர்களால் தெய்வமாக வணங்கப்பட்டுள்ளான். வணிகர்களால் அய்யனார் வழிபாடு தமிழகத்தில் உச்சம் பெற்றது என்பதுவும், அதனாலேயே வணிகர்களைச் சார்ந்த சமயங்களாகக் கருதப்படும் சமண, பௌத்த மதங்கள் இத்தெய்வத்தைத் தங்கள் கையில் எடுத்தன. உள்ளூர் தாய்த்தெய்வத்தையும் இவ்வாறே தங்கள் சமயங்களின் இயக்கிகளாக உருவகித்தனர் என்பதுவும் நாம் ஏற்கெனவே அறிந்ததே.

ஐந்தாவது நிலையில் அறிவுசார் தத்துவ மரபினைச் சார்ந்த தெய்வமாக அதாவது பழங்குடித் தன்மைகளிலிருந்து வேறுபட்ட கொள்கைகளை உடைய சமயஞ்சார்ந்த தெய்வமாக அய்யனார்

மாற்றப்படுகிறார். இந்நிலையானது சமண, பௌத்த, ஆசீவக மற்றும் வைதீக சமயங்கள் அய்யனாரைத் தம்முள் இணைத்துக் கொண்டமையாகும். சமண, பௌத்த சமயங்கள் அய்யனாரை உள்வாங்கிக்கொண்டதற்கு முக்கியக் காரணம் தொடக்க காலத்தில் வீர வழிபாட்டில் இருந்த வணிகர்கள் பின்பு சமண, பௌத்த சமயங்களைப் பின்பற்றியதேயாகும். வணிகர்கள் இச்சமயங் களைத் தழுவியிருந்ததால் அவர்களின் தொல்கடவுளைத் தங்கள் சமயக் கொள்கைகளுக்கு ஏற்ப மாற்றியமைக்கும் நிலை அச்சமயங்களுக்கு ஏற்பட்டது. பண்டையத் தமிழ்ச் சமூகத்தின் தாய்த்தெய்வங்கள் சமண, பௌத்த சமயங்களின் தீர்த்தங்கர்களுக்கு இயக்கிகளாக அவர்களின் கடுந்தன்மை விடுத்து, சாந்த பாவனையில் சிற்பங்களாக சமணக் குகைத்தளங்களில் காட்டப் பட்டுள்ளமை இதற்குச் சான்றாகும். அதுபோலவே அய்யன் வழிபாடும் பலி, வேட்டை, கள் இவற்றை விடுத்து சைவப் படையல் ஏற்றுக்கொள்ள வேண்டியதாயிற்று. இப்போது சாத்தன் என்ற பெயர் பெற்ற அய்யன் மேட்டிமை தெய்வமானார். சங்க காலத்தில் பல புலவர்களின் பெயர்களும் சாத்தன் என்பதோடு இணைந்துள்ளதோடு அவர்களின் வணிகத்தொழில் பொருட்களும் முன்னொட்டாக பயின்று வருகின்றன. சங்க கால சமூகம் முழுவதும் வணிகத்தினால் உயர்வு பெற்ற நனிநாகரிகத்தார் வாழ்ந்த செழுமையுற்ற செவ்வியல் தன்மை கொண்ட சமூகமாகச் சங்கப் பாடல்கள் பதிவு செய்துள்ளன.

தொல்லியல் ஆய்வில் மிக முக்கியமான சான்றுகளாக விளங்கும் தமிழ்ப் பிராமி எழுத்துப் பொறிப்புகளைக் கொண்ட சமணப் படுக்கைகள் பெருவழிகளிலேயே அமைந்துள்ளன என்பதுவும் குறிப்பிடத்தக்கது. பண்டைய வணிகர்கள் பண்டு பெரும்பாலும் பௌத்த, சமண சமயத்தைப் பின்பற்றியுள்ளனர். பௌத்த, சமண முனிவர்களும் வணிகர்களை நெறிப்படுத்தியுள்ளனர். வணிகர்கள் செல்லும் பெருவழிப் பாதைகளில் அமைந்த குகைத்தளங் களிலேயே தங்கியுள்ளனர். வணிகர்கள் தாங்கள் வணிகத்திற்காகச் செல்லும் பெருவழியில் அமைந்த நகரங்களில் உள்ள மலைப் பகுதி குகைத்தளங்களில் அம்முனிவர்களுக்குப் படுக்கைகளை வெட்டிக் கொடுத்து, அச்செய்திகளைக் கல்வெட்டுச் சான்று களாக்கியுள்ளனர். 'வெள்அறை நிகமதோர்' மாங்குளம் சமணக்

குகைக் கல்வெட்டில் நிகமம் என்பது வணிகக் குழுவினைக் குறிக்கும் சொல்லாகும். சிலப்பதிகாரத்தில் காவிரிக் கரையோரமே ஒரு பெருவழி சென்று, உறையூரை அடைந்து, சோழநாட்டு எல்லையில் மூன்று பிரிவாகப் பிரிந்து, கொடும்பாளூர் வழி யாக மதுரையை அடைந்த செய்தி கூறப்படுகின்றது. இந்த மூன்று பிரிவுகளில் ஒருவழி மாங்குளம், அரிட்டாபட்டி, கீழவளவு முதலிய சமணக் குகைத்தளங்களைக் கொண்டதாக அமைந்துள்ளது. மாங்குளம் சமணக்குகை கல்வெட்டில் பாண்டிய மன்னன் நெடுஞ்செழியன் குறிப்பிடப்பட்டுள்ளான். கொங்குப்பெருவழியில் அமைந்த ஆழியாறு அணைக்கருகில் ஒரு சமணக்குகைத்தளம் உள்ளது. மேலும் பெருவழி வணிக நகரமான கரூரின் ஆர்நாட்டார்மலை சமணக் கல்வெட்டு மூன்று சேர அரசர்களைக் குறிப்பிடுகின்றது. தகடூரைத் தலைநகராகக் கொண்ட அதியமானின் ஆட்சிப் பகுதியில் உள்ள ஜம்பைக் கல்வெட்டு சமண முனிவர்களுக்கு அவன் ஈத்த பாளியைக் குறிப்பிடுகின்றது. தொல்குடியினர் வழிபட்ட இடங்கள் மலைகளிலும், குன்று களிலும் இயற்கையாக அமைந்த குகைத்தளங்கள் ஆகும். இக்குகைகளில் அவர்கள் தங்கள் வழிபடுதெய்வங்களைக் குகை ஓவியங்களாகத் தீட்டி வைத்து வழிபட்டுள்ளனர். அழகர் மலை, திருமலை, கருங்காலக்குடி, தொண்டூர், கொங்கர் புளியங்குளம் ஆகிய இடங்களில் உள்ள குகைத்தளங்களில் செங்காவி மற்றும் வெண்நிறத்தில் வரையப்பட்ட பாறை ஓவியங்கள் காணக் கிடக்கின்றன. பறவை முகங்கொண்ட மனிதர்கள், மான்கள், குதிரைகள் போன்ற விலங்குகளின் உருவங்களும் அங்கு ஓவியங் களாகத் தீட்டப்பட்டுள்ளன. இவ்விடங்களில் தொல்குடிமக்கள் குறிப்பிட்ட நாட்களில் வந்து வழிபாட்டுச் சடங்குகளை நிகழ்த்துவது பண்டு வழக்காயிருந்தது. பழங்குடி மக்களின் வழிபாட்டுச் சடங்குகளில் பலியிடுதல், வெறியாட்டு முதலியன வற்றைக் குறிப்பிடலாம். இப்பழங்குடி மக்களின் வழிபாட்டு இடங்களில் பல சமணர்களின் குகைத்தளங்களாய் இருக்கக் காண்கிறோம். இதன் பின்னணி யாதென உற்று நோக்கின், தொல்குடி மக்கள் கூடுமிடங்களில் சமண முனிவர்கள் தங்கள் சமயக் கொள்கைகளை அவர்களுக்குக் கூறுவதற்காகவும், மேலும் அம்மக்களின் வழிபாட்டுச் சடங்கில் முக்கிய இடம்பெற்ற

பலியிடுதலைத் தடுப்பதற்காகவும் ஆகலாம். கோவை மாவட்டம் வெள்ளருகம்பாளையத்தைச் சேர்ந்த வேட்டைக்காரன் மலையில் உள்ள குகை ஓவியம் ஒன்று ஒரு வீரனைக் காட்டி நிற்கிறது. வகாங்கர் என்பவர் கி.மு. 500ஆம் காலத்தைச் சேர்ந்ததாக இதனைக் குறிப்பிடுகிறார். இவ்வீரன் கையில் தண்டு கொண்டு அதனைச் சுழற்றி வீசியபடி உள்ளான். இவ்வீரன் உருவம் பழங்குடி மக்களால் வழிபாட்டிற்காக வரையப்பட்டதாக இருக் கலாம். ஏனெனில் வீரரை வழிபடுதலை நடுகல்லும், நாட்டுப் புற காவல் தெய்வங்களும் நமக்குக் காட்டி நிற்கின்றன. வெள் ளருகம்பாளையத்திலிருந்து 8கி.மீ. தொலைவிலுள்ள போளுவாம் பட்டியில் சமண இயக்கி உருவங்கள் அதிக எண்ணிக்கையில் கிடைப்பதைப் பார்க்கையில் இவ்விடம் சமணத் தாக்கத்தை அதிகம் பெற்றிருந்ததை உணரமுடிகிறது. தொல்குடித் தெய் வங்கள் வழிபடப்பட்ட பகுதிகளில் சமணர்களின் தாக்கம் அதிக மிருந்ததற்கு மேற்கண்டதைச் சான்றாகக் கூறலாம்.

புதுக்கோட்டை மாவட்டம் மலையடிப்பட்டியில் உள்ள இரண்டு குடைவரைக் கோயில்களுக்குப் பின்னால் அமைந்த மலைக்குன்றில் சமணப் படுக்கைகள் உள்ளன. அப்படுக்கைகளின் மேற்புறம் பாறையில் கோட்டுருவமாக வீரன் ஒருவன் காட்டப் பட்டுள்ளான். இடதுகையில் தண்டு போன்ற ஆயுதம் தாங்கி யுள்ளான். சமணருக்கும் வீரனுக்கும் யாதொரு தொடர்பும் இருந்ததாகத் தெரியவில்லை. ஆனால், வீரரை வழிபடும் மக்கள் இங்கு அவனின் கோட்டுருவத்தைச் செதுக்கி வைத்து வணங்கி வந்துள்ளனர். இக்குடிமக்களின் வழிபாட்டிடம் முன்பு கூறிய சான்றுகளின்படி சமணர்களின் இருப்பிடமாகியிருக்கிறது. கொல் லாமை விரதத்தினை முக்கியக் கூறாகக் கொண்ட சமணம் இவ்வாறாகப் பலியிடும் வழக்கைக் கொண்ட தொல்குடிமக்களின் வழிபாட்டிடத்தைத் தமது தளங்களாக ஆக்கிக் கொண்டது.

சிலப்பதிகாரத்தில், பாசண்டசாத்தன் என்ற தெய்வம் கூறப் பட்டுள்ளது. இது வணிகர்களின் தெய்வமான அய்யனாரே ஆகும். சாத்துகளாகிய வணிகக் குழுக்கள் வழிபட்டதாலும், அதன் தலைவனாக நின்றதாலும் சாத்தன் என்ற பெயரை அய்யனார் பெறுகிறார்.

> "வச்சிரக்கோட்டம் புறம்பணையான் வாழ்கோட்டம்
> நிக்கந்தக் கோட்ட நிலாக் கோட்டம் புக்கெங்கும்
> தேவிர்கா ளெம்முறுநோய் தீர்மென்று மேவியோர்
> பாசாண்டச் சாத்தற்கு பாடு கிடந்தாளுக்கு"

— சிலப்பதிகாரம் - கனாத்திறமுரைத்த காதை வரி 12-15

பாசாண்டசாத்தன் என்பதை விளக்கும்போது சாத்தன் என்கிற அய்யன் கோயில் என்று அரும்பத உரையாசிரியர் உரை கூறி யுள்ளார். தொண்ணூற்றாறு வகைத் தருக்கக் கோவையில் வல்ல அய்யனென்றும், கடவுள் என்றும் அடியார்க்கு நல்லார் உரை கூறியுள்ளார். பாசாண்டம் என்பது வேதத்திற்குப் புறம்பான பௌத்தத்தையும் சைனத்தையும் குறித்து வந்தது. மகாபுராண அம்மானை என்ற நூலில் வரும் சித்திரசேனன் கதையில் சைன நெறியை மறந்துவிட்டு மத போதகமாகிய பாசாண்டமென்னும் மதத்தைத் தழுவின வரலாறு கூறப்பட்டுள்ளது. வைதீக மதத்தில் சேராத மதங்களையெல்லாம் பாசாண்டம் என்றும், அதைச் சேர்ந்தவர்கள் பாஷாண்டிகள் என்றும் குறிக்கப்படுவர். பாசாண்டம் என்பதனைத் தொண்ணூற்றாறு வகை சமய சாத்திரத் தருக்கக்கோவை என்று விளக்கியுள்ளனர். பௌத்த சமய நூலான வளையாபதியிலும் சாத்தன் தொண்ணூற்றாறு வகை கோவையில் வல்லவன் என்று கூறப்பட்டுள்ளதைக் காணலாம். இதே கனாத் திறமுரைத்த காதையில் புறம்பணையான் வாழ்க்கோட்டம் என்றொரு கோயிலும் குறிப்பிடப்பட்டுள்ளது. இக்கோட்டத்தில் உள்ள புறம்பணையான் அய்யனே சாமானிய மக்கள் வணங்கிய தெய்வம் ஆவார்.

சமண, பௌத்த, ஆசீவகத் தாக்கத்தால் வழிபாட்டில் வேறு நிலையடைந்த, மேலும் சமூகத்தில் மேலோர் வணங்கும் தெய்வ மாக மாறிய சாத்தனை வைதீகம் தம்முள் இணைத்துக் கொண்டது. தாய்வழிச் சமூகத்தில் தாய் முதலில் இணைக்கப்பட்டாள். பின்பு மகன்களும் இணைக்கப்பட்டனர். அய்யனார் வழிபாடு ஆடி மாதம் வெள்ளிக்கிழமை நடைபெறுதலும், தாய்த்தெய்வத்தின் படையலைப் போன்று பொங்கல் வைத்துப் படைத்தலும், கரகம், முளைப்பாரி எடுத்து வழிபடுதலும் தாய்த்தெய்வத்தின் மகன் இவர் ஆவார் என்பதைக் காட்டும் சான்றுகளில் இன்றுவரை

நடைபெற்று வரும் நிகழ்வுகளாகும். தாயின் வீரமகன்கள் தந்தை வழிச் சமூகத்திற்கு அடிகோலினர். ஏற்கெனவே வடஇந்தியாவில் நிலவிய அந்த ஆண்வழிச் சமூகத்தின் தெய்வங்களோடு ஏற்பட்ட இணைப்பில் அய்யனார் இணைப்பு கி.பி.5ஆம் நூற்றாண்டு அளவிலேயே நடந்திருக்க வேண்டும். பக்தி இயக்கக் காலத்தில் இதனை அப்பர் பதிவு செய்கிறார்.

> "பார்த்தனுக் கருளும் வைத்தார் பாம்பரை யாட வைத்தார்
> சாத்தனை மகனா வைத்தார் சாமுண்டி சாமவேதம்
> கூத்தொடும் பாடவைத்தார் கோளரா மதிய நல்ல
> தீர்த்தமுன் சடையில் வைத்தார் திருப்பயற்றூரனாரே"
>
> - திருப்பயற்றூர் பதிகம்-317

சாத்தனை மகனாக சிவபெருமான் கொண்ட தன்மையைத் தான் விஷ்ணு மோகினி அவதாரத்தில் சிவனோடு இணைந்து அய்யனைப் பெற்றதாகப் புராணம் வழங்கப்பட்டது. இந்த அய்யனே சாஸ்தா. அறிவிற் சிறந்தவன். வீரம் செறிந்தவன். வைதீகத்தின் சைவ வைணவ இணைப்பிற்கு வித்திட்டவன். பெரிய புராணத்தின் 'வெள்ளானைச் சருக்கம்' மூலம் அய்யனார் திருப்பட்டூரில் பிறந்தவர் என்றும், தொண்ணூற்றாறு வகை சாத்திரங்களிலும் வல்லவர் என்றும் அறியமுடிகிறது. இவரே சேரமான் பெருமாள் நாயனாரின் திருக்கைலாய ஞான உலாவை எழுதியவர் என்றும் குறிப்பிடுகிறது. திருப்பட்டூரில் சாத்தன் கையில் ஓலைச் சுவடியை வைத்திருப்பது அதைக் குறிப்பிடுகிறது. பாசண்டச் சாத்தன் சாத்திரங்களை வைத்திருப்பதாக சிலப்பதி காரம் கூறியதைப் பின்பற்றிச் சைவமும் மாசாத்தனார் சுவடியைக் கையிலே ஏந்தியிருப்பது போல சேக்கிழார் புராணம் கூறியபடி படைத்தனர் என்று தெரிகின்றது.

இந்நிலைகளையெல்லாம் உள்ளடக்கிய ஒரு மரபு தொன்று தொட்டு அய்யனார் வழிபாட்டில் இன்றுவரை இருந்து வருகிறது. அது பண்டைய வாழ்வியல் நெறியில் முக்கியமான ஒன்றான வீர மரபாகும். செயற்கரிய செயல் செய்தவர்கள் வழிபடப்படுவர். ஊர்க்காவல், நிலம்-நீர்-பெண் காத்தல், பூசல்மாற்று, தன் குடி காத்தல், அண்டினோரைக் காத்தல், நோய் தீர்த்தல் முதலிய

செயற்கரிய செயல் செய்த வீரனைப் போற்றி வழிபடுதல் என்ற தொன்மரபில் கிளைத்ததே அய்யனார் வழிபாடு. அடைக்கலம் காத்த அய்யனார், புலிக்குத்தி அய்யனார், சிறைமீட்ட அய்யனார், சிறை காத்த அய்யனார், சொரிமுத்து அய்யனார், ஆபத்துக் காத்த அய்யனார், வில்லாயுதமுடைய அய்யனார், பிணி தீர்த்த அய்யனார், கலியமூர்த்தி அய்யனார், சேவகப் பெருமாள் அய்யனார் போன்ற பல அய்யனார்கள் வழிபடப்படுகின்றனர். இந்த அய்யனார்கள் அந்தந்த ஊர்களில் தங்களின் செயற்கரிய செயல்களால் தெய்வ நிலையடைந்து அய்யன் பதவியை அடைந்தவர்கள். எனவே அய்யன், ஒருவர் அல்லர், பலர். அவர்களே அந்தந்த ஊர்களில் தெய்வங்களாக நாட்டார் வழிபாட்டில் வழிபடப்படுகின்றனர். இவர்களது வழிபாட்டுச் சடங்குகளில் பல பண்பாட்டுக் கூறுகள் பிரிக்கவியலாது இரண்டறக் கலந்து நிற்கின்றன. எனினும் தொல்மரபு நிலை மட்டும் நீடித்து நிலைத்து நிற்கிறது. அய்யனோடு உடனுறை பெண் தெய்வங்கள் காட்டப்படும் நிலையில் உள்ள சிற்பங்கள் பாண்டிய நாட்டில் அதிகமாகக் காணப்படுகின்றன. அச்சிற்பங்கள் யாவும் காலத்தால் பிந்தியவை. பொதுவாக அவை 16-ஆம் நூற்றாண்டிற்குப் பிறகான படிமக்கலையைப் பெற்றுள்ளன. பூரணை, பொற்கலை தேவியருக்குப் பல தொன்மங்களும், ஆசீவகம் சார்ந்த கருத்துருகளும் கூறப்பட்டாலும் அது ஏற்புடையதாக இல்லை. இத்தேவியரைப் பற்றிய குறிப்புகள் 16-ஆம் நூற்றாண்டைச் சேர்ந்த சூடாமணி நிகண்டிலும், அடிமதிக்குடி அய்யனார் பிள்ளைத்தமிழ் நூலிலும் காணப்படுகின்றன. அதற்கு முன்பான இலக்கியங்களில் தரவுகள் காணப்படவில்லை. அடிமதிக்குடி என்பது விழுப்புரம் மாவட்டத்தில் உள்ள திருக்கோவிலூர் அருகில் உள்ள ஓர் ஊராகும். இவ்வூர் அய்யனாரைப் பற்றிப் பாடப்பட்ட பிள்ளைத்தமிழ் இலக்கியத்தில் இத்தேவியர் குறிப்பிடப்படுவதால் இந்த அய்ய னாருக்குத்தான் உரியவர்கள் இத்தேவியர் இருவரும் என்பது தெளிவாகிறது. தமிழகத்தின் பல அய்யனார்களில் ஒருவருக்கு அமைந்திருந்த இரு தேவியர் என்றே கருத வேண்டியுள்ளது. ஆனால், அந்நிலை பொதுவாகிப் போனது அய்யனார் பெய ரளவில்தான் மாறியுள்ளார் என்ற கருத்தாக்கத்தினால் உண்டானது இது. உண்மையில் இத்தமிழ்ச் சமூகத்தின் பல பண்பாட்டு

இனக்குழுமங்களின் பல்வேறு தலைவர்கள் அய்யனார் என்னும் பதவி பெற்ற வீரக் கடவுளர்கள். அவர்தம் வழிபாட்டு மரபு அந்தந்தப் பகுதி வாழ்வியலோடும், நிகழ்வுகளோடும், உள்ளூர் மரபுகளோடும் இணைந்தது. பொதுமைப் பண்புகளாக இந்த அய்யனார் வழிபாட்டில் நாம் காண்பது வீரம், அறம் ஆகியவையாகும். இவை இரண்டையும் தாங்குதளங்களாகக் கொண்டு கட்டமைக்கப்பட்ட அய்யன் வழிபாடு அறிவு சார்ந்தும், தத்துவம் சார்ந்தும், அரசியல் சார்ந்தும், வளமை சார்ந்தும் ஒரு தொடர்ச்சியான மரபைக் கொண்டுள்ளது என்பதை அறிய முடிகிறது.

2. புதிர்நிலை - மன்று - சபை

தமிழகத்தின் புதிர்நிலைகளைப் பொறுத்தவரை அவை பெருங்கற்காலத்திலிருந்து தொடர்ச்சியான ஒரு மரபைப் பெற்று வந்துள்ளன எனலாம். பெருங்கற்காலத்தில் அமைக்கப்பட்ட ஈமச் சின்னங்களில் குறிப்பாகக் கல்வட்டங்களில் வைக்கப்படும் ஒவ்வொரு கல்லும் ஒரு மனிதரைக் குறிக்கும். பொதுவாக, கற்திட்டைகளில், கற்பதுக்கைகளில் குடியின் தலைவன் மற்றும் அவனது பரிவாரங்களின் இறந்த உடல்கள் புதைக்கப்பட்டுள்ளன. இக்கற்திட்டையைச் சுற்றி வைக்கப்படும் வட்ட வடிவமான கல்வட்டமானது அத்தலைவனின் வீரர்கள் குழுவைக் குறிக்கிறது எனக் கருத இடமுண்டு.

எகிப்தில் உள்ள இரட்டைத்தள கல் கட்டிடம் ஒன்று மிகவும் பழமையான புதிர்நிலை என்று அறிவிக்கப்பட்டுள்ளது. கிரேக்க பயணியும் எழுத்தாளருமான ஹெரோடோட்டஸ் (Herodotus) மோரிஸ் நதிக்கரையில் Lake Moeris) க்ரோக்கொடைலோபோலிஸ் நகரத்தில் (city of the crocodiles (Crocodilopolis) அமைந்துள்ள இந்த எகிப்து கட்டிடத்தை கி.மு. 5ஆம் நூற்றாண்டிலேயே பார்த்துள்ளார். மதில் சூழ்ந்த இக்கட்டிடத்தில், 12 அரசவைகளும் (courts) 3000 அறைகளும் இருந்தனவாம். புதிர்நிலையின் மையப் பகுதி என்பது அரசன் அல்லது தலைவனின் இருப்பிடம் என்பது இதிலிருந்து தெளிவாகிறது.

ஐரோப்பிய நாடுகளில் எண்ணிக்கையில் அதிக அளவில் புதிர் நிலைகள் கண்டறியப்பட்டுள்ளன. இந்நிலையானது ஐரோப்பிய நாடுகள் 5 நூற்றாண்டுகளுக்கு முன்புவரை கால்நடைச் சமூக மாகவே இருந்து வந்தது என்பதையே இது காட்டி நிற்கிறது. ஏனெனில், கால்நடைப் பூசல்களோடு தொடர்புடையவையே பெருங்கற்கால ஈமச் சின்னங்கள். பெருங்கற்கால ஈமச்சின்னங் களில் ஒரு குடி முழுவதுக்குமான நினைவுச் சின்னமாகப் புதிர் நிலையைக் கருதலாம்.

K.சாத்தனூர் கிராமம் அய்யன், ஸ்ரீரங்கம், திருச்சி மாவட்டம், பொ.ஆ.9

புதிர்நிலையில் உள்ள சுற்று நிலைகள் ஏழு, ஒன்பது என்ற எண்ணிக்கையில் அமைக்கப்படும். உள்ளூர் மக்கள் இதனை 'ஏழு சுத்துக்கோட்டை' என்று அழைக்கின்றனர். ஆனால், பொதுவாக ஏழு சுற்றுகள் கொண்டது செம்மை வடிவம் எனப்படுகிறது. இப்புதிர்நிலை சின்னம், முட்டை வடிவில் அமைந்துள்ளது. இதன் நுழைவாயில், கிழக்குத் திசையை நோக்கி அமைந்துள்ளது. இது புதிர்ப் பாதை என்றும், புதிர்நிலை என்றும் குறிப்பிடப்படுகிறது. அதாவது மையப் பகுதியைச் சென்று சேர முடியாதபடி குறுக்கு நெடுக்காக அமைந்துள்ள பாதையே புதிர்ப் பாதை சின்னமாகும். புதிர்ப் பாதை சின்னங்கள் மனித வழிபாட்டில் வளமை சின்னங் களாக விளங்குகின்றன. தொன்மைச் சமுதாய மக்களிடையே குழந்தை வரம் வேண்டியும், அவர்களது நலம் வேண்டியும் வழிபடுவதில் இப்புதிர்நிலைகள் முதன்மையான இடத்தை வகித்தன. புதிர்நிலை என்பதை ஒரு பெண்ணின் வயிற்று பகுதி யாகவும், அதன் வெளிப் பகுதியை யோனியாகவும் தாந்திரிக வழிபாட்டில் கருதப்படுகிறது.

தலைவன் இறந்த பின்பு அவனோடு உயிர்நீத்த இவ்வீரர் குழு அல்லது பூசலில் தலைவனோடு இறந்த வீரர்கள், இவர்கள் தலைவன் இறந்த பின்பும் அவன் கல்லறையைச் சுற்றி காவல் நிற்பதான கருத்துருவில் இத்தகு கல்வட்டங்கள் ஏற்படுத்தப்பட்டிருக்கலாம் என்ற கருதுகோள் நோக்கத்தக்கது. பொதுவாக, கொடுமணல், பொருந்தல் போன்ற ஊர்களில் இக்கல்வட்டங்கள் கற்பதுக்கை யைச் சுற்றி இரண்டு மூன்று வட்டங்களாக அமைக்கப்பட்டுள்ளமை இங்குக் குறிப்பிடத்தக்கது.

பெருங்கற்காலத்தில் தோன்றிய இவ்வடிவமைப்பானது வீரயுக காலத்தின் பிரதிபலிப்பாகும். வீரமே முதன்மையான சமூகத்தில் தோன்றிய புறவெளிப்பாடாகப் பெருங்கற்கால ஈமச்சின்னங் களைக் கருதுதல் வேண்டும். அதாவது பூசலுக்குச் செல்லும் தலைவன், சீறூர் மன்னன், வேள் ஆகிய வீரர்கள் ஊர்காத்தல், ஆநிரை மீட்டல் போன்ற செயற்கரிய செயல்களில் உயிர் நீத்த பொழுது ஈமச்சின்னம் எடுப்பிக்கப்பட்டது. அவை கல்லறை, கற்திட்டை, கற்பதுக்கை, நெடுங்கல், நடுகல், குத்துக்கல், தாழி, குடைக்கல், தொப்பிக்கல் என வகைப்படுகிறது. இவ்வாறான

அசலேஸ்வரர் கோவில், திருவாரூர் மாவட்டம், பொ.ஆ.10

ஈமச்சின்னங்கள் அமைக்கும் முறையானது குடிக்குக் குடி வேறு பட்டுள்ளது. ஒவ்வொரு வகை ஈமச்சின்னமும் ஒவ்வொரு குடியினைச் சார்ந்ததாகக் கருத வேண்டும் எனத் தொல்லியல் அறிஞர்கள் குறிப்பிடுவது இங்கு நோக்கத்தக்கது. ஒரு தொல்லியல் இடத்தில் காணப்படும் ஈமக்காட்டில் எத்தனை வகையான ஈமச்சின்னங்கள் உள்ளனவோ அத்தனை குடிகள் அங்கு வாழ்ந்திருக்க வேண்டும் என்பது தொல்லியலாளர் கருத்து.

மேற்கண்ட கருதுகோளின் படி ஒரு நிலையில் புதிர்நிலை என்பது அரசனுக்கு எடுப்பிக்கப்பட்ட ஈமச்சின்னமாகலாம். சான் றாக கோவையின் கெடிமேடு புதிர்நிலையைக் குறிப்பிடலாம். ‘கெடி’ என்ற தமிழ் அசைக்கு (syllable) கோட்டை என்று பொருள். இவ்வூரின் பெயர் கெடிமேடு என்ற கோட்டைமேடு என்ற பொருளில் அமைந்திருக்கலாம். கோட்டை என்பது அரசனுக்குரிய வாழ்விடமாகும். கோட்டையைச் சுற்றி அவனுடைய படைகள் அமைந்திருக்கும். படைகளின் வியூக நிலையைப் பொறுத்து அவை வட்டம், சதுரம், நீள்வட்டம், செவ்வகம், சுருள் வடிவங்களில் காட்டப்பெறும்.

மகாபாரதத்தில் எதிரிகளின் சக்கரவியூக அமைப்பில் உள் நுழைந்த அபிமன்யூ வெளிவர இயலாமல் இறந்ததை இங்குக் குறிப்பிடலாம். எனவே, தலைவன் மையத்தில் இருக்க, அவனைச் சுற்றி காவலாக அவனது படைகள் வியூகம் அமைத்து நின்றிருக்கும் நிலையைத்தான் புதிர்நிலையும் காட்டி நிற்கிறது. இத்தகு கருத்துகள்தான் உலகெங்கிலும் புதிர்நிலை பற்றிய எண்ணங்களாக வெளிப்படுகின்றன.

தமிழகத்தைப் பொறுத்தவரை அதன் மரபில் சிற்சில மாற்றங் களை இப்புதிர்நிலைக் கருத்துகளாக எடுத்துக்கொள்ளலாம். தமிழகப் புதிர்நிலைகளைப் பொறுத்தவரை இரண்டு கருதுகோள் களை முன்வைக்கலாம். ஒன்று புதிர்நிலை என்பது தலைவன் தன் இரத்த உறவுகள் சூழ்ந்திருக்க மீளாத்துயிலுமிடம். மற் றொன்று குடிகள் தங்கள் முன்னோர்கள் மற்றும் குல தெய் வங்களோடு அமர்ந்து, குடி உயர்வினை அலசும் நிலை. அரசுரு வாக்கத்திற்கு முந்திய அதாவது நிலவுடைமைச் சமூகம் தோன்று வதற்கு முன்பிருந்த இனக்குழு பொதுவுடைமைச் சமூகத்தின்

எச்சமாகமாகவே தமிழகத்தில் புதிர்நிலைகள் அமைக்கப்பட்டுள்ளன என்பதை விளக்குவதே இக்கட்டுரையின் நோக்கமாகும்.

மேற்கண்ட அமைப்புகளில் காணப்படும் புதிர்நிலைகள் நாட்டார் தெய்வ வழிபாட்டு வழக்காற்றியலில் 'கம்பை' என்றழைக்கப்படுகிறது. கம்பை எனில் ஒரே இரத்த உறவுள்ள குடிகள் சூழ்ந்துள்ள இடம் என்ற பொருளில் அங்கு வழங்கப்படுகிறது. தத்தம் கம்பையைக் காண குலதெய்வங்கள் அழைக்கப்படுவதுண்டு. உடுக்கை அடித்து தன் இரத்த உறவுகள் கூடியுள்ள கம்பையைக் காண குலதெய்வத்தை அக்குடியின் பூசாரி வருந்தி அழைப்பது இன்றும் கண்கூடு. இரத்த உறவுள்ள குடிகள் தத்தம் குறைகளைக் கூறி வருந்தி கம்பையில் நிற்பர். 'கம்பை' என்பதன் பொருள் 'அதிகாரவரம்பு' என்று அகராதி குறிப்பிடுகிறது. ஒவ்வொரு குடியின் குலதெய்வத்தின் அதிகாரம் என்பது அக்குடி மட்டிலுமாகும். மற்ற இரத்த உறவுள்ள குடிகளுக்கு அது செல்லாது. எனவே, குடித்தெய்வங்கள் தன்னுடைய குடிமக்களைக் காணும் சபையாக அதனைக் கருதலாம். மேலும் அக்கம்பைக்குக் குடித்தெய்வத்தின் பரிவார தேவதைகளும் பூசாரியால் அழைக்கப்படுகிறார்கள். அனைவரும் சூழ்ந்து, அமர்ந்து குடி செய்வல் என்னும் செயலுக்கு ஆலோசிக்கும் இடமாக கம்பை விளங்குகிறது. கம்பை சங்க இலக்கியம் குறிப்பிடும் மன்று ஆகும். மன்றின் முன்னோடி கம்பை. கம்பை என்பது பெருங்கற்கால மன்றம் எனப் பொருள் கொள்வது சாலச்சிறந்தது.

இந்தக் கம்பைப் பொதுவாகக் குலக்குறியீடான மரத்தின் கீழ் அமைக்கப்படுவதுண்டு. வேம்பு, வன்னி, ஆல், அரசு ஆகிய மரங்கள் இவற்றுள் குறிப்பிடத்தக்கவை. வேம்பு மரத்தடியின் கீழ் அமைக்கப்பட்ட கம்பைக்குச் சான்றாக வேம்படித்தாளத்தில் கண்டறியப்பட்ட புதிர்நிலையைக் குறிப்பிடலாம். இப்புதிர்நிலைகள் என்பது குடிகளின் குறியீடே. ஒரே இரத்த உறவுள்ள குடிகள் வட்டமாகவோ, சதுரமாகவோ புதிர்நிலைகளில் காணப்படும் எவ்வடிவத்திலோ அமர்ந்து தங்களின் குலமுதலான தெய்வத்தை வணங்கிப் போற்றுதலும், அக்குடித்தெய்வம் தன் பரிவாரங்களுடனும், தன் குடிகளின் மூத்தாருடனும் ஆலோசித்தலுமாகிய செயல்கள் நடைபெறும் என்பதன் குறியீடாகவே இப்புதிர்

நிலைகளில் கற்கள் வட்டம் உள்ளிட்ட பல வடிவங்களில் அமைக்கப்பட்டுள்ளன. புதிர்நிலைகளில் வைக்கப்பட்டுள்ள ஒவ் வொரு கல்லும் அக்குடியில் உள்ள ஒரு மனிதரைக் குறிப்பிடுகிறது.

கம்பையநல்லூர் என்ற ஊரில் அமைந்துள்ள புதிர்நிலை பொருளுக்கேற்றவாறு பெயரினைப் பெற்று விளங்குகிறது. பொதுவாக மங்கலம், பிரம்மதேயம், நல்லூர் ஆகியன பல்லவர், பாண்டியர் மற்றும் சோழர்கள் காலத்தில் மகாசபை இருந்த இடங்களைக் குறிக்கும். ஏனெனில், இவ்வூர்கள் கொடையாக அளிக்கப்பட்ட ஊர்களாகும். இப்பெயர் பெற்ற ஊர்களில் சபைகள் இயங்கி வந்தன. அவ்வகையில் பெருங்கற்காலத்திற்கு முன்பிருந்தே மன்றம் கூடி வந்த கம்பையநல்லூரில் பெருங் கற்காலத்தில் அதுபோலச் செய்தல் என்ற முறையில் இவ்வாறாகப் புதிர்நிலை அமைப்பை உருவாக்கிக் குறியீடாகக் கொண்டு வழிபாடு நடத்தப்பட்டு வந்துள்ளமை இங்குக் குறிப்பிடத்தக்கது.

இப்புதிர்நிலைகளைச் சுற்றி வருதல் என்பது தங்களின் தெய் வத்தையும், குல முன்னோர்களையும் வலம் வந்து வணங்குதல் என்ற பொருளிலேயே பின்பற்றப்படுகிறது. மேலும் ஆண்டிற் கொருமுறை பூசை நடத்தப்படுகிறது.

மோட்டூர், உடையாநத்தம் போன்ற இடங்களில் காணப்படும் விசிறிக்கல் எனப்படும் பறவை வடிவங்கொண்ட தலையற்ற கல் வடிவம் அதிதி என்ற தாய்த்தெய்வம் எனக் குறிப்பிடப்படுகிறது. இந்த விசிறிக்கல்லைச் சுற்றி கல்வட்டங்கள் இரண்டு அல்லது மூன்று சுற்றுகளில் அமைக்கப்பட்டிருக்கும். இந்நிலையைக் காணுகையில் நடுவில் தாய்த்தெய்வம் அமர்ந்திருக்க, சுற்றிலும் ஒரே இரத்த உறவுள்ள குடிகள் அமர்ந்திருப்பதாய் கருத இட முண்டு. தாய்வழிச் சமூகமாய் விளங்கிய நிலையில் இந்த விசிறிக்கல் அமைக்கப்பட்டிருப்பதால் தாய்த்தெய்வம் என்று அறிய முடிகிறது. சங்க காலமான வீரயுக காலத்தில் இக்கல் அமைக்கப் பட்டிருந்தால் இனக்குழுத் தலைவன் நடுவில் இருக்க, சுற்றிலும் அவன் குடிகள் இருப்பதாய் கருத இடமுண்டு. இந்தத் தாய்த்தெய்வ விசிறிக்கல்லின் அமைப்பானது புதிர்நிலையோடு ஒப்பிடத் தகுந்தது. இவ்விரண்டும் ஒரு குடியின் வழிபாட்டு நிலை அல்லது மன்றில் அமர்ந்த செயல்பாட்டு நிலையைக் காட்டி நிற்கிறது எனலாம்.

கொல்லிமலை அய்யன், வீரகனூர்ப்பட்டி, நாமக்கல் மாவட்டம், பொ.ஆ.10-11

புதிர்நிலை அமைப்பானது பெரும்பாலும் கால்நடை மேய்ச்சல் சமூகத்தில் தந்தைவழி சமூகம் தோன்றிய பின் உருவாகியிருக்க லாம் என எண்ணத் தோன்றுகிறது. ஏனெனில் சபை, மன்றம் போன்ற ஊர் அமைப்புகள் இக்காலத்திலேயே நடைமுறைப் படுத்தப்பட்டன. தமிழகத்தைப் பொறுத்தவரை சிறு தெய்வ வழிபாடு அல்லது குலதெய்வ வழிபாட்டில் இந்த அமைப்புகள் தாய்வழிச் சமூக அடிப்படையிலேயே இன்றுவரை நிலவி வருவது கருதத்தக்கது.

பொள்ளாச்சிக்கு அருகிலுள்ள 'கெடிமேடு' என்னும் புதிர் நிலையின் மையப் பகுதியில் உள்ள கோட்டை மாரியம்மன் சிற்றாலயம் பழங்காலத்திலிருந்தே வழிபடப்படுவது இங்கு ஒப்பு நோக்க உகந்தது. கெடி என்பதற்கு கோட்டை என்ற பொருளை முன்பே கண்டோம். இவ்விடத்தில் கோட்டைக்குரிய காவல் தெய்வமாகப் பெண் தெய்வமே காட்டப்படும் தமிழ் மரபு பிரதிபலிக்கிறது. துர்க்கம் என்றால் கோட்டை. கோட்டையைக் காக்கும் பெண் தெய்வம் துர்க்கை என வடநாட்டில் உள்ள வழிபாடு அத்தெய்வத்திற்கு ஈடாக இங்கு கொற்றவை என்ற போர்த் தெய்வத்தோடு இணைந்தது. ஆக வீரயுக காலத்தில் பூசல்கள், நிலவுடைச்சமூகப் போர்கள் தந்தைவழிச் சமூகத்தில் தோன்றுவதற்கு முன்பே தாய்வழிச் சமூகத்திலும் அந்நிலை நிலவி யிருந்தது என்பதை கொற்றவை தெய்வமும், கோட்டை என்னு மிடங்களில் அமைந்து வழிபடப்பெறுகின்ற பெண் தெய்வங் களும் காட்டி நிற்கின்றன.

வேம்படித்தாளம் அல்லது வேம்படித்தாவளம் என்ற ஊரில் அமைந்துள்ள புதிர்நிலையும் அவ்வூர் பெயருடன் ஆராயத்தக்கது. வேம்பு மரத்தினடியில் அமைந்த ஒரு ஒழுங்கு முறை கூட்டம் என்ற பொருளிலேயே வேம்படித்தாவளம் என்ற பெயர் குறிப் பிடப்பட்டுள்ளது எனக் கருத இடமுண்டு. இங்கு தாவளம் என்பது கூடுமிடம் என்ற பொருள்படும். மாட்டுத்தாவளம் என்பது மாட்டுச்சந்தை, மாடுகள் கூடுமிடம் என்று பொருளில் பயின்று வருவது போல இதனையும் பொருள் கொள்ள வேண்டும்.

புதுக்கோட்டையில் கண்டறியப்பட்டுள்ள புதிர்நிலை அம்பலத் திடலில் உள்ளது. அம்பலம் என்பது மன்றம், சபை என்று

திருசோற்றுத்துறை, தஞ்சை மாவட்டம், பொ.ஆ.10

பொருள்படும். எனவே, இங்கும் புதிர்நிலையானது சபையைக் குறிப்பதாகவே பயின்று வருகிறது.

கோட்டைப்புதூரில் கண்டறிந்த புதிர்நிலையானது, ஒரிசா மாநிலம், ராணிபூர் ஜஹாரியாவில் மலை மேலுள்ள சவுன்சாத் யோகினி கோவிலுக்கருகில் இருக்கும் புதிர்நிலையைப் போலவே உள்ளது என்பது ஆராயத்தக்கது. ஏனெனில் உலகத் தோற்றம், இயக்கம் பற்றிய பழந்தத்துவக் கோட்பாடுகளில் யோகினி வழிபாடு எனப்படும் தாந்திரிக வழிபாடு மிக முக்கியமானது. புதிய கற்காலத்தில் குறிப்பிட்ட சில நாடுகளில் புதிர்நிலை வழி பாடு செய்யப்பட்டு வந்துள்ளன. ரோமானிய பேரரசின் வீழ்ச் சிக்குப் பிறகு தேவாலயங்களில் புதிர்நிலைகள் (labyrinths), கிறிஸ்துவ மதத்தை ஐரோப்பாவில் பரப்பும் வகையில், தோன்றின. முப்பரிமானம் கொண்ட புதிர்நிலைகளாக அல்லாமல் சுவற்றில் வரையப்பட்ட ஓவியமாகவோ அல்லது தரைமீது கீறல்களாகவோ வரையப்பட்டன. இவை சக்கரவழிபாட்டிற்கு முன்னோடியாகக் கருதப்பட்டு இவ்வாறு வரைந்து வணங்கப்பட்டன. புதிர்நிலை வடிவங்கள் வளமைப்பேறுக்கான சடங்குக் குறியீடாகவும் கருதப் பட்டு வந்ததும் இங்குக் குறிப்பிடத்தகுந்தது.

புதிர்நிலைகளில் அமைந்திருக்கும் இடைவெளியானது புதிர்ப் பாதைகள் என்றழைக்கப்படுகிறது. இப்பாதைகள் வலம்வருவதற் காக அமைக்கப்பட்டவை என்ற கருத்து மிகவும் பிற்காலத்திய வழிபாட்டு முறையிலாகும். உண்மையில் இப்புதிர்ப்பாதைகள் அமர்ந்திருக்கும் வரிசைக்கான இடைவெளி ஒழுங்கைக் காட்டி நிற்கிறது என்பதே சரியானது எனலாம். எனினும் இப்புதிர் நிலைகளைப் பேரரசுகளின் காலத்தில் உருவாக்கப்பட்ட கட்டு மானக் கோயில்களின் பல திருச்சுற்றுகள் அமைத்தலுக்கு முன் னோடியாகக் கருதவும் வாய்ப்புண்டு.

கம்பையநல்லூர் புதிர்நிலையின் ஏழு பட்டை தளப்பாதைகள் குறிப்பிடத்தக்கன. வேம்படித்தாளத்திலும் ஏழு நிலைகள் காணப் படுகின்றன. இவை எண்ணிறந்த வரிசையைக் குறிப்பதற்காக ஏழு என்ற எண்ணிக்கையில் நிறுத்தப்பட்டுள்ளது. ஏனெனில் தமிழ் மரபில் ஏழு என்பது சதமாகும். அதாவது முழு எண்ணாகும். நூறுக்குச் சமமான எண்ணாகும். ஏழு என்பதற்கு எண்ணற்ற என்ற

நார்த்தாமலை, புதுக்கோட்டை மாவட்டம், பொ.ஆ.11

பொருள் உண்டு. எழுபிறப்பு என்று திருக்குறள் கூறுவது எண்ணற்ற பிறப்புகளைக் குறிக்கும். எனவே, குடிகள் வழிவழியாகத் தழைத்து இக்குழுவில் இடம்பெறுதல் வேண்டும் என்ற நிலைப்பாட்டில் ஏழு சுற்றுகளை அமைத்துள்ளனர் எனலாம்.

எனவே தமிழகப் புதிர்நிலைகள் ஒரு பெருங்கற்கால ஈமச்சின்னமே என்பதில் ஐயமில்லை. மேற்கண்ட சான்றுகளின்படி இப்புதிர்நிலைகள் ஒரே இரத்த உறவுள்ள குடிகள் முழுமையையும் காட்டி நிற்கும் நினைவுச் சின்னமாகும். இப்புதிர்நிலைகளைக் கொண்டு போர் வியூக அமைப்புகளை உருவாக்கியமை வீரயுகக் காலத்தின் பிற்பட்ட காலப்பகுதியாகும். அது பூசல்கள் முடிந்து படைகள் பொருந்திய போர்க்காலத்தில் ஆகும். மேலும் நாட்டார் வழிபாட்டில் குடித்தெய்வங்களின் கம்பைகளைப் பின்பற்றிய குறியீடுகளாகவே இவை விளங்குகின்றன என்பதுவும் இங்குக் குறிப்பிடத்தக்கது.

மன்று – மன்றம் – மண்டு

மன்று என்ற சொல் ஒரு பெயர்ச்சொல். இது சபை என்று பொருள்படும். சபை - சிதம்பரத்துள்ள கனகசபை (எ.கா.) தென்றில்லை மன்றினு ளாடினை போற்றி (திருவாச. 4, 92) நியாயசபை - (எ.கா.) நெடுமன்றில் வளனுண்டு (கம்பரா. மூலபல. 145) பசுத்தொழு (எ.கா.) ஆன்கணம்... மன்று நிறை புகுதர (குறிஞ்சிப். 218) பசு மந்தை-(எ.கா.) மன்றாடி சொல்ல (திருவாலவா. 52, 5, கீழ்க்குறிப்பு) மரத்தடியுள்ள திண்ணைப் பொதுவிடம் - (எ.கா.) மன்றும் பொதியினும் (தஞ்சைவா. 34) தோட்டத்தின் நடு - (எ.கா.) மன்றிற்பையு டீரும் (ஐங்குறு. 246) நாற்சந்தி - (எ.கா.) மன்றிலே தன்னுடைய வடிவழகை முற்றூட்டாக அனுபவிப்பிக்கு மவனை (ஈடு., 3, 6, 3) வாசனை- (எ. கா.) மன்றலர் செழுந்துளவு (கம்பரா. திருவவ. 24).

ஊரின் நடுவில் மக்கள் கூடிப் பேசுவது வழக்கமாக இருந்து வந்தது. இவ்வாறு கூடின கூட்டத்திற்கு மன்றம், பொதியில், அம்பலம், அவை என்னும் பெயர்கள் இருந்ததாகப் பழங்காலத்து இலக்கியங்கள் வாயிலாக அறியமுடிகிறது. மன்றம் என்பது ஊர் நடுவிலுள்ள மக்கள் கூடிய இடம் எனவும், அம்பலம், பொதியில் என்னும் இரண்டும் சிறு மாளிகையைக் குறிப்பிடுகின்றன என்றும் அதன் நடுவில் ஒரு பீடம் இருந்ததாகவும் கருதுகின்றனர்.

பொதியில் சாணத்தால் மெழுகப்பட்டிருந்தது எனப் பட்டினப் பாலை கூறுகிறது.

> **“அந்தி மாட்டிய நந்தா விளக்கின்**
> **மலர் அணி மெழுக்கம் ஏறிப் பலர் தொழ**
> **வம்பலர் சேக்கும் கந்துடைப் பொதியில்”**

(பட்டினப்பாலை: 247-249)

(அந்தி - இருள் சூழும் மாலை நேரம்; மாட்டிய - கொளுத்திய; நந்தா விளக்கு - அணையாத விளக்கு; வம்பலர் - புதியவர்கள்; கந்து - தூண்).

சில ஊர்களில் பெரிய மரத்தடியில் மன்றம் கூடியது. குறிப்பாக, வேப்ப மரத்தடியில் இது அமைந்திருந்தது எனப் புறநானூற்றுப் பாடல்கள் மூலம் அறிகிறோம்.

> **“மன்ற வேம்பின் ஒண் பூ உறைப்ப”**

(புறநானூறு, 371:7)

இம்மன்றத்தில் முதியோர்கள் கூடினர். அக்கூட்டத்தில் மக்க ளிடையே நிகழ்ந்த வழக்குகளைத் தீர்க்கும் பணி நடைபெற்று வந்தது. சில சமயங்களில் ஊர்ப் பொதுக் காரியங்களையும், சமூக நலத் திட்டங்களையும் மன்றத்தார் பொறுப்பேற்று நடத்தி வந்தனர்.

சங்ககால தமிழ் மக்களும் தாயத்தினை மன்றில் ஆடுவதாகப் புறப்பாடல் ஒன்று தெரிவிக்கின்றது. அதிலும் நரைமூதாளர்கள் கடவுள் தங்கியிருந்த தூண் அமைந்துள்ள மன்றத்தில் தாயம் ஆடியதாகக் கூறுகின்றது.

> **“கலிகெழு கடவுள் கந்தம் கைவிடப்**
> **புலிகண் மாறிய பாழ்படு பொதியில்**
> **நரைமூ தாளர் நாயிடக் குழிந்த**
> **வல்லின் நல்லகம் நிறையப் பல்பொறிக்**
> **கான வாரணம் ஈனும்**
> **காடாகி விளியும் நாடுடை யோரே.”**

மேற்கண்ட பாடலில் ‘வல்’ என்ற சொல் தாயத்திற்குப்

பயன்படுத்தப்பட்டுள்ளது. 'நாயிடக் குழிந்த' என்பதில் உள்ள நாய் என்பது தாயம் விளையாட்டில் பயன்படுத்தப்படும் ஆட்டத்திற்கான காய்களே ஆகும். இன்றும் தாயம் ஆடுவோர் நாய் என்ற சொல்லைப் பயன்படுத்தக் காணலாம். ஆட்டத்தில் நாய்களை இட்டுஇட்டு அவ்விடம் குழிந்து காணப்பட்டதாகப் பாடல் கூறுவதிலிருந்து, மன்றத்தில் தொடர்ச்சியாக தாயம் ஆடப்பட்டிருக்க வேண்டும். தாயம் என்பதற்கு வல் என்ற பொருளுண்டு. வல் என்பது வல்சி அதாவது உணவு என்ற பொருளில் ஐங்குறுநூறு, நற்றிணை, குறுந்தொகை, பதிற்றுப்பத்து ஆகியவற்றிலும், புறநானூறு 26,190, 211, 246, 269, 320, 360 ஆகிய பாடல்களிலும் பயின்று வருகின்றது. தொல்பழங்குடி மக்களிடையே முதலில் உணவினைப் (வல்சியை) பங்கிடுவதற்கே தாயம் பயன்படுத்தப்பட்டுள்ளதால் அது 'வல்' என்று பெயர் பெற்றமை தெளிவாகின்றது.

'வல்' என்ற சொல்லிலிருந்து வட்டு என்ற கருவி உருவாகின்றது. வட்டுகள் சிறுவர்கள் விளையாடும் வட்டவடிவ சிறிய சில்லுகளாகிய சுடுமண் தட்டுகளாகும். இவை சதுரக் கட்டத்தில் விளையாடப்படும் நொண்டி போன்ற விளையாட்டுகளுக்குப் பயன்படுத்தப்பட்டன போலும். வட்டுகள் விளையாட்டு காயாக மட்டுமல்லாது சமூகத்தின் பொருள், நிலம், உணவு முதலானவற்றின் பகுப்புக்கான துருப்புக் கருவியாகவும் இருக்கலாம் எனும் கருதுகோள் முன்வைக்கப்படுகிறது. சீட்டுக்குலுக்கல், தாயக்கட்டை போன்ற பாதீடு செய்வதற்கான கருவிகள் போன்று வட்டுகளும் தொல்குடிச் சமூகத்தில் கிடைத்தவற்றைப் பிரித்துக் கொடுப்பதற்கான ஒரு கருவியாகக் கொள்ளப்பட்டிருக்கிறது.

> **"கட்டளையன்ன வட்டரங்கு இழைத்து**
> **கல்லாச் சிறார் நெல்லி வட்டாடும்"**

கல்லாச்சிறார் எனக் குறிக்கப்படுவதிலிருந்து இச்சிறார்கள் ஆடு, மாடுகளைப் மேய்ப்பவர்கள் என்பதுவும், அதனைப் பற்றிய அடிப்படைப் புரிதலே அவர்களின் அறிவுத்திறன் என்பதுவும், அதனால் அவர்கள் எழுத்துகள் கொண்ட நூல்களைப் பயிலும் கற்றவர்கள் அல்லர் என்பதுவும் தெற்றென விளங்குகிறது. கால்நடை மேய்ச்சல் சமூகத்திற்கு எழுத்தறிவு என்பது தேவையற்றது என்பதை அச்சமூகக்

மன்றில் அமர்ந்துள்ள ஐயன், எசாலம், காஞ்சிபுரம் மாவட்டம், பொ.ஆ.11

காலத்தை ஆய்வு செய்த தொல்லியல் அறிஞர்கள் குறிப்பிடுவது நோக்கத்தக்கது. மேலும் பகிர்ந்தளிப்பதற்கு உதவக்கூடிய இந்த வட்டுகள் ஆநிரை மேய்ப்பாளர்களிடமே விளையாட்டுக் கருவி யாகவும் விளங்கியுள்ளதும் இங்குக் குறிப்பிடத்தக்கது. ஏனெனில் மன்றில் கவர்ந்து வரப்பட்ட ஆநிரைகளே சமமாகப் பங்கிடப் பட்டது.

மேற்கூறப்பட்ட மன்று சிறப்புப் பொருந்திய மன்றத்தில் தலைவன் அமர்ந்துள்ளான். அவன் அமர்ந்துள்ள இடம் சபை. சபையின் தலைவன் சபாபதி. பக்தி இயக்கக் காலத்தில் சிவபெரு மான் சைவத்தின் முழுமுதற்கடவுள் மன்றத்தின் தலைவனாகிறார். பல சபைகளுக்குத் தலைவனாகப் பாடப்படுகிறார். குறிப்பாக சிதம்பரம், மதுரை, திருவாலங்காடு, திருநெல்வேலி, குற்றாலம் ஆகிய ஐந்து சபைகள் அவருக்குச் சிறப்புப் பொருந்தினவாகக் காட்டப்படுகின்றன. அதனோடு இயைந்த சமயமான வைண வத்தின் மூலக்கடவுள் விஷ்ணுவிற்காக பல்லவர் மற்றும் சோழர்கள் காலத்தில் எடுக்கப்பட்ட பல கோயில்கள் மகா சபைகளாக அமைந்துள்ளமை இங்குக் குறிப்பிடத்தக்கது. உத்தர மேரூர், திருமானிக்குழி, உலகாபுரம், திருமால்புரம் ஆகிய கோயில் களின் கல்வெட்டுகள் இக்கோயில்கள் மகாசபைகளாக விளங்கி யமையைக் காட்டுகின்றன. இடைக்காலத்தில் அரசர்கள் வழங்கிய பிரம்மதேயங்கள், தேவதானங்கள் ஆகியவற்றை நிர்வகிக்கும் மகாசபைகளாகப் பிரம்மதேய ஊருக்கு நடுவில் அமைக்கப்பட்ட விஷ்ணு கோயில் விளங்கியுள்ளது. சிவனும் விஷ்ணுவும் மத்திய வரலாற்றுக் காலத்தில் சபைகளின் தலைமையிடங்களை வகித் தனர். அவ்வாறெனில் வரலாற்றுக்கு முந்திய காலத்திலிருந்து பக்தி இயக்க காலம்வரை இனக்குழு சமூகங்களின் மன்றத்தின் அதாவது சபையின் தலைவனாக இருந்தவர் யாரெனின் அத் தலைவன் அய்யனார். தலைவன் என்ற பொதுப்பெயரே அய்ய னாரையே குறிக்கும். பன்னெடுங்காலமாக அய்யன் கொண்டிருந்த பதவியைப் பெருந்தெய்வங்கள் பிடித்தன. ஏனெனில் அத்தெய் வங்களும் அய்யன் ஆயினர். அய்யன் ஒருவரல்ல. பலர். ஏனெனில் பல குடிகள். ஒவ்வொரு குடியும் ஒரு தலைவனைக் கொண் டிருந்தது. மேற்கண்ட பிரமதேய ஊர்களில் உள்ள கோயில்களின் அருகே அய்யனார் கோயில் உள்ளது. பல ஊர்களில் தனிச்

சிற்பங்களாக அய்யனார் சிலைகள் காணப்படுகின்றன. அவ்வாறான பல அய்யனார்கள் பல குடிகளுக்குக் குலதெய்வங்களாக இன்றுவரை விளங்குகிறார்கள். அய்யனார் பெருந்தெய்வ சமயக் கோட்பாட்டில் பரிவாரத் தெய்வமாக மாற்றப்பட்டார். எனவே அய்யனார் தலைவனாக வீற்றிருந்த மன்று-சபை-கோயில் பெருஞ்சமயக் கடவுளரின் கூடாரமாகின. எனவே, அய்யனார் பெருங்கோயில்களின் கருவறைத் திருச்சுற்றில் வடகிழக்கு மூலைக்கு இடம்பெயர்ந்தார். பெருஞ்சமயங்களான சைவ, வைணவம் அய்யனாரை உள்வாங்கும் முன்னரே முருகனைத் தத்தெடுத்துக் கொண்டது. எனவே, அய்யனாரின் வடகிழக்கு மூலை முருகனுக்கு வழங்கப்பட்டு, அய்யனார் அன்னையர் எழுவருடன் திருச்சுற்றின் தென்பகுதியில் அமரவைக்கப்பட்டார். அன்னையர் எழுவரும் பழையோர். நீரோடு தொடர்புடையவர்கள். அவர்களோடு நீர்த்துறைகளின் பழம்பெரும் தலைவனாகிய அய்யன் பொருந்தி அமர்ந்ததுவும் சரியே.

3. குறிஞ்சித் திணையின் முதல் கடவுள்

தொடக்க நிலையில் வேட்டைத் தெய்வமான அய்யனின் உருவமைதி ஆயுதங்களுடன் கூடியது. பின்பு வீரயுகக் காலத்தில் அது தொடர்ந்தது. வேட்டைக் காலத்திலும், வீரயுகக் காலத்திலும் அய்யன் தலைமையேற்கும் முன்பு அத்தலைமைப் பதவியை வகித்து வந்தவள் தாய்த்தெய்வமே. காரி என்பது கானகத்தைக் குறித்து நிற்கிறது. காரித் தாய் காடுகிழாள் ஆவாள். எனவேதான் காரியாகிய அய்யன் காரித் தாயின் மகனாகக் கருதப்பட்டான். ஆனால், இங்கு ஒன்று கவனிக்கத்தக்கது. பழையோள் குழவி என்றும் கொற்றவைச் சிறுவன் என்றும் விளிக்கப்படும் முருகனும் அய்யனே. கலித்தொகையில் "அய்யனைப் பாடுவோம் அய்யனைப் பாடுவோம்" என்று பாடப்படுவது அய்யனாராகவும் இருக்கலாம். ஆனால், இரண்டும் ஒரு பொருள் குறித்த பெயர்களே. ஆக அய்யன், அய்யனார் என்பது பொதுப்பெயராக அமைவது இங்குக் கண்கூடு. அய்யன் என்ற சொல் தலைவனைக் குறித்து நின்றதால் முருகனும், சிவனும், மாலும் அய்யனார்களாகவே கருதப்பட்டனர். இதில் சிவனும், மாலும் பெற்ற பிள்ளையாக சாஸ்தா கருதப்படுதல் புராண மரபு. ஆனால், பிரம்மசாஸ்தா என்று முருகனின் உருவமைதிகளில் ஒன்று புகழப்படுவது கண்டு பிரம்மம் என்றால் முதல் அல்லது தலைமையைக் குறிக்கும் என்பதால் பிரம்மசாஸ்தா என்பதில் முருகனே முதல் தலைவன் என்பதுவும், பின்பு பல சாத்தன்கள் தோன்றியுள்ளனர் என்பதுவும் தெரிகிறது.

குறிஞ்சித் திணையின் கடவுளாக சேயோன் தொல்காப்பியத்தில் குறிப்பிடப்படுகிறார். இந்த சேயோன் முருகன் என்றும், சிவன் என்றும் பல்வேறு கருத்துகள் நிலவுகின்றன. எனினும் இலக்கியத் தரவுகளின் அடிப்படையில் சங்க இலக்கிய நூல்கள் பலவற்றில் முருகன் குறிப்பிடப்பட்டிருப்பதாலும் சேயோன் என்பது முருகன் என்ற கருத்தை ஆய்வாளர்கள் முன்வைத்துள்ளனர். முருகனுக்குக் கூறப்படும் தொன்மங்கள் அரசு உருவான காலத்தில் எழுதப்

ஆச்ச மங்கலம், திருவண்ணாமலை மாவட்டம், பொ.ஆ.8

பட்டவை. புராணங்களும், பெருங்கடவுள் வணக்கமும் உருவான பின்பு உண்டான அய்யன் முருகனின் படை வீடுகளும், அதனையொட்டிய ஆற்றுப்படை நூலும், பின்னாட்களில் தோன்றிய தலபுராணங்களும் பெருங்கடவுளான சிவனின் மகனாக முருகனை வைத்த நிலையும் அக்கடவுளின் எழுச்சி நிலையைக் குறிப்பிடுகின்றது. எனினும் முருகன் கொற்றவையின் சிறுவன் என்பதையும், பழையோளின் குழவி என்பதையும் மறுக்க இயலவில்லை.

வீர வழிபாடாகிய வேள் வணக்கம் அல்லது முருக வணக்கம் பாண்டி மண்டலத்தில் அதிகமிருந்தது போலவே அய்யனார் வழிபாடும் நாட்டுப்புற மக்களின் முதன்மை வழிபாடாக அமைந்திருந்தது. அய்யனாரின் வாகனமாக யானை, குதிரை ஆகியன சுடுமண் சிற்பங்களாக செய்யப்பட்டு அய்யனார் கோயில்களில் வரிசையாக வைக்கப்படுதல் மரபு. முருகன், அய்யனார், இந்திரன் ஆகிய மூவருக்குமே யானை வாகனமாக இருக்கிறது. இதில் இந்திரன் புராணங்கள் காட்டும் வீரக் கடவுள். ஆனால், முருகனும் அய்யனாரும் தமிழ்நிலத்திற்குரிய தனிப்பெரும் வீரக்கடவுளர்கள். இந்திரனை தேவர்களின் தலைவனாகவும், இந்திர சபை பற்றியும் புராணங்கள் குறிப்பிடுகின்றன. தேவசேனைகளின் தலைவனாகவும், தளபதியாகவும் இருந்து இந்திரன் செய்த பல போர்களைப் பற்றியும் அவை கூறுகின்றன. இந்நிலையானது தமிழ் கூறும் நல்லுலகத்தில் முன்னெடுங்காலத்தில் கலப்பற்ற சமூகத்தில் முருகனுக்குரியதாகிறது. ஆனால், அய்யனாரின் நிலை வேறாகும். அய்யனார் பண்டைய தொல் திராவிடக் கடவுளாகக் குறிப்பிடப்படும் உருத்திரனைப் போன்று தமிழகத்தின் உருத்திரர் ஆவார். வடக்கில் உருத்திரரின் வழிபாட்டு நிலை பழங்குடித் தன்மை பெற்றதாகும். அது வேட்டைச் சமூகத்தைச் சார்ந்தது. கால்நடை வளர்ப்புச் சமூகத்திலும் இந்தப் பழங்குடி கடவுள் கால்நடைகளைக் கவர்ந்து செல்லாதவாறும், கால்நடைகளைக் காக்க வேண்டியும் ருத்ரசமகத்தில் வழிபடப்படுகிறார். அலைகுடியான கால்நடை சமூகம் ஓரிடத்தில் நிலைகுடியான பொழுது இந்திரன் என்ற தலைவன் உருவாகிறான். இந்திரன் மழைக்குக் கடவுளாகிறான். நீர்நிலைகளைக் காக்கின்றான். விருத்திராசுரனுடன் போரிட்டு நீண்ட அணைகளை உடைக்கின்றான். அங்கு சபா,

கம்பம்புலியூர், விழுப்புரம் மாவட்டம், பொ.ஆ.10

சமிதி போன்ற ஆட்சிக் குழுமங்கள் ஏற்படும் பொழுது சபைத் தலைவனாகிறான். இவையெல்லாம் இந்திரனின் செயல்களாக இருக்குவேதம் குறிப்பிடுபவை. இந்திரனும் ஒருவனல்ல. பலர். இந்திரப் பதவி என்பதே இங்குக் கருதத் தக்கது. உருத்திரனும், இந்திரனும் வடக்கே வழிபடப்பட்ட நிலையைத் தெற்கில் அய்யனாரும் முருகனும் கொண்டுள்ளனர் எனலாம். அய்யனார் உருத்திரன், இந்திரன் ஆகிய இரு தெய்வங்களின் தன்மையையும் கொண்டுள்ளார். தேவசேனாதிபதியாகப் புராணங்கள் முருகனைக் குறிப்பிடுகின்றன. இது வடக்கில் ஏற்பட்ட இரண்டாம் நிலை வழிபாட்டு நிலை மாற்றத்தைக் குறிப்பிடுகிறது. அதாவது தமிழ்க் கடவுள் வைதீக மரபில் காட்டப்பட்ட தன்மையை இது காட்டு கின்றது. தமிழகத்தைப் பொறுத்தவரை முருகன் என்ற வேள் பலரல்ல ஒருவன் என்ற நிலை உருவான பின்பு முருக வழிபாடு பெருந்தெய்வக் கோட்பாட்டில் முதலில் இடம்பெற்றுவிட்டது. முருகன் தமிழகப் பண்டைய அரசுருவாக்கத்தில் எழுச்சி பெற்ற வேள் என்பதையே அவனுடைய படைவீடுகள் ஆறும் காட்டி நிற்கின்றன. அய்யனாருக்கும் ஆறுபடைகள் வீடுகள் கேரளத்தில் உள்ளன. அய்யனார் அரசுருவாக்க நிலையில் பங்குபெற்ற தொன்மையை நாம் கேரளத்தில்தான் காணமுடிகிறது. இங்கு அவர் ஊரோடு நின்றுவிட்டார்.

ஆனால், அரசுருவாக்கத்திற்கு முந்தைய தமிழகத்தின் இனக்குழு சமூக வாழ்க்கை நிலையில் திணைகளின் அடிப்படையில் கிடைக் கின்ற தரவுகளைக் கொண்டு நோக்கினால் குறிஞ்சித் திணையின் முதற்கடவுள் அய்யனார் என்பது புலப்படும். அய்யன் என்பது முருகனையும் குறிக்கின்றது. ஏனெனில் அய்யனார் ஒருவரல்ல. பலர். அய்யனார் என்பது பொதுப்பெயர். எனவே முருகனும் அய்யனே. அய்யன் என்பது ஒரு பதவி. அப்பதவிக்கு முருகனும் உண்டு. அய்யனாரும் உண்டு. முனீசுவரனாகிய சிவனும் உண்டு. ஆனால், நாட்டார் வழக்கில் இன்றளவும் வணங்கப்படுகின்ற அய்யனார் தெய்வம் ஒரு தொடர்ச்சியான பண்பாட்டுக் கூறு களைப் பெற்று வருகின்றது. வழிபாட்டு நிலையில் கிடைக்கும் தரவுகளைக் கொண்டு இக்கருத்தை வலியுறுத்த இயலும். அய்யனார் ஒரு வேட்டைக் கடவுள் என்பதுவும், அவரின் வாகனம் முதலில் யானை என்பதுவும் இன்றளவும் கண்கூடாகக் காணும் வழிபாட்டில்

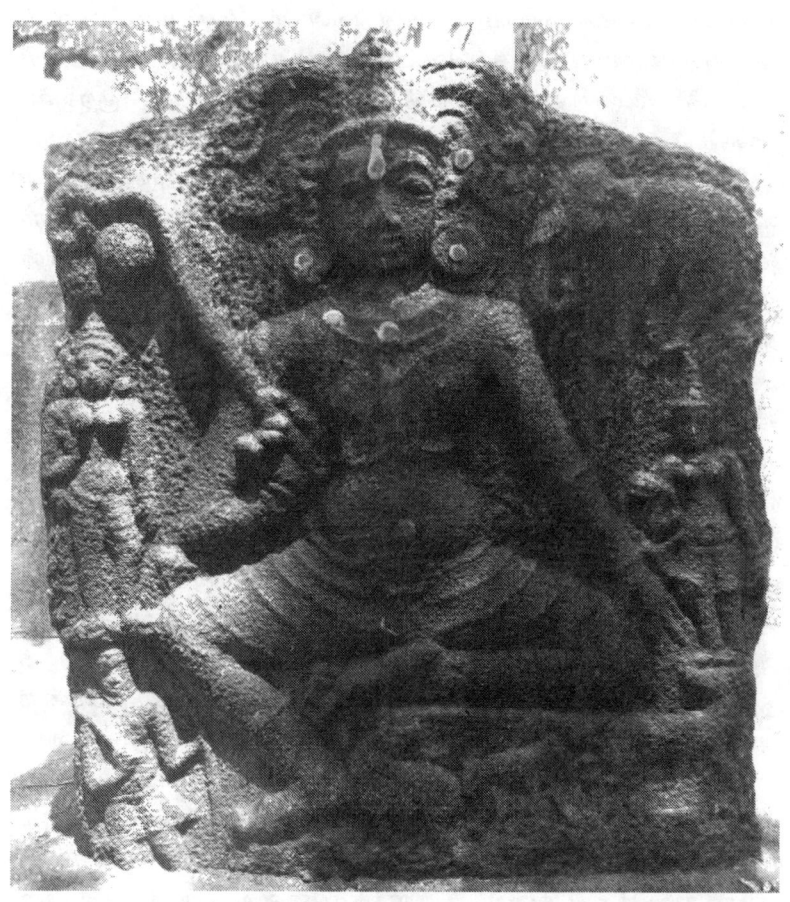

அவலூர்பேட்டை-காட்டுவாநத்தம், திருவண்ணாமலை மாவட்டம், பொ.ஆ.10

உள்ள நிலை. மேலும் காலத்தால் முந்தைய அய்யனார் கோயில்கள் காவுகள் என்று தமிழகத்திலும், கேரளத்திலும் மலைக்காடுகளில் அமைந்துள்ளன. இந்தக் காவுகளில் வழிபடப்பட்ட அய்யனாரே சாஸ்தா வழிபாடாக இன்றளவும் கேரளத்தில் தொடர்கிறது. எனவே, குறிஞ்சித் திணைக் கடவுளாக இனக்குழு சமூக மக்கள் முதலில் அய்யனாரையே கொண்டுள்ளனர். 'குன்றவள நாடர்' என அய்யனாரை ஒரு கல்வெட்டுக் குறிப்பிடுகிறது. பல அய்ய னார் கோயில்களில் குறிஞ்சித் திணை மக்களான குறவன், குறத்தியர் சுடுமண் பொம்மைகள் வைக்கப்பட்டுள்ளமையும் கருதத்தக்கது. மதுரை மாவட்டத்தில் திருமங்கலம் அருகே உள்ள அ.கொக்குளம் என்னும் ஊரில் அமைந்துள்ள அய்யனார் கோயிலின் மண்டப நுழைவாயில் கோபுரச் சிற்பத் தொகுதியின் இருபுறமும் குதிரைமீதமர்ந்த அய்யனார் காட்டப்பட்டுள்ளார். அய்யனாரின் காலடிக்குக் கீழே இருபுறமும் குறவனும், குறத்தியும் வணங்கிய நிலையில் உள்ளனர். அய்யனாரும் முருகனும் வேறு வேறென்ற நிலை உருவானதன் காரணம் அய்யனாரின் வழிபாடு பல பண்பாட்டுத் தொடர் கூறுகளையும், சமயச் சடங்குகளையும் தன்னுள் அடக்கிக் கொண்டது. வேட்டைக் கடவுள், நீர்நிலைக் காக்கும் கடவுள், வீரக்கடவுள், சபைத் தலைவன், ஊர்க்காவலன் என்ற பன்முகங்களைப் பெற்றதாக அய்யனார் வழிபாடு விளங்கு கிறது. கொங்குநாட்டின் ஈங்கூர் பகுதியில் வேட்டுவநிலையில் அய்யனார் சிற்பம் உள்ளது. நாய், பன்றி, பணிப்பெண்கள் சூழ்ந்திருக்க, ஆண் ஒருவனைக் காலடியில் மிதித்தபடி அய்யனார் அமர்ந்துள்ளார். இச்சிற்பமும் அவர் வேட்டைக் கடவுள் என்பதைக் காட்டுவதற்கான சான்றாகும். ஆனால், முருக வழிபாட்டில் அவர் வேட்டைக்குரிய திணையில் தோன்றிடினும் வேட்டையாடிய நிகழ்வுகளின் பதிவுகள் மிகமிகக் குறைவே. முருகன் செவ்விய லான தமிழ்க் கடவுளாய், இனக்குழுக்களை அடக்கி வெற்றி பெற்ற வேள் என்ற தலைவன் நிலையில் அரசுருவாக்கத்தின் முதல் தலைவனாய்க் காட்சி பெறுகிறான். இந்நிலையில் வைதீகம் முருகன் என்ற வீரயுகத் தமிழ்க்கடவுளை உள்வாங்கிக் கொண்டு இணைத்துக் கொண்டது. எனவே, இருநிலைகளில் மட்டும் முருகன் பூரணம் பெறுகிறான். சைவக் கடவுளாகிறான். சைவப்பலி பெறுகிறான். சங்க காலத்தில் தமிழகத்தில் நிலவிய சமண, பௌத்த

கொத்தமங்கலம் அய்யனார், விழுப்புரம் மாவட்டம், பொ.ஆ.8

சமயத்தாரின் தாக்கம் முருக வழிபாட்டில் ஏதுமில்லை. ஆனால், அய்யனார் வழிபாடோ ஒவ்வொரு நிலையாகப் பரிணமித்த நிலையில், முதலில் வீரக்கடவுளாய், வேட்டுவக் கடவுளாய், காவுகளின் காவலனாய் உள்ள நிலைகளில் பலிகள் தரப்பட்டன. கோழி, ஆடு, சேவல், எருமை, பன்றி ஆகியன அய்யனாருக்குப் படைக்கப்பட்ட உயிர்ப்பலிகளாகும். பல்லவர் கால பலகைச் சிற்பங்களில் மேற்கண்ட பறவை மற்றும் விலங்குகளை அய்யனார் சிற்பத் தொகுதியில் காணலாம். பின்னர் சமணர், பௌத்தருடைய கொள்கையையும் வழிபாட்டையும் பின்பற்றி உயிர்ப்பலி தரப் படவில்லை என்று தெரிகின்றது. தக்கயாகப் பரணியில் ஒட்டக் கூத்தர் சாத்தனுக்குக் கள்ளும் இறைச்சியும் படைப்பர் என்று கூறியுள்ளதைக் கவனிக்க வேண்டும்.

"மிக்கள்ளுங் கறிய நந்த மிடாப்பலவுந் தடாப்பலவு
மெக்கள்ளு மொருபிள்ளை மடுத்தாட வெடுத்துதியே"

-230

மிடாக்களிலும், தடாக்களிலும் இறைச்சியையும், கள்ளையும் படைத்திட, பெரும்பசி கொண்ட சாத்தனும் இறைச்சியையும், கள்ளையும் பதறி அள்ளுவான் என்றும் கூறப்பட்டுள்ளது. 'இந்தப் பிள்ளை மகாதேவர்க்கு விஷ்ணு மோகினியான காலத்திலே அவர் வயிற்றிற் பிறந்த மாசாத்தரெ'ன்று கொள்க. 'இது வங்கி சத்தாழ்வால் வந்த குணம்' என்று பழைய உரை கூறப் பட்டிருப்பதைக் காணலாம். வங்கிசம் என்பது வம்சம் அல்லது மரபு ரீதியான தொடர்ச்சி என்று பொருள்படும். எனவே, அய்யனார் பன்னெடுங்காலமாகவே தொன்றுதொட்டு கள்ளையும், இறைச்சியையும் படையலாகக் கொண்டுள்ளார் என உணரலாம். சமண, பௌத்த சமயங்களின் தாக்கத்தால் வணிகர்கள் கொண்டு வந்த சாத்தன் தெய்வம் சைவப் படையல் ஏற்றது சங்கம் மருவிய காப்பியக் காலத்திலிருந்துதான்.

சின்னாரிப்பட்டி, திருப்பூர் மாவட்டம், பொ.ஆ.11-12

வடநெற்குணம், விழுப்புரம் மாவட்டம், பொ.ஆ.7

வில்லாயுதமுடைய அய்யனார், கோச்சடை, மதுரை மாவட்டம், பொ.ஆ.19

4. முல்லை - காடுகிழாள் மகன் காரிக் கடவுள்

'ஈசுவர' (ஈசுவரன்) என்றால் அனைத்தையும் பங்கிட்டு அளிப்பவன் என்று பொருள். ஈசுவரன் என்ற பெயர் சிவனுக்கான காரணப்பெயரும், இடுகுறிப்பெயருமாகும். சிவனின் மற்றொரு பெயரான ஹர (அரன்) என்பதற்கு அபகரிப்பவன் என்று பொரு ளாகும். சிவன் எல்லாக் கடவுளர்களுக்கும் முதற்கடவுளாய் அமைந் ததன் காரணம் இவ்விரு பெயர்களையொட்டிய அவருடைய செயல்களேயாம். ஏகாதச - பதினொரு உருத்திரர்களின் பெயர் களில் ஒன்று ஹரன் ஆகும். மழவர் எனப்படும் பெருங்கற்கால நாகரிகத்தைச் சேர்ந்த ஒரு வகை வேடர்கள், ஆநிரைகளைக் கவர்வதை வேட்டையாடுதலாகக் கருதியமை அகப்பாடல்களால் தெரிகிறது. வேட்டைகளிலும், ஆநிரைக் கவரும் பூசல்களிலும் வாழ்க்கையைக் கடத்திய நிலையற்ற "வில்லேர் வாழ்வினராகிய மழவர்கள் இயற்கையிலேயே வீரஞ்செறிந்த மரபினர்". 'மழவர்' என்ற சொல் இளமை என்ற பொருள்தரும். 'மழ என்ற சொல்லின் தொடர்பில் பிறந்தது' என்று ஊகித்து, முதுமை காரணமாக இறப்பது இழுக்கென்றும் இளமையில் போரிட்டு மடிவதே விரும் பத்தக்கதென்றும் கருதியவர்கள். மழு என்ற ஆயுதப் பெயர் அடிப்படையிலும் இச்சொல் தோன்றியிருக்கலாம். வேட்டை யாடுதல், இறைச்சிகளை வெட்டுதல் போன்றவற்றுக்குக் கோடரி பயன்பட்டது என்றாலும் இவர்கள் மழுவேந்தித் திரிந்ததாக இலக்கியங்கள் பேசவில்லை. மாறாக, வில்லும் அம்புமே இவர் களுடைய ஆயுதமாக இருந்து வந்திருக்கிறது என்பதை சங்க இலக்கியப் பாடல்கள் காட்டுகின்றன.

இருக்கு வேதத்தில் காணப்படும் ருத்ர சமகத்தில் உருத்திரன் கையில் வில் அம்பு கொண்டவராயும், பயங்கர தோற்றமுடைய வராயும் வருணிக்கப்படுகிறார். உருத்திரனின் கையில் உள்ள வில்லாயுதம் ஆநிரைகளுக்குத் துன்பம் நேராதவாறு தொலைவில் வைக்கப்பட வேண்டும் என்பது உருத்திரனாரிடம் விண்ணப்பமாக

வைக்கப்படுவது இங்குக் குறிப்பிடத்தக்கது. எனவே மழவர்கள் வேதங்கள் கூறும் உருத்திரக் கணத்தாரைப் போல சுதந்திரர்கள். கோபக்குறியுடையவர்கள். ஆயுதமுடையவர்கள். வேட்டையாடியும், ஆநிரை கவர்ந்து வந்தும் தம் குடிகளுக்குப் பங்கிடுபவர்கள். அவர்கள் பகைவரின் ஆநிரையைக் கவர்ந்து தம் குடியைக் காத்து நிற்பவர்கள். ஓரிடத்தில் நிலையாகத் தங்காதவர்கள். மதுவோடு இறைச்சியை உண்டுவிட்டு வீரமுடன் நிரை கவரச் செல்பவர்கள் என்றெல்லாம் சங்கப் பாடல்கள் மழவரைச் சித்தரிக்கின்றது.

இறைச்சி உணவிற்காகக் கால்நடை வளர்ப்புச் சமூகங்களைத் தாக்கி ஆநிரை கவர்ந்த மழவர் எனும் வேடர்கள் கால்நடை வளர்ப்புச் சமூகங்களைச் சேர்ந்தவர்களாக இருக்கவியலாது. இவர்கள் உணவு சேகரிப்பு, கொன்றுண்ணல் நிலையிலிருந்த வேடர் குடிகளைச் சேர்ந்தவர்களாகலாம். அதாவது கால்நடை வளர்ப்பு சமூகம் தோன்றிய புதிய கற்காலத்திற்கு முந்திய பழைய கற்கால வேட்டுவர்களே மழவர்கள். இவர்களே உணவு இல்லாத காலங்களில் வனவிலங்குகள் அருகிய பருவங்களில் ஆநிரை கவர்ந்திருக்கலாம். இது மேலும் ஆய்வுக்குரியதாகும். சங்க இலக்கியங்களில் மழவர்கள் ஓரிடத்தில் நிலையாகத் தங்கியதாகக் கூறப்படவில்லை. அலைகுடிகளாகவே பாடல்களில் காட்டப்பட்டுள்ளனர். எனவே கால்நடை வளர்ப்புச் சமூகத்தின் முல்லைத் திணை கரந்தை மறவர்களுக்கும் முந்தைய தொல்குடிகள் இவர்கள் ஆவர். இம்மேற்கோள்கள் அனைத்தும் அய்யனாரைக் குறிப்பன. மழவ வீரனே அய்யன். தொல்சீர் வீரனே அய்யன் என்பதை,

> **"பையரா அமளியானும் பரம்பொருள் முதலும் நல்கும்**
> **ஐயனே ஓலம், விண்ணோர் ஆதியே ஓலம், செண்டார்**
> **கையனே ஓலம், எங்கள் கடவுளே ஓலம், மெய்யர்**
> **மெய்யனே ஓலம், தொல்சீர் வீரனே ஓலம், ஓலம்!"**

என கந்தபுராணத்தில் மகாசாஸ்தா படலத்தில் இந்திராணி, அஜமுகி தன்னைத் தாக்க வந்தபோது அரற்றியதாக கச்சியப்ப சிவாசாரியார் தெரிவிக்கின்றார். இந்த தொல்சீர் வீரன் கையில் செண்டு கொண்டுள்ளார். இந்தச் செண்டாயுதம் குதிரைச் சாட்டையாகச் சிற்பங்களில் காட்டப்படுதல் மிகவும் பிற்காலத்தில்தான்.

கே.கே.தோப்பு, ஆரணி வட்டம், திருவண்ணாமலை மாவட்டம், பொ.ஆ.10

மழவரும் ஆகோளும்

அகநானூற்றில் மழவர்கள் ஆநிரை கவர்ந்தமைப் பற்றிச் சில பாடல்கள் குறிக்கின்றன. சில நேரங்களில் ஆறலைக் கள்வர் களாகவும் செயல்பட்டுள்ளனர். அகநானூறு 101ஆம் செய்யுள் மழவர்கள் ஆநிரை கவர்ந்தமைபற்றிக் கூறுகின்றது. மழவர்கள் கோபக்குறி கொண்ட கண்களையுடையவர்கள். இரவு நேரத்தில் தீப்பந்தங்களுடன் ஆநிரை கவரச் சென்றனர். தயிர் கடை மத்துகள் பயன்படாமல் போகும்படி மிகவும் சந்தடியின்றி ஆநிரைகள் உள்ள குறும்புகளுக்குச் சென்று கன்றுகளுடன் கொள்ளையடித்தனர்.

... ... செங்கண் மழவர்
வாய்ப்பகை கடியும் மண்ணொடு கடுந்திறல்
தீப்படு சிறுகோல் வில்லொடு முற்றி
நுரைதெரி மத்தம் கொளீஇ நிரைப்புறத்து
அடிப்புதை தொடுதேர் மறைய ஏகி
கடிபுலம் கவர்ந்த கன்றுடை கொள்ளையர் - *(101:5-10)*

மற்றொரு அகப்பாடலில் மழவர்கள் நிரை கவர்பவர்களாகவும் மறவர்கள் நிரை மீட்பவர்களாகவும் காட்டப் பெறுகின்றனர். புகழ்மிக்க அம்பு மழவர் கையில் உள்ளது. அது எய்யப் பெறும் போது வீல் என்ற ஒலியுடன் பாய்ந்து செல்லும். பகலிலே நிரை யைக் கவர அம்பெய்துகின்றனர். ஆநிரைகளைக் கவர்ந்து செல்லும் போது நடை கடக்க முடியாத கன்றுகள் பின்தங்கிவிடுகின்றன. தாயின் பிரிவால் அவை கண்ணீர் விடுகின்றன. அவற்றின் கண் ணீரைத் துடைக்க மறவர்கள் ஆநிரைகளை மீட்டு வருகின்றனர். அவ்வாறு மீட்டவர்களில் சில மறவர்கள் மாண்டு போகின்றனர்.

வீளை அம்பின் விழுத்தொடை மழவர்
நாள்ஆ உய்த்த நணாம் வெஞ்சுரத்து
நடைமெலிந்து ஒழிந்த சேண்படர் கன்றின்
கடைமணி உகுநீர் துடைத்த ஆடவர் - *(131:6-9)*

அகம் 309ஆம் பாட்டு நிரையை வெற்றியுடன் கவர்ந்த மழவர்கள் தங்களுடைய தெய்வமான கொற்றவைக்குக் கொழுத்த ஆவினைப் பலியிட்டுப் படைத்த உணவினை உண்டு மகிழ் கின்றனர்.

'வயவாள் எறிந்து வில்லின் நீக்கிப்
பயநிரை தழீஇ கடுங்கண் மழவர்
அம்புசேண் படுத்த வண்புலத்து உய்த்தென
தெய்வம் சேர்ந்த ப்ராரை வேம்பின்
கொழுப்புஆ எறிந்து குருதி தூஉய்
புலவுப் புழுக்குஉண்டு வான்கண் அகலறை' - *(309. 1-6)*

இப்பாட்டு மழவர்களின் தெய்வ நம்பிக்கையைக் காட்டுகிறது.

மழவர்கள் சில நேரங்களில் ஆறலைத்தல் தொழிலில் ஈடு பட்டனர் என்பதற்குச் சில பாட்டுகள் கிடைக்கின்றன. மழவர்கள் பித்திப்பூவைச் சூடி வருநர் பார்த்துப் பெருவழியில் வில்லுடன் காத்திருப்பர்.

'சுரிந்து வணர்பித்தை பொலியச் சூடி
கல்லா மழவர் வில்இடத் தழீஇய
வருநர் பார்க்கும் வெருவரு வேலை'

(அகம். 127.13-15)

முனையிலிருந்த சீறூர், பெண்கள் உள்ளதால் எதிரிகளால் கலக்கமுற்று நிற்கின்றது. அவ்வூர் நிரைகளைக் கொள்ளையடிக்க முற்படுகின்றனர்.

நல்கூர் பெண்டிர் அல்கற் கூட்டும்
கலங்குமுனைச் சீறூர் கைதலை வைப்ப
கொழுப்பா தின்ற கடும்படை மழவர்
செருப்புடை அடியர்

(அகம். 129.10-13)

மழவர்கள் முனையிலிருந்த சீறூர்களைக் கொள்ளையடித்தனர் என்பது இதனால் புலப்படும்.

புறநானூற்றுப் பாடல்களில் மழவர்கள் கொள்ளையர்களாகக் காட்டப் பெறவில்லை. ஒரு கால் வெட்சித்திணை வீரர்கள் மழவர் களாக இருக்கக்கூடும். புறநானூற்றில் வெட்சிப் பாடல்களில் நிரைகவர்ந்தவர்களைப் பற்றி மட்டும் கூறப்பெறுகின்றது. மழ வர்கள் நிரைகவர்தலில் மட்டும் ஈடுபட்டதை அகப்பாடல்கள் கூறுகின்றன. மழவர்கள் வெற்றியுடன் நிரை கவர்ந்தபோது

உண்டாட்டு என்ற விழா நடைபெறுகின்றது. உண்டாட்டு என்பது வெற்றி பெற்ற வீரர்களுடன் மன்னனும் மற்றவர்களும் தேறலைக் குடித்து மகிழ்வது. மழவர்களுக்கு நிலம் (நாடு) கொடுத்த செய்தி கூறப்பெறவில்லை. ஆனால், கரந்தைத் திணையில் நிரைமீட்ட மறவர்களுக்குப் பிள்ளையாட்டு விழா நடைபெறுகின்றது. அதைப் பற்றிக் கூறும்போது நாடவற்களித்த பிள்ளையாட்டு என்று கூறுவதைப் பார்க்கின்றோம். வெட்சி வீரர்கள் வாழ்க்கையும் கரந்தை வீரர்கள் வாழ்க்கையும் வேறுபட்ட நிலையிலிருப்பதைக் காணலாம். கரந்தை வீரர்கள் இருந்து வாழும் கால்நடை வளர்ப்பில் ஈடுபட்டார்கள். ஆனால், மழவர்கள் நிரை மேய்த்துக்கொண் டிருக்கும் பழங்குடி வாழ்க்கையில் ஈடுபட்டவர்கள். அவர்கள் ஓரிடத்தில் தங்காமல் நிரை சென்றவிடமெல்லாம் மழவர்களும் குடிபெயர்ந்துகொண்டே இருந்தனர். அதுமட்டுமின்றிச் சங்க காலத்தில் அரசு நிறுவனம் உருவான பின்பும் பழங்குடி தொடர்ந்து நிலைபெற்றிருந்ததற்குக் காரணம் சமச்சீரற்ற வளர்ச்சியே ஆகும். புவியியல் சார்ந்த மக்கள் வாழ்க்கையில் ஏற்றத்தாழ்வான நிலை உருவாயிற்று என்பது பூங்குன்றன் அவர்களின் கருத்து.

புறநானூற்று வெட்சித்திணைப் பாடல்கள் குறுவளர்ச்சி நிலை யில் உள்ள சமூகத்தைப் பற்றியதாகவே உள்ளன. புறம் 248 முதல் 368 வரை உள்ள பாட்டுகள் குறுவளர்ச்சி பெற்ற சமூகங்களைப் பற்றியதாகவே அமைந்துள்ளன. அந்தப் பாட்டுகளில் ஒன்றிரண்டு மட்டுமே பெயர்சுட்டி வேந்தர்களைப் பற்றிக் குறிப்பிடுகின்றன. மற்ற பாட்டுகள் பெயர் சுட்டப் பெறாத சீறூர் மன்னர்களைப் பற்றியதாகும். அதனால் ஒரு சில அறிஞர்கள் புறநானூற்றுத் தொகுப்பில் இந்தப் பாட்டுகள் காலத்தால் முற்பட்டவை என்று கொள்வர். புறநானூற்றில் ஐந்து பாட்டுகள் வெட்சித்திணையைக் கொண்டு அமைந்துள்ளன. அவற்றுள் நிரை கவர்ந்து வந்த தலைவனுக்கு அல்லது வீரனுக்கு உண்டாட்டு என்ற விழாவினை எடுத்துப் போற்றுகின்றனர். பின்வரும் புறப்பாட்டுகள் அக்கருத் தினை வலியுறுத்துகின்றன.

புறநானூற்றில் வெட்சித்திணையாக ஐந்து பாடல்கள் தொகுக்கப் பெற்றுள்ளன. அந்தப் பாடல்கள் எல்லாவற்றிற்கும் உண்டாட்டு என்னும் துறையே தரப்பட்டுள்ளது. அவையனைத்தும் நிரை கவர்தலைப் பற்றியவை. அதனால் இந்தப் பாட்டுகள் பழங்குடிச் சமூகத்தைப் பற்றியதாகவே கொள்ளலாம்.

'செருப்புஇடைச் சிறுபரல் அன்னன் கணைக்கால்
அவ்வயிற்று அகன்ற மார்பின் பைங்கண்
குச்சின் நிரைத்த குரூஉமயிர் மோவாய்
செவிஇறந்து தாழ்தரும் கவுளன் வில்லொடு
யார்கொலோ அளியன் தானே தேரின்
ஊர்பெரிது இகந்தன்றும் இலனே அரண்எனக்
காடுகைக் கொண்டன்றும் இலனே காலைப்
புல்லார் இனநிரை செல்புறம் நோக்கிக்
கையின் சுட்டிப் பைஎன எண்ணிச்
சிலையின் மாற்றி யோனை அவைதாம்
மிகப்பல ஆயினும் என்ஆம் எனைத்தும்
வெண்கோள் தோன்றாக் குழிசியொடு
நாள்உறை மத்தொலி கேளா தோனே.'

புறம். 257

"கால் செருப்புக்கிடையில் சிக்கிக்கொண்ட சிறு கல்லைப் போலப் பகைவருக்குத் துன்பம் தருபவன். திரண்ட காலும், அழகிய வயிறும் அகன்ற மார்பும் தாடியும் குளிர்ந்த கண்ணும் குச்சுப்புல் வளர்ந்த காதுவரை விரிந்து தாழ்ந்த கன்னங்களும் வில்லும் கொண்ட இவன் யாராயிருக்கும் என்று ஆராய்ந்து பார்த்தால், இவன் தன் ஊரை விட்டு வெளியே போனவன் அல்லன். நீண்ட காட்டரணைக் கொண்டவனும் அல்லன். இன்று காலைதான், பகைவர் ஆநிரை போகிற வழியைச் சுட்டிக்காட்டியபடியே, மனத்துக்குள்ளாக எதையோ நினைத்துக்கொண்டவன் போல, வலது கையிலே பிடித்திருந்த வில்லை இடது கைக்கு மாற்றினான். அவ்வளவுதான். பகைவர் அழிந்தனர். அவர் பசுக்கூட்டம் முழுவதும் இவன் வசமாயிற்று. எவ்வளவு பசுக்கள் இருந்தென்ன, அவன் வீட்டில் பால் கறக்கும் ஒலியோ தயிர் கடையும் மத்தோசையோ ஒருபோதும் கேட்டதில்லை. ஏனெனில் அத்தனை பசுக்களையும் அவன் தானமாகப் பிறருக்கு தந்துவிட்டான். இந்தப் பாட்டில் வீரனின் தோற்றம் அவன் வில்லின் பொலிவு, நிரை கவரும் சிறப்பு, உண்டாட்டிற்குக் கள்ளை வைத்திருக்கும் நிலை ஆகியவை பேசப்பெற்றுள்ளன."

குடியில் உள்ள பங்காளிகளிடையில் ஒற்றுமை நிலைபெற உண்டாட்டு விழாவினை நடத்துவர். இன்றும் குலதெய்வ வழி பாட்டில் பங்காளிகள் அய்யனாருக்கும் முனீசுவரனுக்கும் இறைச் சியும் மதுவும் படைத்து உண்டு மகிழ்வர். இத்தன்மை பழங்குடி மரபிலிருந்து இன்று வரை தொடர்கிறது.

புறம் 258-ஆம் பாட்டு நிரை திறனைப் பற்றிப் பேசுகின்றது.

முட்கால் காரை முதுபழன் ஏய்ப்பத்
தெறிப்ப விளைந்த தேம்கந் தாரம்
நிறுத்த ஆயம் தலைச்சென்று உண்டு
பச்சூன் தின்று பைந்நிணம் பெருத்த
எச்சில் ஈர்ங்கை விற்புறம் திமிரிப்
புலம்பக் கனனே புல்லணல் காளை
ஒருமுறை உண்ணா அளவைப் பெருநிரை
ஊர்ப்புறம் நிறையத் தருகுவன் யார்க்கும்
தொடுதல் ஓம்புமதி முதுகட் சாடி
ஆதரக் கழுமிய துகளன்
காய்தலும் உண்டஅக் கள்வெய் யோனே.

புறம். 258

“முள்ளுடைய காரைச் செடியின் முதிர்ந்த பழத்தைப் போன்ற, புளித்துப் பொங்கி வழியும் கந்தாரத்தின் இனிய கள்ளுக்கு விலையாகத் தான் கவர்ந்துகொண்டு வந்திருந்த பசுக்கூட்டத்தைத் தந்து, நன்றாகக் குடித்தான். பிறகு நல்ல சுவையான இறைச்சி உணவை உண்டான். உண்டவன் ஊன் உண்ட எச்சில் கையை வில்லின் ஒரு பக்கத்தில் துடைத்து விட்டு மீண்டும் பகைவர் பசுக்கூட்டம் கவர்ந்து வரப் புறப்பட்டுவிட்டான். இங்குள்ள மற்றவர்கள் ஒரு முறை குடித்து, உண்டு முடிப்பதற்குள், இவன் போய் நிறையப் பசுக் கூட்டங்களைக் கவர்ந்து கொண்டு வந்து விடுவான். எனவே, மதுப் பாண்டத்தை மேலும் யாரும் தொடா தீர்கள். எவர்க்கும் குடிக்க மது தராதீர்கள். மதுச்சாடியை மூடி வையுங்கள். அவன் மீண்டும் மது உண்ண வேட்கையோடு வந்தாலும் வருவான்.”

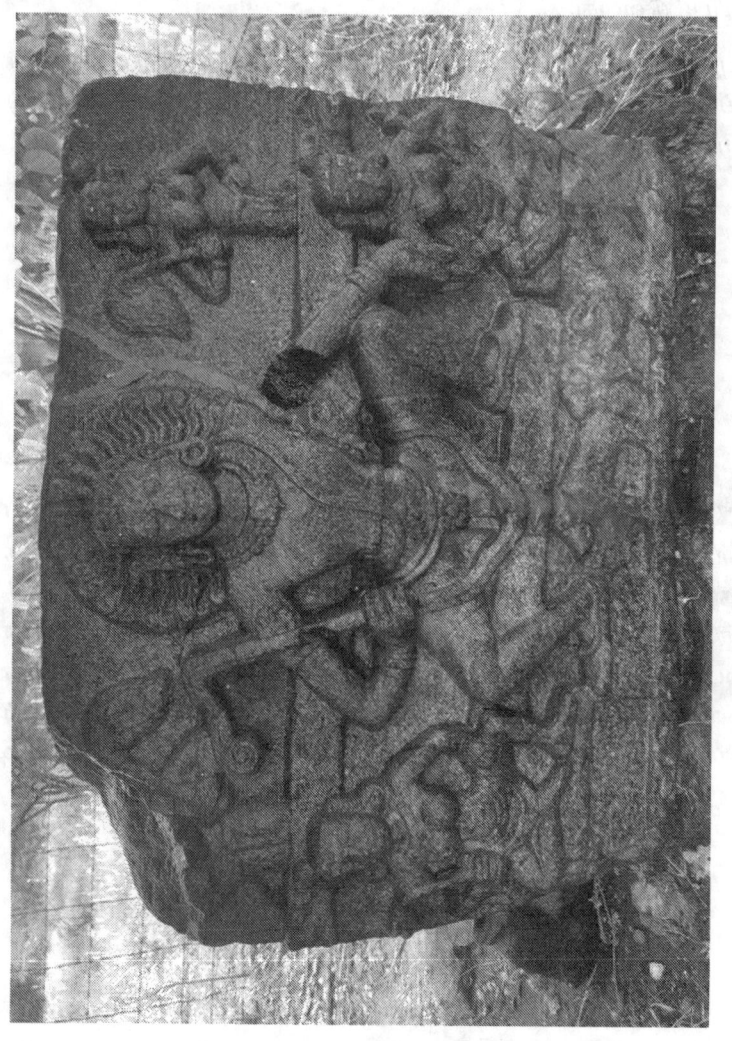

சின்னாரிப்பட்டி, திருப்பூர் மாவட்டம், பொ.ஆ.11-12

இந்தப் பாட்டில் வீரன் ஊரிலும் தங்கியிருக்கவில்லை. பாது காப்பான இடம் காடு என்று கருதி அங்கு மறைந்திருக்கவும் இல்லை. இந்த மந்தையைச் சுட்டிக் கவர்ந்து வருவேன் என்று உறுதி எடுத்துக்கொண்டு நிரையைக் கவர்ந்து வரும் ஆற்றலுடை யவன். அவனுக்காகவே கள் குடத்தைக் காத்து வையுங்கள் என்று கூறப்பட்டுள்ளது.

புறம் 262-ஆம் பாட்டு உண்டாட்டிற்கான ஏற்பாடுகளைச் செய்யுங்கள் என்று கூறுகின்றது. உண்டாட்டுப் பந்தலின் கீழ்ப் புதுமணலைப் பரப்பி விழா எடுத்தச் செய்தி கூறப்பெறுகின்றது.

நறவும் தொடுமின் விடையும் வீழ்மின்
பாசுவல் இட்ட புன்கால் பந்தர்ப்
புனல்தரும் இளமணல் நிறையப் பெய்ம்மின்
ஒன்னார் முன்னிலை முருக்கிப் பின்நின்று
நிரையொடு வருஉம் என்னைக்கு
உழையோர் தன்னினும் பெருஞ்சா யலரே.

புறம். 262

"தேனை நிறைய ஊற்றுங்கள். ஆட்டுக் கிடாயையும் அடித்துப் போடுங்கள். பசுந்தழைகளைப் பரப்பிச் சிறுகால் நாட்டி அமைத்த பந்தலுக்குக் கீழே அனைவரும் அமர ஆற்றுமணலை நிறையக் கொண்டுவந்து கொட்டிப் பரப்பிச் சீர்செய்யுங்கள். பகைவர்களின் படையை வென்று, தன் பின்னே ஆநிரைகளோடு வருகின்ற என் தலைவனுக்குத் துணையாய் வருபவர்கள் அவனிலும் களைத்துப் போய் வருவர். எனவே, அவர்கள் வந்தமர்ந்து உண்டு மகிழ விருந்து தயாராகட்டும்."

குயில் வாய் அன்ன கூர்முகை அதிரல்
பயிலாது அல்கிய பல்காழ் மாலை
மைஇரும் பித்தை பொலியச் சூட்டிப்
புத்தகல் கொண்ட புலிக்கண் வெப்பர்
ஒன்றுஇரு முறை இருந்து உண்ட பின்றை
உவலைக் கண்ணித் துடியன் வந்தெனப்
பிழிமிகழ் வல்சி வேண்ட மற்றது
கொள்ளாய் என்ப கள்ளின் வாழ்த்திக்

கரந்தை நீடிய அறிந்துமாறு செருவின்
பல்லான் இனநிரை தழீஇய வல்லோர்க்
கொடுஞ்சிறைக் குரூஉப் பருந்து ஆர்ப்பத்
தடிந்துமாறு பெயர்த்தவிக் கருங்கை வாளே.

புறம். 269

குயில் பறவையின் கூர்மையான மூக்குப் போன்ற மொட்டு களுடைய, கொடி எங்கும் பூக்காது, அங்கங்கே சிறிது சிறிது பூத்திருக்கும் புனலிக் கொடிப் பூக்களைக் கொண்டு கட்டிய மாலையை, மை போல் கருத்த கூந்தல் அழகு பெற அணிந்து, வெற்றிடத்திலே பிடித்த புலியினுடைய கண்களைப் போலிருக்கும் கள்ளை ஒரு முறைக்கு இரு முறை உண்டு களித்திருக்கின்ற வேளையில், இலைமாலை அணிந்த துடி கொட்டுவோன் வந்து, ஆநிரை கவர போருக்குப் புறப்பட ஆயத்தமாகுக என்று அறிவிக்க, நீயோ, மீண்டும் ஒரு முறை வடித்தெடுத்தக் கள்ளைக் கொண்டுவந்து கொடுத்து உண்பாயாக எனச் சொன்னபோதும், அதை விரும்பாது, 'கள் இருக்கட்டும், என் கைவாள் எங்கே? அதைக் கொண்டு தாருங்கள்!' என்று கூறியதாகப் புலவர் கூறுவர். நிறையக் கரந்தையர் மறைந்திருந்து தாக்கியும் அவர்களைப் பருந்துகளுக்கு விருந்தாகும்படி வெட்டிக்கொன்று வீரம் விளைத்தது உன்னுடைய இந்தக் கைவாள்தான் என்கிறது பாடல்.

இந்தப் பாட்டின் தொடக்கமே உண்டாட்டிற்கான ஏற்பாட் டினைக் குறிக்கின்றது. இந்தப் பாடலும் பழங்குடித் தன்மையைச் சுட்டி நிற்கின்றது.

மழவரும் கால்நடை வளர்ப்புச் சமூகமும்

வேட்டைச் சமூகத்தின் அடுத்த கட்ட நிலையான கால்நடை வளர்ப்புச் சமூகம் அதாவது பிராணிகளை வீட்டு விலங்கு களாகப் பழக்குதல் என்ற மனித குலத்தின் அடுத்த கட்ட பரிணாம வளர்நிலையைக் குறியீடாகக் கொண்டதே சிவனாரின் வாகனமான நந்தி என மானுடவியல் நோக்கில் கருத இடமுண்டு. வேட்டைச் சமூகத்தில் குலச்சின்னங்கள் தொல்குடிகளுக்கு இன்றி யமையாததாக இருந்தது. தோற்ற குலம் வென்ற குலத்தினருக்கு வாகனமாக காட்டப்படுதல் மரபு. அந்நிலையில் இதை நோக்க, மிகச் சிறந்த வீர நிலையில் கானகத்து விலங்குகளுள் வலிமை

பொருந்தியவற்றுள் ஒன்றான இந்த வெள்ளைநிறக் காளைகள் கால்நடைவளர்ப்பு என்னும் ஆண் தலைமையிலான சமூகத்தினால் அடக்கப்பட்டு, பழக்கப்பட்டு, அவை வீட்டு விலங்குகளாக மாற்றப்பட்டு உழவுக்கும் தொழிலுக்கும் பயன்படுத்தப்பட்டன. இந்நிலையைக் காட்டுவதாகவே சிவபெருமான் நந்தி என்னும் காளையில் அமர்வதை நாம் தொல்லியல் ரீதியில் நோக்க வேண்டும். இப்போது சிவபெருமான் வேட்டுவ சமூகத்தின் தலைவனாய் மான், மறி கொண்டது போக, அடுத்த கால்நடை வளர்ப்புச் சமூகத்தின் தலைவனாயும் ஆனார் எனலாம். எனவே இப்போது நந்தி என்னும் காளை அவருக்கு வாகனமாயிற்று. சிவன் மற்றும் நந்தியின் வழிபாட்டை சிந்துவெளி நாகரிகக் காலத்தில் கூட காணமுடிகிறது. இங்குக் கிடைத்துள்ள பல்வேறு முத்திரை களுள் புகழ்பெற்ற பசுபதி நாதர் அமர்ந்திருக்கும் உருவ முத்திரை குறிப்பிடத்தக்கது. இது பொதுவாக, சிவன் என்று அடையாளம் காணப்படுகிறது. பல விலங்குகள் சுற்றிலும் சூழ்ந்திருக்க, பசுபதி நாதர் யோகநிலையில் அமர்ந்துள்ளார். அவ்விலங்குகளில் காளையும் காட்டப்பட்டுள்ளது. சிந்து சமவெளி நாகரிகம் ஒரு நகர நாகரிகம் எனினும் அதனுடைய அடிப்படை சமூகத் தன்மையானது வேளாண்மையை அடிப்படையாகக் கொண்டது. உழுதலுக்குப் பயன்படும் காளைகள் வழிபடப்படுதல் மரபே. மேலும் வணிகம் சிறந்து விளங்கிய மொகஞ்சதாராவிலும் அரப்பாவிலும் பல காளை முத்திரைகள் கிடைக்கப்பெற்றுள்ளன. அவை பண்டங்களை ஓரிடத்திலிருந்து மற்றொரு இடத்திற்குக் கொண்டு செல்வதற்கான வண்டிகளில் பயன்படுத்தப்பட்டிருக்கலாம் என வரலாற்று அறிஞர்கள் குறிப்பிடுகின்றனர். களி மண்ணாலான சிறுவர் விளையாடும் காளை மாட்டு வண்டி கிடைத்திருப்பதுவும் இங்குக் குறிப்பிடத்தக்கது. மனித குல வரலாற்றில் வேளாண்மை தொடங்கிய காலத்திலிருந்தே வலிமை பெற்ற காளைகளின் தேவையிருந்தது. தமிழகத்தின் மருதத் திணைகளில் குறிப்பிடத் தகுந்த ஆற்றங்கரை ஊர்களான மதுரை, திருநெல்வேலி, திருச்சி, தஞ்சை, புதுக்கோட்டை ஆகிய பகுதிகளில் நந்தி வழிபாடு சிறப்பு பெற்றது. இதனால் நந்தி வழிபாடு பல ஆயிரம் ஆண்டுகள் நீண்டகால பாரம்பரியமாக இருந்து வருகிறது என்று ஆராய்ச்சியாளர்களின் முடிவுக்கு வழிவகுத்தது.

சைவ சமயத்தின் முதற்பெருங்கடவுள் சிவ வழிபாட்டின் முன்னோடியாகத் தமிழகத்தில் அய்யனார் வழிபாடு விளங்கி யுள்ளது. சிவனுக்குக் கூறப்பட்ட அனைத்துத் தன்மைகளும் கொண்டவராய் அய்யனார் திகழ்வது உற்றுநோக்கத்தக்கது. அய்ய னாருக்கு நந்தி வாகனமாய் காட்டப்படும் மரபும் இருந்துள்ளது. அதுவும் குறிப்பாகத் தமிழகத்தின் முல்லைத் திணை நிலமான பாண்டிய மண்டலத்தில் காணப்படும் அய்யனார் கோயில்களில் யானை, குதிரை மட்டுமின்றி, காளைகளும் வாகனமாய் காட்டப் படுகின்றன. இது குறிப்பிடத்தக்க ஒன்றாகும். மதுரை மாவட்டம் விராட்டிப்பத்து கோயிலில் அய்யனார் கருவறைக்கு முன்பாக நந்தி வாகனம் இடம்பெற்றுள்ளது.

மழவர்களின் நடுகல்லும் அய்யனார் கோயிலும்

ஆநிரை கவர்தலில் ஈடுபட்ட மழவர்களுக்கு நடுகல் எடுப்பிக் கப்பட்டுள்ளமையை வெட்சித் திணைப் பாடல்கள் உறுதிப் படுத்துகின்றன. நிரை கவர்ந்து மன்றில் அமர்ந்து பங்கிட்டு வழங்கிய மழவ வீரனுக்கு மன்றில் நடுகல் நாட்டியிருக்க வேண்டும். தென்தமிழகத்தின் பல அய்யனார் கோயில்களில் நாட்டப்பட்ட சிறு கல்லே அய்யனாராக வழிபட்டு வருவது கண்கூடு. காலத்தால் முந்தைய அய்யனார் கோயில்கள் திறந்த வெளியில் அமைந்திருத்தலே இதனை மெய்ப்பிக்கும் சான்றாகும். கோயில்களாக உருவாக்கப்பட்டமை அய்யனார் வழிபாட்டைப் பொறுத்தவரை மிகவும் பிற்காலத்தியது. பெருந்தெய்வக் கோயில் களில் அய்யனார் பரிவாரத் தெய்வமாக விளங்கியபோது இக்கட்டிட அமைப்பு தொடங்கியது. பண்டைய வழிபாட்டில் அய்யனார் வழிபாட்டு நிலை மரத்தடியின் கீழே, நீர்நிலைகளின் கரையில் நடைபெற்று வந்தன.

கொங்குப் பகுதியில் கிடைக்கின்ற பல நடுகல் வீரர்களின் பெயர்கள் சாத்தன் பெயரைத் தாங்கி நிற்கின்றன. நத்தம் கணவாயில் உள்ள நடுகல் கல்வெட்டு, 'காரிச் சாத்தன்' என்று உள்ளது. காரி என்பதுவும் அய்யனையே குறிக்கும், கருமை நிறமுடைய சாத்தன் என்ற பொருளில் இப்பெயர் வழக்கில் இருந்துள்ளது. பர்கூரில் உள்ள ஒரு நடுகல் கல்வெட்டு 'கருமத சாத்தன்' என்று குறிப்பிடுகிறது.

மழவ வீரர்களே அய்யனார்கள்

மறவரும், மழவரும் வெவ்வேறு இனத்தவராகவே சங்க காலத்தில் கருதப்பட்டிருக்கின்றனர். குழூச்சமூகம் தன் தனித் தன்மையை நிலைநிறுத்திக்கொள்ளும் காலகட்டத்தையே இது காட்டுகிறது. எயினர், மறவர் ஆகிய இனத்தவரைவிட முற்பட்ட நாகரிகமுற்றவராக மழவர் இருந்திருக்கின்றனர். வெட்சித் திணை வீரர்களாக மழவர்களும், கரந்தைத் திணை வீரர்களாக மறவர் களும் சங்க இலக்கியங்களில் காட்டப்பட்டுள்ளனர். வெட்சித் திணை வீரர்களாகிய மழவர்கள் ஆநிரைகளைக் கவர்ந்து பங்கிடு தலால் அவர்கள் புராண ஈசுவரர்களோடு அதாவது அரனோடு ஒப்பிடத்தக்கவர்கள். கரந்தை வீரர்கள் ஆநிரைகளைக் காத்து பங்கிடுவதால் அவர்கள் பகவன் என்னும் விஷ்ணுவாகிய திருமாலோடு ஒப்பிடப்படுகிறார்கள். இங்கு ஈசுவரன், பகவன் என்ற இரு சொற்களும் சமமாகப் பங்கிடுபவர்கள் என்ற பொருளில் பயின்று வரும். அரன் என்றால் அபகரிப்பவன் என்றே பொருள் படும். அரி என்பதற்கு அபகரிப்பதிலிருந்து காப்பவன் என்று பொருள். கோவிந்தன் என்ற சொல்லும் கால்நடை சமூகத்தோடு மிகுந்த தொடர்புடைய பெயராகும். கோ என்றால் ஆநிரை. விந்தன் என்றால் அதனைக் காப்பவன். முல்லை நிலத்தின் கடவுளாகிய திருமால் இவ்விடத்தில் குறிப்பிடத்தக்கவர். அரி அரன் என்ற கால்நடை சமூகத்தோடு தொடர்புடைய இரு தெய்வங்களின் இணைப்பினால் மற்றொரு தெய்வம் உருவானது. அத்தெய்வம் கால்நடைகளுக்கான நீர்நிலைகளைக் காத்தது. அல்லது கால்நடைகளுக்கான நீர்த் தேவைக்காகக் கற்சிறையி லிருந்த (அணை) நீரை விடுவித்தது. ஏரி, குளம், ஆற்றங்கரை, கண்மாய், மடை உள்ளிட்ட அனைத்து நீர்நிலைகளிலும் அமர்ந் திருந்தது. இது தமிழகத்தில் அய்யனார் தெய்வத்தின் நிலை யாகும். சிறை காத்த அய்யனாரும், சிறை மீட்ட அய்யனாரும் தஞ்சைப் பகுதிகளிலும், ஏரி காத்த அய்யனாரும், கரை மேல் அழகரும் தொண்டை மண்டலப் பகுதியிலும், பாண்டி நாட்டில் கண்மாய்தோறும், சுனைதோறும் வீற்றிருக்கும் அய்யனார்களும் மேற்கண்ட கூற்றை மெய்ப்பிக்கின்றனர்.

அய்யனார் உருத்திரனோடு ஒப்பிடத்தகுந்தவர். ஏனெனில் உருத்திரன் நீர்நிலைகளில் உறைகின்ற தன்மை கொண்டவர். வேதங்கள் குறிப்பிடும் தொல் கடவுளான உருத்திரனே தமிழ்ச் சமூகத்தில் அய்யனார் என்றும் முனீசுவரர் என்றும் அழைக்கப் படுகிறார். அய்யனார்கள் அல்லது முனீசுவரர்கள் எண்ணற்றவர்கள். இவர்களே நாட்டார் வழக்காற்றில் படியளப்பவர்கள் என்று கூறப்படுகிறார்கள். அதாவது உணவைத் தருபவர்கள். செல்வத்தை அளிப்பவர்கள். அதனை அவரவர்கேற்ப பங்கிடுபவர்கள். மிக வலிமையுடன் விளங்கக்கூடிய இத்தெய்வங்கள் கைகளில் ஆயுதங் களை ஏந்தி வேட்டைக்குச் செல்பவர்கள். அறத்தை நிலைநாட்டு வதற்காக கோப வீராவேசத்தோடு விளங்குபவர்கள். இவர்களே தமிழகத்தின் பல்வேறு பெயர்களில் வழிபடப்படுகிறார்கள்.

மறவ வீரர்களின் நடுகற்களை கருப்பசாமிகளாக கருத வேண்டும். கருப்பசாமிகள் நாட்டார் வழக்கில் காவல் தெய் வங்கள் ஆவர். காப்பு என்பது திருமாலைக் குறிக்கும். மேலும் இக்காவல்தெய்வங்கள் திருமாலுக்குரிய குறியீடுகளைக் கொண் டுள்ளன. எனினும் பலி ஏற்கின்றன. ஏனெனில் அவை மேனிலையாக்கம் அடையப்படாத நாட்டார் வழக்கில் உள்ள பழைய வீரவழிபாட்டுத் தெய்வம். மேற்சொன்ன கருத்தில் அய்யனார் வழிபாடு என்பது மழவவீர வழிபாடு என்பது கூறப் பட்டது. அவ்வழிபாடு ஏன் மறவரின் நடுகல் வழிபாடாக இருக்கக் கூடாது எனில், அய்யனார் கோயிலின் பரிவாரத் தேவதைகளாகக் கருப்பசாமிகள் உள்ளனர். மதுரை மாவட்டத்தின் பல அய்யனார் கோயில்களில் கருப்பசாமி குதிரை மீதமர்ந்து காவல் தெய்வமாக, பரிவாரத் தேவதையாக உள்ளார். அக்கோயில்களில் எல்லாம் கருப்பசாமிக்குப் பலி கொடுக்கப்படுகிறது. உயிர்ப்பலி கருப்பர் களுக்குக் கொடுக்கப்படும் வேளைகளில் அய்யனாருக்குத் திரை யிடப்படுகிறது. இது அய்யனார் மேனிலையாக்க நிலையில் சைவக் கடவுளாக மாறிய தன்மையைக் காட்டுகின்றது. அதாவது சாஸ்தா வழிபாடாக மாறிய நிலையைக் காட்டுகின்றது. இந்நிலையில் அய்யனார் தன்னுடைய தொல்குடித் தன்மையை விட்டுவிட்டு, கொல்லாமை, கள்ளுண்ணாமை என்னும் சமண, பௌத்த நெறிகளின்படி சாஸ்தா கடவுளாகிறார். அவரின் இத்தன்மையை வைதீகம் ஏற்றுக்கொண்டு சைவத்தில் இணைத்துக்

கொண்டது. எனவே, சிவன் கோயில்களில் பரிவாரத் தேவதையாக உள்ள அய்யனாருக்கும், தனிக்கோயிலில் வீற்றிருக்கும் அய்யனாருக்கும் உயிர்ப்பலிகள் தரப்படுவதில்லை. இந்த நிலையில் தான் சோழர்கள் காலத்தில் எடுப்பிக்கப்பட்ட பல அய்யனார் சிற்பங்கள் கையில் மலருடன் காட்டப்பட்டுள்ளன. திண்டிவனம் அருகே உள்ள உலகாபுரத்தில் முதலாம் இராஜராஜன் எடுப்பித்த அய்யனார் சிற்பம் கையில் மலருடன் காட்டப்படுகிறது. இங்கு அய்யனார் மேனிலைத் தெய்வமாக, சாந்தமூர்த்தியாக, அறிவுசார் சமூகத்தின் வெளிப்பாடாகத் தோற்றமளிக்கிறார். தஞ்சையைச் சுற்றியுள்ள காவிரிப்படுகையில் பெருங்குடி, இராசகிரி, பண்டிதர் புதுவயல், வெள்ளனூர், பொன்விளைந்தபட்டி ஆகிய ஊர்களில் உள்ள அய்யனார் சிற்பங்கள் கையில் மலரைப் பிடித்தபடி உத்குடிகாசனத்தில் அமர்ந்துள்ள நிலையில் வடிக்கப்பட்டுள்ளன.

மழவர்கள் நிரை கவர்பவர்கள். தொல்குடிநிலையிலேயே நின்று விட்டவர்கள். அலைகுடிகளாகவே வாழ்ந்தவர்கள். அரசுருவாக்கத்தில் ஈடுபடாத பழங்குடி வீரர்கள் என்பது நடுகல் கல்வெட்டறிஞர் பூங்குன்றனின் கருத்து. அய்யனார் வழிபாடு ஒரு மழவ வீர வழிபாடு என்பது உறுதிப்பட்ட நிலையில் இக்கருத்துக்கு ஒரு துணைக் கருத்தினை அய்யனார் வழிபாட்டின் ஆய்வின் மூலம் முன்வைக்கலாம். அய்யனார் பேரரசு உருவாக்கத்தில் நிலை பெறவில்லை என்பது மெய்மையே. ஆனால், ஊர் சபை, ஊராட்சி, ஊர் நிர்வாகம் இவற்றோடு தொடர்புடையதாகவே அய்யனாரின் வழிபாட்டு நிலையும், சடங்குகளும், சிற்பமைதிகளும் இன்றளவும் காணப்படுகின்றன. மழவர் பெருமகன் அதியமான் வேள் நிலையில் நிற்கிறான். அதியமானுக்கு நடுகல் எடுப்பிக்கப்படுகின்றது. மேலும் இந்த மழவர் குழு கால்நடைகளோடு தொடர்புடையவர்கள் என்பதை மெய்ப்பிக்கும் மற்றொரு சான்றாக, திருவண்ணாமலைப் பகுதியில் உள்ள கண்ணமடை என்னும் ஊரில் உள்ள அய்யனார் கோயிலில் அய்யனுக்கு நேர்த்திக்கடனாக ஆடு, கோழி இவற்றோடு நூற்றுக் கணக்கில் பசுக்களை விடுகின்றனர். இந்தக் கோயிலில் உள்ள அய்யனார் சோழர் கால நடுகல்லாகும். சங்கப் பாடல்களில் ஒவ்வொரு குடியிலிருக்கும் மழவர் வீரர் குழு நிரை கவர்தலிலும், மறவர் வீரர் குழு நிரை மீட்டலிலும் ஈடுபட்ட செய்திகள்

காட்டப்பெறுகின்றன. காலவோட்டத்தில் இந்த நிலை இரண்டற கலந்துவிடுகிறது என்றே கொள்ள வேண்டும். அதாவது இவ் விரு செயல்பாடுகளும் ஒருகுடிக்கு ஒரு வீரர் குழுவாலேயே செய்யப்படுகிறது. அது மழவர் குழுவாகவும் இருக்கலாம். மறவர் குழுவாகவும் இருக்கலாம். இந்த வீரர் குழு கலந்த நிலையில் எழுந்த அய்யன் பண்பாட்டுக்கூறுகளை மறைமுகமாக திருமால் - சிவன் கலப்பு புராணக்கதை நமக்குத் தெரியப்படுத்துகிறது.

திருப்பத்தூர் மாவட்டத்தில் உள்ள அகரஞ்சேரி நடுகல் யானையின் மீது தலைவன் அமர்ந்த நிலையைச் சிற்பமாகக் காட்டுகிறது. தலைவனுக்குப் பின்னால் அமர்ந்துள்ள சேவகன் தலைவனுக்குக் குடைபிடித்து வருகிறான். இக்காட்சி நடுகல்லில் வடிக்கப்பட்டுள்ளது. அய்யனாரின் உருவமைதியும் இதுவாகவே காட்டப்படுகிறது. எனவே மழவ வீரர்களே அய்யனார்கள் என்ப தற்குச் சான்றாக அமைகின்றது. இந்தச் சான்றுக்கு வலு சேர்க்கும் வகையில் விழுப்புரம் மாவட்டம் கள்ளப்புலியூரில் உள்ள அய்யனார் செப்புப் படிமம் இதே தோற்றத்துடன் யானையின் மேல் அமர்ந்த நிலையில் வடிக்கப்பட்டு வழிபாட்டில் உள்ளது. இப்படிமம் சோழர் காலத்தியதாகும். கங்கநாட்டு நடுகல் சிற்ப மொன்றில் வீரன் மேனிலை உலகத்திற்குச் செல்வதாகக் காட்டப் பட்டுள்ளது. அங்கு அவன் வீற்றிருக்கும் அமர்வு அய்யனாரின் மகாராஜ லீலாசனம் அல்லது உத்குடிகாசனம் போன்று உள்ளது.

மன்னார்குடி வட்டத்தில் உள்ள ஸ்ரீமழவராயநல்லூரின் கண் உள்ள அய்யனார் கோயில் குறிப்பிடத்தக்கது. அப்பகுதியில் மழவர்களின் ஆதிக்கம் பண்டைய காலத்திலிருந்து இருந்திருக்க வாய்ப்புண்டு. மதுரை மேற்கு வட்டத்தில் உள்ள கீழமதிகாட்டினான் என்னும் ஊரில் உள்ள அய்யனார் கோயிலில் உள்ள அய்யனார் சிற்பம் குறிப்பிடத்தக்கது. குதிரை மீதமர்ந்த அய்யனார் சிற்பத்தில் அய்யனாரின் தலையலங்காரம் கவனிக்கத்தக்கது. அய்யனுக்கு ஜடாபாரம் காட்டப்பட்டுள்ளது. ஜடாபாரத்தில் ஒவ்வொரு கற்றை களும் நாகத்தால் கட்டப்பட்டுள்ளன. அய்யனின் சடையில்தான் பெண் குலதெய்வங்கள் வீற்றிருக்கும் என்பதுவும், அச்சடையைத் தாங்கி தூக்கி சுமந்து செல்லுதல் அக்குடிகளின் வழிபாட்டு மரபு என்பதுவும் நாட்டார் குலதெய்வ வழிபாட்டில் தொன்நம்பிக்கை.

பெண் தெய்வங்கள் எல்லாம் ஆண் தெய்வங்களையடுத்த இரண்டாம் நிலையில் வைக்கப்பட்ட நிலையில் ஆண் சமூக தலைமை தெய்வத்தின் நிலைப்பாட்டிற்குள்ளும், காவலுக்குள்ளும் பெண் தெய்வங்கள் நிறுத்தப்பட்டுள்ளன. இதனையே நாட்டார் வழக்கில் பெண் குல தெய்வங்களுக்கு ஆண் காவல் தெய்வங்கள் இருப்பது காட்டி நிற்கிறது. இதில் முதன்மைத் தெய்வமாக அய்யனார் விளங்குகின்றார்.

5. மருதம் - வளமைக் கடவுள் - நீர்நிலை, நிலவுரிமைக் கிழான்

அய்யனாருக்குப் புறம்பணையான் என்ற பெயரைச் சிலம்பு சுட்டுகிறது. புறம்பணை என்பது நகர்ப்புறத்தில் உள்ள மருதத்திணை நிலம் என திவாகர நிகண்டு குறிப்பிடுகிறது. வயல்வெளிகளைக் காப்பது அய்யனாரின் செயலாகக் கருதப் படுகிறது. இரவு நேரங்களில் கொடிய விலங்குகளிடமிருந்து பயிர்களையும், ஆநிரைகளையும் காக்கின்றவராக அய்யனார் வழி படப்படுகிறார். வயல்சார்ந்த பகுதிகளான தமிழகத்தின் மருதத் திணையாக விளங்கக்கூடிய காவிரிப்படுகையில் அய்யனார் வழிபாடு பயிர்செழிக்கவும், மழைக்கடவுளாகவும் வணங்கப்படு கிறார். தஞ்சை, நன்னிலம், திருவையாறு, கும்பகோணம், திருவாரூர், நாகப்பட்டினம் ஆகிய பகுதிகளில் அய்யனார் கோயில்கள் எண்ணிக்கையில் அதிகமாகக் காணப்படுகின்றது.

மதுரை மாவட்டம் வாடிப்பட்டிக்கு அருகில் உள்ள மேட்டுநீரேத்தான் என்னும் ஊரில் உள்ள அய்யனார் கோயிலில் அய்யனார் தனித்த நிலையில், யோகபட்டத்தில் அமர்ந்துள்ளார். இக்கோயில் திருவிழாக்களில் அய்யனாருக்கு முளைப்பாரி எடுக்கப் படுகிறது. முளைப்பாரி என்பது வேளாண்மைச் சடங்கின் மிக முக்கிய வழிபாட்டுச் சடங்காகும். அது முழுவதும் பெண்ணைச் சார்ந்தது. ஆனால், பிற்காலத்தில் ஆண் தலைமையேற்ற சமூகத்தில் ஆண் தெய்வமான அய்யனாருக்கும் வழிபாட்டுக் குறியீடாக மாறியது. வேளாண் சமூகத்தில் பெண்ணே முதன்மைக் கடவுள். தொடக்க காலத்தில் வேளாண்மை பெண்ணைக் கொண்டு கைகளால் சிறிய அளவில் செய்யப்பட்டது. இந்த உற்பத்தியானது இனக்குழு சமூகத்திற்குப் பற்றாக்குறையை ஏற்படுத்தியது. இந்நிலையில் இரும்பின் பயனைத் தொல்மாந்தன் அறிந்து கொண்ட நிலையில் தமிழகத்தில் இரும்புக்காலம் எனப் படும் பெருங்கற்காலம் தொடங்கியது. இக்காலம் தமிழகத்தைப்

பொறுத்தவரை சுமார் 15,000 ஆண்டுகளுக்கு முற்பட்டது எனலாம். இந்நிலையில் இரும்பினால் செய்யப்பட்ட ஏர்முனை, கலப்பை, கோடரி, அரிவாள், மண்வெட்டி போன்ற வேளாண் கருவிகள் உற்பத்திப் பெருக்கத்திற்கு உதவியது. ஆனால், இதனைச் செய்தவர்களும், பயன்படுத்தியவர்களும் ஆண்களே. எனவே, ஆண் தலைமையிலான சமூக வளர்ச்சிக்கு இக்கருவி களின் மேலாண்மை வித்திட்டது எனலாம். ஏனெனில் உபரி உற்பத்தியென்பது ஆண் தலைமையேற்ற சமூகத்தில் உண்டானது. உபரிக்கு வழிவகுத்த ஆண் தலைமை நிலையில் நின்றான். அப்போது பெண்ணிற்கான முக்கியத்துவமும், பெண் தெய்வங் களுக்கான சடங்கு நிலைகளும் ஆணுக்குச் சென்றன. ஆண் தெய்வங்கள் முதன்மை பெறத் தொடங்கின. இந்தப் பின்புலத்தில் உருவானதுதான் அய்யனாருக்கு முளைப்பாரி எடுத்தலும், கரகம் எடுத்து வணங்குதலும் ஆகும். கடலூர் அருகே உள்ள ஒரு சிற்றூரில் பெண் தெய்வங்களைப் போன்றே அய்யனாருக்குக் கரகம் எடுத்து வழிபடப்படுவது இங்குக் குறிப்பிடத்தக்கது.

மதுராந்தகத்திற்கு அருகே பச்சைப்பாக்கம் என்ற ஊரில் உள்ள அய்யனார் கோயிலில் அய்யனாரின் பெயர் பச்சைப் பிள்ளையாண்டவர் என்பதாகும். பொதுவாக, தொண்டை மண்ட லத்தில் பச்சையம்மன், மன்னார் சாமி ஆகிய தெய்வங்களின் வழிபாடு அதிகம் காணப்படுகிறது. இத்தெய்வங்கள் பல குடி களுக்குத் குலதெய்வங்களாகும். இத்தெய்வங்களின் பெயர்களைக் கொண்டே அவை வேளாண்மையோடு தொடர்புடைய கடவுளர்கள் என்பதை அறியலாம். தாய்த்தெய்வம் மற்றும் சிவவழிபாட்டின் பெயர்களாக பச்சையம்மன், மன்னார்சாமி கருதப்படுகின்றன. ஆனால், உண்மையில் மன்னார்சாமி, அய்யனாரைக் குறிப்பிடு கிறது. மன்னார் என்றால் பகைவர் என்று சூடாமணி நிகண்டு பொருள் தருகிறது. இது வேளாண் சமூகத்திற்கும், கால்நடை சமூகத்திற்குமான ஒரு பூசலை மறைமுகமாகத் தெரிவிக்கிறது. தொண்டை மண்டலத்தில் இதற்கான மற்றொரு சான்று பல்லவர் காலத்தில் அதிக எண்ணிக்கையில் வடிக்கப்பட்ட எருமையை வீழ்த்திய தாய்த்தெய்வ சிற்பமாகும். தொண்டை நாட்டின் நகர மான சென்னையில் பிற்காலச் சோழர் படைப்பான கோயம்பேடு குறுங்காலீசுவரர் கோயிலில் நான்கு கைகள் உள்ள, தெய்வநிலைக்கு

அகரஞ்சேரி நடுகல் அய்யனார், பொ.ஆ.7

உயர்ந்த எருமையன் சிற்பம் தூணில் இன்றும் வழிபாட்டில் உள்ளது குறிப்பிடத்தக்கது. ஒரு காலகட்டத்தில் பொருதிய இரண்டு குடிகளின் தெய்வங்களும் மக்களால் அதன் பின்புலம் அறியப்படாமலேயே வணங்கப்பட்டு வந்தன. இரு தெய்வங் களும் ஒன்றாயின. அவ்வகையில்தான் இந்த பச்சையம்மன் மன்னார் சாமி தெய்வங்களின் வழிபாட்டை நோக்க வேண்டும்.

நீர்த்தலைவர்கள்: இந்திரனும் அய்யனாரும்

வேதகால பெருவீரனான இந்திரன் ரிக் வேதத்தில் பல பாடல்களில் புகழப்படுகிறான். ரிக் வேத கால மக்கள் தங்கள் எதிரிகளை மட்பாண்டங்களைப் போல் இந்திரன் நொறுக்கி விடுவதையும், அவர்களின் பிடியிலிருந்த நீரை அவன் விடு வித்ததையும் போற்றுகிறார்கள். உண்மையில் இந்திரன் ஒரு மழைக்கடவுள். அவ்வாறே அவன் துதி செய்யப்படுகிறான். மேலும் மின்னலைப் போன்ற தோற்றமுடைய இடி போன்ற சக்தி வாய்ந்த வஜ்ராயுதம் அவன் பெற்றிருக்கிறான். மழையின் உருவகமாகவே ஏத்திப் புகழப்படும் மழைக்கடவுள் இந்திரனுக்கு இன்னுமான நீர்த் தேவைதான் என்ன? அவன் ஏன் நீரைச் சேமித்து வைக்கும் பழக்கம் உள்ள பூர்வீக ஆதிக்குடிகளிடம் நீருக்காகச் சண்டையிடுகிறான் என்பது மிகத் தேவையான ஒரு கேள்வி. தண்ணீர் தேவை என்பது எல்லா உயிரினங்கட்கும் இன்றியமையாத ஒன்று. எனினும் கால்நடைகளுக்கு நீர்நிலை களானது அதனதன் இயல்பு நிலைப்பாட்டிலேயே இருக்க வேண்டும். ஆறானது ஓடும் நிலையிலும், குளம் மற்றும் கால் வாய்கள் திறந்த நிலையிலும் இருக்க வேண்டும். விவசாயக் குடிகளுக்கோ தண்ணீர் தேங்கி இருக்க வேண்டும். பயிர்கள் வளரும் ஒரு குறிப்பிட்ட காலத்தில் அதற்குப் பாய்ச்சுவதற்கு ஏற்ப அது பெரும் கொள்ளளவைக் கொண்ட நிலையில் ஓரிடத்தில் நிலைத்திருக்க வேண்டும். இந்நிலையானது கால்நடைச் சமூகத் தார்க்கும், வேளாண் சமூகத்தார்க்கும் ஆன தொடக்கநிலை இன்றியமையாத் தேவையாயும், அதுவே அவர்களுக்குள்ளான ஆக மொத்த முரண்பாட்டிற்கான காரணியாகவும் அமைந்தது. நீரை ஓடும் நிலையில் பயன்படுத்தும் மேய்ச்சல் குடிகளும், நீரைத் தேக்கி வைத்துப் பயன்படுத்தும் வேளாண்குடிகளும் பூசலிட்ட செய்திகளைத்தான் ரிக் வேதம் கூறுகிறது. உண்மையில்

அரசூர் அய்யனார், விழுப்புரம் மாவட்டம், பொ.ஆ.9

நீருக்காகவே வலிமையான பூசல்கள் நடைபெற்றதாக அப்பாடல்கள் தெரிவிக்கின்றன. இவ்விரு வகையான தேவைகளும் அதற்கான முரண்பாட்டுச் சண்டைகளும் உலகெங்கிலும் நடந்த ஒன்றே. எனினும் இந்தியாவைப் பொறுத்தவரை இது பண்டையக் காலத்தில் நாகரிக வளர்ச்சியடைந்த சிந்துவெளி நகர மக்களுக்கும், மேய்ச்சலினால் நிலங்கண்ட ஆரிய மக்களுக்குமான பூசலாக நடைபெற்றது.

மேற்கண்ட இவ்விரு பண்பாட்டினரும் முறையே நீரையும், நெருப்பையும் மேன்மையாகக் கொண்டவர்கள். உலகெங்கிலும் இரண்டு பண்பாடுகள் அடிப்படையானவை. பழமை வாய்ந்தவை. அவை நீர்ப்பண்பாடு மற்றும் நெருப்புப் பண்பாடு. நீர்ப் பண்பாட்டைக் கொண்ட மக்களுக்கு அவர்களின் பிறப்பு முதல் இறப்பு வரையிலான அனைத்து வாழ்வியல் மற்றும் ஈமச் சடங்குகளில் நீர் முதன்மைப் பெறுகிறது. வாழ்க்கைக்கான பொருளாதார அடிப்படை ஆதாரமாக நீர் விளங்குகிறது. அவர்களே வேளாண் மற்றும் கைவினைத் தொழில் சார்ந்த மக்கள் ஆவர். அவர்தம் பண்பாட்டின் குறியீடுகள் அனைத்தும் நீர் சார்ந்தே கட்டமைக்கப்பட்டிருக்கும். மற்றொரு பண்பாட்டினரான நெருப்பினைப் புனிதத்தின் நுழைவாயிலாகக் கருதும் மேய்ச்சல் சமூகத்தினர், தங்களது வாழ்க்கை, தொழில், சடங்குகள், மறு உலக தத்துவம் ஆகிய அனைத்திற்கும் தண்ணீரே குறியீடாகக் கொண்டுள்ளனர்.

நீர்ப்பண்பாடு

உலகெங்கும் பண்டைய காலம் முதல் விளங்கும் சிறப்புப் பொருந்திய அனைத்து நாகரிகங்களும் இரண்டு பண்பாடுகளை அடிப்படையாக் கொண்டவையே. ஒன்று நீர்ப்பண்பாடு. மற்றொன்று நெருப்புப் பண்பாடு. இதில் நீர்ப்பண்பாட்டை உடையோர் நாகரிகத்தில் முற்பட்டவர்கள் என்பது தொல்லியல் மற்றும் மானிடவியலாளர்கள் கருத்து. இது மெய்மையே. ஏனெனில் தொல்பழங்காலத்தில் கற்கால மனிதன் நெருப்பின் பயனை அறிவதற்கு முன்பே நீரின் பயனை அறிந்துகொண்டான். மேலும் நீர் அவனுக்கு உணவாகவும் விளங்கியது. எனவே, நீர்ப்பண் பாட்டினர் வேளாண்மையை முதலில் அறிந்துகொண்டதோடு

கள்ளக்கொளத்தூர், விழுப்புரம் மாவட்டம், பொ.ஆ.7

அதனோடு தொடர்புடைய வாணிகத்திலும் சிறப்புற்று நகரங் களை உருவாக்கி நாகரிகத்தின் முன்னோடிகளாகவும், நீரின் தன்மையை அறிந்திருந்ததால் கடலோடிகளாகவும் உலகெங்கும் பரவினர். இந்திய துணைக் கண்டத்தின் பூர்விக மக்கள் நீர்ப் பண்பாட்டை உடையவர்கள் என்பதை சிந்துசமவெளி நாகரிகம் நமக்கும் தெற்றென விளக்கும். நீர்ப்பண்பாட்டினைக் கொண்ட மக்கள் நீரினைச் சேமிக்கும் நெறியை அறிந்தவர்கள். நீராடல் என்பதைப் புனிதமாகக் கருதியவர்கள். அப்பண்பாட்டினருக்கும் பிறப்பும் இறப்பும் சார்ந்த அனைத்துச் சடங்குகளும் நீர்நிலை களைச் சார்ந்தே அமைந்திருக்கும். புனித நீர்நிலைகளில் நீராடல் என்பது திராவிடர்க்குரிய பண்பாக ஆய்வாளர்களால் கருத்து முன்வைக்கப்படுகிறது. தென்னிந்தியாவில் தலம், தீர்த்தம், மரம் இவற்றினால் ஒரு வாழ்விடம் சிறப்புப் பெறுகிறது. எனவே, நீர்நிலைகளுக்கு அளித்த முக்கியத்துவமும், நீராடலின் சிறப்பும் வலியுறுத்தப் பெறுகின்றது. நீரில் மூழ்கி எழுதல் என்பது ஒன்றை விடுத்து மற்றொன்றாகப் பரிணமித்தலாக கைக்கொள்ளப்பட்டது. நீராடல் தவத்தின் பயனால் தொடர்வதாக பண்டு மக்கள் நம்பினர். தன் தீவினை நீங்கியும், பழவினை அறுபட்டும் புதியதொரு பிறவிப்பயனைப் பெறுவதற்கான வழிமுறைகளில் சிறந்ததாக நீராடல் போற்றப்பட்டது. தலங்கள் தோறும் உள்ள புனித நீர் நிலைகளில் நீராடிச் செல்லுதல் சேத்திராடனம் எனப்பட்டது. காசி முதல் குமரி வரையிலான நீர்நிலைகளில் நீராடுவதைப் புனிதமெனக் கருதியும், அந்நிகழ்வினால் தங்களின் மறுபிறப்பு மேன்மையடையும் எனவும், இப்பிறப்பில் செய்த பாவங்கள் தங்களை விட்டகலும் எனவும் நம்பி, மக்கள் தங்கள் வாழ்நாளின் கடைநாட்களில் யாத்திரை மேற்கொண்டனர். நீராடுதல் ஒரு மங்கலச் சடங்காகவே நடந்துவருகின்றது. மொகஞ்சதாரோ குளம் புனித நீராடலுக்காக அமைக்கப்பட்டதேயாகும். ஆண்டிற்கு ஒரு முறையோ அல்லது குறிப்பிட்ட நிகழ்வுகளின் போது அக்குளத்தில் நீராடுதல் சிறப்பாகக் கருதப்பட்டுள்ளது. அகழாய்வில் வெளிப் படுத்தப்பட்டுள்ள அக்குளத்தின் கட்டமைப்பைக் காணும்போது சிந்துவெளி நாகரிகத்தில் அதன் முக்கியத்துவத்தை உணர முடி கின்றது. வைசாலியில் அரசர்கள் நீராடுவதற்கான புனித குளம் ஒன்று இருந்ததாக ஷெரீன் ரத்னாகர் குறிப்பிடுகிறார். இக்குளத்தில்

கீரனூர், திருப்பூர் மாவட்டம், பொ.ஆ.12-13

நிறை குளத்து காவல் சாத்தன். விளாத்திகுளம் பெரிய கண்மாய், தூத்துக்குடி மாவட்டம், பொ.ஆ.12

மேன்மக்கள் நீராடுதல் அவர்களின் வலிமையையும் ஆயுளையும் பெருக்கும் என்று நம்பினர்.

சங்க இலக்கியம் குறிப்பிடும் தைந்நீராடல், அம்பா அருகிருந்து நீராடல் என்பது மகளிருக்கான புனித நீராடலைக் குறிக்கிறது. திருப்பாவையின் முப்பது பாடல்களும் நீராடலின் மகத்துவத்தை உரைப்பன. அங்ஙனம் அக்குறிப்பிட்ட நாட்களில் நீராடும் மகளிர்க்கு அனைத்து வளமும் கிடைக்கும் என்ற உறுதியும் அப்பாடல்களின் முடிவில் பகரப்படுகின்றது. திருவெம்பாவையும் முன்னதை அடியொற்றியே இயற்றப்பட்டதாகும். இப்பாடல்களில் மழையும், புது வெள்ளமும் சக்தியாகப் போற்றப்படுகின்றது. மழையை சக்தியாக வருணித்து திருவெம்பாவை பாடல் காட்டுகின்றது. எனவே, புதிய சக்திக்கும் வளமைக்கும் அந்நாட்களில் நீராடுதல் என்பது நோன்பாகக் கடைபிடிக்கப்பட்டது தெரியவருகின்றது. நீராடுதல் என்பது நீர்நிலைகளின் புனித்தைப் பொறுத்தே கூறவ தாகும். அந்த நீர்நிலைகளின் புனிதம் கெடாமலும், ஆவினம் உள்ளிட்ட உயிரினங்களின் நீர்த்தேவையைத் தீர்க்கும் நிலைக் களனின் காவலாகவும் விளங்கும் வீரத்தலைவன் அய்யன் ஆவான்.

தொல்காப்பியத்தில் காட்சி, கால்கோள் உள்ளிட்ட நீர்ப்படை குறிப்பிடப்படுகிறது. இது நீத்தார் வழிபாட்டில் மிக முக்கியச் சடங்காகும். பிறப்பிற்கு முன் தாயும், பிறந்த பின் மகவின் நீராட்டலும் மிக முக்கியமான சடங்கென பின்பற்றப்படுகிறது. புத்தரின் பிறப்பிற்கு முன் புனித குளத்தில் தாய் நீராடுதல் இங்குக் குறிப்பிடத்தக்கது. மகப்பேற்றிற்குப் பின் மகவிற்கு நீராட்டுதல் முதிய நற்பெண்டிரால் நிகழ்த்தப்படுகிறது. திருமணத்திற்கு முன் புனித நீராட்டல் என்பது இன்றியமையாதது.

> **"உச்சிக்குடத்தர், புத்துஅகல் மண்டையர்**
> **பொதுசெய் கம்பலை முதுசெம் பெண்டிர்**
> **முன்னம் பின்னவும் முறைமுறை தரத்தர"** -

அகம்.86

இப்பாடல் வரிகள் சங்ககால தமிழரின் திருமண நிகழ்ச்சியைக் காட்டுவதாகும். பிள்ளைகள் ஈன்ற முதுபெண்டிர் தங்கள் தலையில் நீர் நிறைந்த குடத்தினைச் சுமந்து கொண்டும், மண்டை எனப்படும் அகல்களைக் கொண்டவாறும் மணப்பெண்ணை நீராட்ட வருவர்.

சென்னிலைக்குடி கண்மாய் கரை அய்யன், திருச்சுழி, விருதுநகர் மாவட்டம், பொ.ஆ.8

பண்டைய காலத்தில் அரசர்களுக்கு நடைபெற்ற முடிசூட்டு விழவில் பட்டாபிஷேகம் என்பதே சிறப்பிற்குரியது. அரசனைப் புனித நீர்க்குடங்களில் உள்ள நீரினால் பிராமணர்கள் அபிடேகம் செய்வித்து, பின்னர் முடிசூட்டினர். காஞ்சி வைகுண்டப் பெருமாள் கோயிலில் உள்ள பல்லவர் அரசர்களின் மரபுவழிச் சிற்பத் தொகுதிகளில் ஒவ்வொரு பல்லவ மன்னன் முடிசூட்டு காட்சியினைக் காட்டும் சிற்பங்கள் அமைக்கப்பட்டுள்ளன. அச்சிற்பங்கள் அனைத்தும் மன்னனுக்கு வேதியர் இருவர் குடங்களில் இருந்து புனித நீரை ஊற்றி நீராட்டுதலைக் காட்டு கின்றன. புறநானூற்றில் இராசசூய வேட்ட பெருநற்கிள்ளி என்னும் சோழ மன்னன் குறிப்பிடப்படுகிறான். இராசசூயம் என்பதே அரசனின் புனித நீராடலையே குறிக்கும். அவ்வாறே எதிரி நாட்டின் மீது படையெடுத்து வென்ற பிறகு அரசர்கள் வீராபிஷேகம் செய்துகொண்டார்கள். தஞ்சையைத் தீக்கிரையாக்கிய பிறகு பொன்னமராவதியில் முதலாம் மாறவர்மன் சுந்தரபாண்டியன் செய்துகொண்ட வீராபிஷேகம் வரலாற்றுச் சிறப்பிற்குரியது. சம்ஹாரம் முடிந்த பின்பு நீராடல் என்பது அதனால் விளைந்த பாவத்தினை நீக்குவதற்காகச் செய்யப்படுவதாகக் கருதப்பட்டது. திருச்செந்தூரில் நடைபெறும் சூரசம்ஹாரத்துக்குப் பின் மக்கள் கடலில் நீராடித் திரும்புவது இங்கு நோக்கத்தக்கது. மேலும் இராமாயண காவியத்தில் இராவணனின் வதைக்குப் பின் இராமன் இராமேசுவர கடலில் நீராடியதாகப் புராணங்கள் கூறுகின்றன.

நீராடல் என்பது உடலைத் தூய்மைப் படுத்துதலுக்காக மட்டும் மேற்கொள்ளப்படும் ஒரு செயல் அன்று. அது உயிர்களின் உலக வாழ்வின் சுழற்சியைக் காட்டும் ஒரு குறியீடாகும். புனித நீர் இறந்த உடலில் படுவதால், தெளிக்கப்படுவதால் உயிர் பெறும் நிகழ்ச்சிகள் நம் புராணங்களில் மிகுதியுண்டு. பகீரதன் தன் முன்னோர் உயிர்பெற வேண்டி தவத்தினால் கங்கையைப் பூமிக்கு வரவழைக்கிறான். கங்கையின் நீர் பட்டவுடன் இறந்தவர்கள் அனைவரும் உயிர் பெறுகின்றனர். முனிவர்களின் கையில் உள்ள கமண்டல நீர் இங்கு ஆராயத்தக்கது. அந்நீரினைத் தெளிப்பதால் இறந்தவற்றை உயிர்ப்பிக்கவும், நெறி தவறியவற்றை இறக்கச் செய்யவும் அவர்களால் முடிகிறது. பெரும்பாலும் முனிவர்களின் சாபங்கள் அவர்தம் கையிலுள்ள கமண்டல நீரைத் தெளித்த

நிறைகுளத்துச் சாத்தன், சாத்தன்குடி, மதுரை மாவட்டம், பொ.ஆ.8

பின்னே அளிக்கப்படுகின்றன அல்லது விடுவிக்கப்படுகின்றன. பிரம்மன் படைப்புக் கடவுளாகப் புராணங்களில் அறியப்படுகிறார். அவர் கையில் உள்ள கமண்டலம் நோக்கத்தக்கது. உயிர்களின் உற்பத்திக்குப் பஞ்சபூதங்களில் நீரின் இன்றியமையாமை புரி படுகிறது.

இறைத்திருமேனிகளுக்கு அபிடேகம் என்னும் நீராட்டல் என்பது இறை வழிபாட்டில் மிகவும் முக்கியத்துவம் வாய்ந்தது. ஒவ்வொரு நாளும் செய்யப்படும் அபிடேகமானது தூய்மைக்கு மட்டுமல்ல. அந்நிகழ்வு பழையன விடுத்து புதியனவாய் தோன்றுதலைக் குறிக்கும் ஒரு குறியீட்டு நிகழ்ச்சியாகும். பன்னிராண்டுகளுக்கு ஒருமுறை நடைபெறும் குடமுழுக்கு என்பதும் மீண்டும் அக்கோயிலில் வீற்றிருக்கும் தேவதைகளுக்கு உயிர் எழுப்புவிக்கும் நிகழ்ச்சியேயாகும். குடத்திலிருந்து நீர் மூலம் அத்தெய்வங்களுக்குச் சக்தியூட்டப்படுகின்றன. குடம் என்பது இங்குக் குறிப்பிடத்தக்கது. குடம் என்பது தாயின் கருவறையைக் குறிக்கும். அதிலிருக்கும் நீர்தான் சிசுவுக்கு உயிர் கொடுக்கிறது. மேலும் கும்பநீரும் கோயில்களின் கலசங்களின் மீதே ஊற்றப்படுகின்றன. கலசங்கள் பிரபஞ்ச சக்தியைச் சேமிக்கும் கலன்களாகச் செயல்படுகின்றன. எனவே, அவற்றிற்கு உயிரூட்டலும் கருவறையிலுள்ள கடவுளர்க்கு சக்தியூட்டலும் குடமுழுக்கு விழவில் நடத்தப்படுகிறது. திருவெள்ளறையில் உள்ள ஸ்வஸ்திக வடிவக் கிணறு புனித நீராடலினால் உயிர்கள் பெறும் சுழற்சி முறையைக் காட்டும் ஒரு குறியீடாக வடி வமைக்கப்பட்டுள்ளது. வாழ்வியல் காட்சிகளை நீராடும் குளங் களின் படித்துறைகளில் வடித்து வைத்தல் பண்டைய மரபாக இருந்தது. திருவண்ணாமலை சின்னையன்பேட்டை குளத்தின் படிகளில் வடிக்கப்பட்டுள்ள வாழ்வியல் தொடர்பான சிற்பக் காட்சிகள் இங்குக் குறிப்பிடத்தக்கது. கோயில்களில் பிற்காலக் கலைப்பாணியாக வசந்த மண்டபங்கள் எழுப்பப் பெற்றன. விசயநகரர் காலத்தில் இம்மண்டபங்கள் அதிக எண்ணிக்கையில் கட்டப்பெற்றன. வசந்த மண்டபங்களில் நீராடல் உற்சவங்கள் நடைபெறும். வசந்த காலங்களில் மக்கள் ஒருவர் மீது ஒருவர் மஞ்சள் நீரைப் பீய்ச்சியடித்துக் கொண்டு விளையாடும் விழவுச் சடங்கு நாட்டார் வழிபாட்டில் இடம்பெற்றுள்ளது. நாட்டார்

வழக்குகளில் பெண் தெய்வங்களுக்கு நடத்தப்படும் மஞ்சள் நீராட்டு என்பது முக்கிய சடங்கு நிகழ்வாகும். பருவமடைந்த பெண்ணிற்கு செய்விக்கப்படும் பூப்புனித நீராட்டு அவள் மற்றொரு பருவ நிலையை எய்தி விட்டதைக் குறிக்கிறது. புலையர் பழங்குடியில் இக்கன்னிப் பெண்ணிற்கு நடத்தப்படும் புனிதநீராட்டு நீண்ட சடங்குகளைக் கொண்டதாக அமைந்துள்ளது. அப்பெண் பூப்படைந்த முப்பது நாட்களுக்கு பின் குளத்திலோ அல்லது நீர்நிலையிலோ ஏழேழு முறை முழுகி எழுந்திருக்க வேண்டும். இது அப்பெண்ணிற்கு தாய்மைச் சக்தியை தருவதாக அம்மக்கள் நம்புகின்றனர். வீடுகளிலும், கோயில்களிலும் முகப் பில் யானைத்திருமகளின் திருவுருவம் வைக்கப்படுதல் மரபு. அச்செய்யோளை யானைகள் இருபுறமும் நின்று துதிக்கையில் உள்ள குடநீரினால் புனித நீராட்டும் காட்சியே இச்சிற்பத்தில் முக்கியத்துவம் வாய்ந்தது.

புகாரில் நடைபெற்ற இந்திரவிழாவில் ஐம்பெரும் குழுவி னரும், எண்பேராயத்தினரும், அரச குமரரும், வணிக இளைஞரும் தத்தமக்கு உரிய தேர்களில் ஏறிச் சென்று, “அரசன் வெற்றி கொள்வானாக” என்று, வாழ்த்துக் கூறி இந்திரனுக்கு நீராட்டு விழா நடத்தினர். குறுநில மன்னர்கள், குடங்களில் காவிரிநீர் கொண்டுவந்து இந்திரனுக்கு மஞ்சனம் ஆட்டி நீர் முழுக்குச் செய்வித்தனர். இந்த நீராட்டுதலே தலைமை விழாவாகக் கருதப்பட்டது. அதனால் இது நீராட்டு விழா எனவும் சிறப்பித்துக் கூறப்பட்டது.

கடலில் நீராடும் பரதவ மகளிர் பனை நுங்கின் நீரையும், கருப்பஞ் சாற்றையும் கலந்து பருகிக் கடலில் பாய்ந்து நீராடு வராம். சிலப்பதிகாரத்தின் கடலாட்டுக் காதையில் இந்திர விழா நாட்களில் கடலில் நீராடல் சிறப்பிற்குரியதாகவும், உள்ள உவகை தரக்கூடியதாகவும் இருந்தமை விளக்கப்படுகிறது. திரு ஞானசம்பந்தரும் தனது மயிலைப் பதிகத்தில் “மாசிக்கடலாட்டு காணாதி போதியோ பூம்பாவை” என்று மாசித் திங்களில் இறை வனாகிய சிவபெருமானுக்கு நடைபெறும் கடலாட்டைக் குறிப் பிடுகிறார். பல சிவ, வைணவத் தலங்களிலும் தீர்த்தவாரி என்பதாக புனித நீராட்டு நடைபெறுகிறது. இந்த தீர்த்தவாரி

என்பது அத்தலங்களின் குளத்தினை அடிப்படையாகக் கொண்டது. ஆயினும் அருகில் ஆறு, கடல் இருப்பின் அவற்றிலும் அவ்விழா நடத்தப்பெறுகின்றது. சூரிய, சந்திர கிரகணங்கள் முடிந்த பின்பு நீர்நிலைகளில் குறிப்பாக கடலில் நீராடுதல் என்பது அந்த கிரகணங்களினால் உடலுக்கும், மனதுக்கும் ஏற்பட்டுள்ள தீதினை நீக்கிக்கொள்ள மேற்கொள்ளப்பட்டதாகும். இவ்வழக்கம் இந்தியர் களிடையே மட்டும்தான் கைக்கொள்ளப்படுகிறது என்பது நோக்கத்தக்கது.

பருவகாலங்களைச் சார்ந்திராமல் எல்லாக் காலங்களிலும் தண்ணீர் வேண்டுமென்ற தேவையால் ஆதிக்குடிகள் வேறு வழியின்றி ஆற்றுப் பள்ளதாக்குகளில் மட்டுமே அடர்த்தியாகக் குடியமர்ந்தனர். குறிப்பாக இந்தியா போன்ற பருவமழையின் ஆதிக்கமுள்ள நாட்டில் ஏறக்குறைய மொத்த மழையும் அக்டோபர் நடுவாக்கில் முடியும் 18 வாரங்களிலேயே கொட்டித் தீர்த்து விடுகிறது. பெரிய நதிகளில் பிரம்மபுத்திரா அதிகமும் நாட்டுக்கு வெளியில் உயர்ந்த மலைகளில் ஓடுகிறது. சிந்துவும் கங்கையும் வடக்கில் ஆதிக்கம் செலுத்துகின்றன. தீபகற்பத்தின் அடித்தளத்துக்கு நர்மதையும் மகாநதியும் நீர் வழங்குகின்றன. முக்கோணமாக அமைந்துள்ள தீபகற்பத்தின் நடுவில் கிருஷ்ணா - கோதவரி நதிகள் குறுக்கு வெட்டிச் செல்கிறது. இன்னும் தெற்கில் மிகவும் மதிப்புக்குரிய ஆறாகக் காவேரி இருக்கிறது. இருந்தாலும் சிந்து மட்டுமே ஒரு பெரும் நகர நாகரிகத்தை வளர்த்தெடுக்க முடிந்தது. நாட்டின் மீதப் பகுதியோ உணவு சேகரிப்பு மூலம் நிலையற்ற - நிச்சயமற்ற பிழைப்பு நடத்திய, கைவினைத் தொழிலில் தங்களை ஈடுபடுத்திக் கொண்ட, ஒரு சிறு அளவான வேளாண்மை மேற்கொண்ட குடிகளாகவே மக்கள் வாழ்க்கை நடத்தியுள்ளனர். அவர் வாழ்க்கையில் நீரின் தேவை என்பது மிகவும் உயர்ந்ததாகக் கருதப்பட்டது. அணைகள் எந்த அளவுக்கு தேக்கத்துக்குக் காரணமாக அல்லது தேக்கத்தின் அடையாளமாக இருந்தன என்பது ஊக்கத்துக்குரிய விசயமாகவே தங்கி இருக்கிறது.

எனவே நீருக்கான போராட்டம் என்பது குறிப்பான முக்கியத் துவம் கொண்டிருந்தது இயல்பே. இந்திரன் அப்சு - ஜித் அதாவது 'தண்ணீரை வென்றவன்' எனப்படுகிறான் (RV. 8.13.2, 1.100. 11. 11, 6. 44.18 முதலியன).

வேதத்தில் வரும் இந்திரன் திரும்பத்திரும்ப ஓடைகளை விடுவித்து விட்டவனாக வருணிக்கப்படுகிறான். மாக்ஸ் முல்லரின் காலத்தில் இது ஒரு இயற்கை சார்ந்த கட்டுக்கதையாக எடுத்துக் கொள்ளப்பட்டது. சிறைப்பட்ட மேகங்களில் இருந்து விடுபட்ட ஒடுக்கப்பட்ட நீர்களை விடுவிக்கும் மழைக்கடவுளின் ஒரு கவிதைவழி பிரதிபலிப்பாகக் கொள்ளப்பட்டது. இந்தச் சாகசம் பற்றிப் பதிவாகி ஆனால் புறக்கணிக்கப்பட்ட விவரங்கள் அத் தகைய ஒரு விளக்கத்தை அறவே அசாத்தியம் ஆக்குகின்றன. விருத்திரன் என்ற ஒரு கொடியவனின் பிடியிலிருந்து ஆறுகளை விடுவித்தான் இந்திரன். இந்தச் சொல்லைத் திறமிக்க மொழி இயலார் இருவர் பகுத்தாய்ந்திருக்கிறார்கள் (அவர்கள் இரானிய (ஆரிய) மற்றும் சமஸ்கிருத ஆவணங்களில் முழு ஞானம் உள்ளவர்கள்). இவர்கள் உற்பத்தி முறைகள் பற்றிய கோட்பாடு வகுப்பதுபற்றி அலட்டிக் கொள்ளவில்லை. வெறும் மொழியியல் பரிசீலனைகளில் இருந்து அவர்கள் கண்ட முடிவு, விருத்ரா என்றால் 'தடை', 'தடுப்பு' அல்லது 'bloquage' என்பதாகவே இருந்தது, ஒரு கொடியவன் ஒரு கறுப்புப் பாம்பைப் போல் படுத்திருக்கிறான். ஆறுகள் ஒரு அசையா நிலைக்குக் (தஸ்தா பானா:) கொணரப்பட்டன. இந்திரனின் அதிரச் செய்யும் ஆயுதத்தால் (வஜ்ர) 'கொடியவன்' தாக்கப்பட்டபோது நிலம் வளைந்தது, நெளிந்தது; கற்கள் ககரங்கள் போல் உருண்டோடின, ஒடுக்கப்பட்டிருந்த தண்ணீர்கள் கொடியவனின் சரிந்த உடல்மீது பாய்ந்தோடியது.

நகரங்களை இந்திரன் வீழ்த்தினான் என்பது நீருக்காகத்தான். இந்திரன் மட்டுமல்ல, எல்லாருமே நீருக்காகச் சண்டை போடு கிறார்கள் (RV 4.24.4). குழந்தைகளுக்காக (தனயே) கால்நடைக்காக (கோஷு), நீருக்காக (அப்சு) எல்லாம் அவர்கள் போரிடுகிறார்கள். (RV. 6.25.4); இரு தரப்புகளுமே இந்திரனிடம் வெற்றிக்காக வேண்டுவது இயல்புதான். ஆரியப் பழங்குடிகளிடையில் போர் நடவடிக்கைகள் அதிகரித்து வருவதை இது காட்டுகிறது. ஒரு மேய்ச்சல் நாடோடி வாழ்க்கையில் இருந்த பலதரப்பட்ட முரண் பாடுகள், நாகரிகங்கள் மீது நடந்த பயனுள்ள திடீர்த் தாக்குதல் களின் மரபு இப்போது மறைந்தது; விவசாயத்தில் குடியமரும் தேவை வளரத் தொடங்கியது.

6. நெய்தல் - நீர்த்துறை தலைவன் - இந்திர விழா

நீரினைப் பாதுகாத்தல் அல்லது சேமித்து வைத்தல் என்பது மிகவும் பண்டையத் தமிழ் மரபாகும். இம்மரபானது நீர் எப்பொழுதும் ஆறு மற்றும் ஓடைகளின் வழியே ஓடி கடலில் கலக்க வேண்டிய நிலைக்குச் சற்று மாறானது. அதாவது தேக்கி வைக்கப்பட்ட நீரின் கொள்ளளவு நிரம்பியவுடன் நீர் வெளியேறி, அதன் வழி ஓடி கடலை அடையும். எனவே அணைகள் என்பது தமிழரின் நீர்வழிப் பண்பாட்டில் முக்கிய இடம் வகித்திருந்தது எனலாம். தமிழர் மரபில் மட்டுமின்றி உலகின் பண்பட்ட பழைய நாகரிகங்களின் தழைத்தோங்கலுக்கு நீர் சேமிப்பே முக்கிய காரணமெனில் அது மிகையன்று. நீர் சேகரித்தலின் இன்றியமையாமையை புறநானூற்றுப் பாடலொன்று (புறநானூறு 18-ஆம் பாடல்) அதன் உச்சக்கட்ட காட்சியாக விளக்குகிறது. நீரின்றியமையாது உலகு என்ற பொய்யாமொழியின் தத்துவக் கோட்பாட்டை இப்பாடல் கீழ்க்கண்டவாறு விளக்குகிறது.

"முழங்கு முந்நீர் முழுவதும் வளைஇப்
பரந்துபட்ட வியன்ஞாலம்
தாளிற் றந்து தம்புகழ் நிறீஇ
ஒருதா மாகிய வுரவோ ரும்பல்
ஒன்றுபத் தடுக்கிய கோடிகடை யிரீஇய

பெருமைத் தாகநின் னாயு டானே
நீர்த்தாழ்ந்த குறுங்காஞ்சிப்
பூக்கதூஉ மினவாளை
நுண்ணாரற் பருவராற்
குரூஉக்கெடிற்ற குண்டகழி

வானுட்கும் வடிநீண்மதில்
மல்லன்மூதூர் வயவேந்தே
செல்லு முலகத்துச் செல்வம் வேண்டினும்

> ஞாலங் காவலர் தோள்வலி முருக்கி
> ஒருநீ யாகல் வேண்டினுஞ் சிறந்த
>
> நல்லிசை நிறுத்தல் வேண்டினு மற்றதன்
> தகுதி கேளினி மிகுதி யாள
> நீரின் றமையா யாக்கைக் கெல்லாம்
> உண்டி கொடுத்தோ ருயிர்கொடுத் தோரே
> உண்டி முதற்றே யுணவின் பிண்டம்
>
> உணவெனப் படுவது நிலத்தொடு நீரே
> நீரு நிலனும் புணரி யோரீண்
> டுடம்பு முயிரும் படைத்திசி னோரே
> வித்திவா னோக்கும் புன்புலங் கண்ணகன்
> வைப்பிற் றாயினு நண்ணி யாளும்
>
> இறைவன் றாட்குத வாதே யதனால்
> அடுபோர்ச் செழிய விகழாது வல்லே
> நிலனெளி மருங்கி னீர்நிலை பெருகத்
> தட்டோ ரம்ம விவட்டட் டோரே
> தள்ளா தோரிவட் டள்ளா தோரே."

— புறம். 18

"உன் இறப்பிற்குப் பின் நீ போக விரும்பும் மறுமைப் பேறாகிய சொர்க்க உலகத்தை நுகரும் செல்வம் விரும்பினும், உலகத்தைக் காக்கும் பிற வேந்தர் தோள் வலிமையைக் கெடுத்து நீ ஒருவனே தலைவனாவதை விரும்பினும், மிக்க நல்ல புகழை இவ்வுலகத்தே நிறுத்துதலை விரும்பினும் அத்தகைய விருப்பத்தை நிறைவேற்ற நீ செய்ய வேண்டிய தகுந்த செயல்களை இப்பொழுது கேட்பாயாக பெரியோனே! நீர் இன்றி அமையாத இவ்வுலகில் வாழும் உயிர்களுக்கெல்லாம் உணவால் வளர்க்கப்பட்ட உடம்பு உணவையே பொறுத்து என்பதால், உணவு கொடுத்தவர்கள் உயிரைக் கொடுத்தோர் ஆவர். ஆதலால், உணவென்று சொல்லப்படுவது நிலத்தோடு கூடிய நீர். நீரில்லா இடத்தில் அந்நீரையும், நிலத்தையும் ஒன்றாக இணைத்துச் செயல்படுத்தியவர்கள் இவ்வுலகத்தில் உடம்பையும் உயிரையும் படைத்தவர்களாவர். நெல் முதலான தானியங்களை விதைத்து மழை வருவாய் ஒன்றையே பார்த்திருக்கும் வானவாரித் தரிசு

நிலமானது இடம் அகன்ற நிலப்பரப்பாயினும் பொருந்தியாளும் அரசனது முயற்சிக்குப் பயன்படாது. ஆதலால் கொல்லும் போர்த் தொழிலை உடைய செழியனே! இதனை அலட்சியப்படுத்தாது, விரைவில் நிலம் பள்ளமாக உள்ள குழிந்த இடங்களில் நெடிய நீண்ட கரையெடுத்து, நீர்நிலை அமைத்து நீரைத் தேக்கி வேண்டு மளவு பயன்படுமாறு பெருகச் செய். அப்படிச் செய்தோர் தாம் செல்லும் உலகத்து அறம், பொருள், இன்பம் மூன்றினையும் இவ்வுலகத்து தம் பேரோடு தளைக்கச் செய்தோர் ஆவர். அந்நீரைப் பெருகச் செய்யாதோர் இவ்வுலகத்து தம் பெயரைத் தளைக்கச் செய்யாதோர் ஆவர்" என நீரின் மகத்துவத்தையும், அதனைக் காப்பவன் பெறும் சிறப்பையும் இப்பாடல் விளக்குகிறது. இப்பாடல் பாண்டிய மன்னனுக்குப் பாடப்பட்டது. பாண்டிய மண்டலம் இயல்பிலே முல்லைத் திணைப் பகுதியாகும். அங்கு நீரினைச் சேமிக்கும் திறனைப் பெற்றிருக்கும் மன்னனே சிறந்த ஆளுமைத் திறன் பெற்றவனாகக் கருதப்படுவான் என்பதைக் கருத்திற்கொண்டு இப்பாடல் பாடப்பட்டுள்ளது. ஏனெனில் குளம் தொட்டு வளம் பெருக்கி, காடு கொன்று நாடாக்கி வேளாண்மை உற்பத்தியைப் பெருக்கினால்தான் நாடு என்னும் பரந்தளவில் மக்கள் வாழும் இருப்பிடம் உருவாகி, வணிகம் செழித்து பண்பாடு தழைக்கும். இதுவே அரசுருவாக்கத்தின் செயற்பாடாகும். இவ்வறி வுரையே பாண்டிய மன்னனுக்குப் புலவரால் சொல்லப்பட்டது.

பாண்டியர்களின் இலச்சினை இங்குக் குறிப்பிடத்தக்கது. அவர் தம் முத்திரைச் சின்னத்தில் இரு கயல்களுக்கு நடுவே வளைத்தடி அமைந்திருக்கும். அது செங்கோல் என்று பேரரசு உருவான காலத்தில் போற்றப்பட்டது. எனினும் அதன் தொடக்க நிலை அக்கருவி கால்நடைகளுக்கு இலை, தழைகளை மரங்களிலிருந்து பறிக்க உதவும் ஆயர் தம் கையிலுள்ள கருவியாகும். இக்கருவி செண்டாக மாறியது பிற்காலத்தில். பாண்டிய மண்டலத்தின் ஆதிகுடி மக்கள் நீர்நிலைகளின் நடுவில் இருந்து முல்லைத் திணை நோக்கி இடம்பெயர்ந்து, நீரின் அருமை அறிந்த பின்பு வேளாண்மையைப் பெருக்கி மருதத் திணை ஊர்களை உருவாக்கி, வணிகத்தில் செழிப்புற்று, அதனால் மதுரை, கீழடி போன்ற பெரு நகரப் பண்பாடுகளைத் தன்னகத்தே கொண்டவர்கள். இக்குறியீட்டையே தங்களது முத்திரையில் பதித்தனர். பழை

ஆனை மேல் அய்யன், வயலோகம், புதுக்கோட்டை மாவட்டம், பொ.ஆ.9-10

யோர்களான முந்நீர் வழங்கு பாண்டியன், நிலந்தரு திருவிற் பாண்டியன் ஆகிய பாண்டிய மன்னர்களின் மேற்கண்ட தொன்ம வரலாற்றைச் சங்க நூல்கள் விவரிக்கின்றன.

தன்போக்கில் ஓடிக்கொண்டிருக்கும் நீரைத் தேக்கி வைக்கும் முறை தமிழக வரலாற்றில் பழமையான ஒன்று. இத்தகைய நீர்நிலைகள், குளம், இலஞ்சி, பொய்கை, ஏரி, வாவி, கூவல், குழி எனப் பல்வேறு பெயர்களில் பண்டைத் தமிழர்கள் அழைத் துள்ளனர். வேளாண்மைப் பெருக்கத்திற்குக் காடுகளை அழிப் பதும், குளங்களை வெட்டுவதும் இன்றியமையாதன என்பதனைப் பண்டைத் தமிழர்கள் அறிந்திருந்தனர். இவ்வுண்மையை, காடு கொன்று நாடாக்கி குளம் தொட்டு வளம் பெருக்கி என்ற பட்டினப்பாலைத் தொடர்களால் *(283-284)* அறியமுடிகிறது. மன்னனது கடமைகளுள் ஒன்றாக நீரைத் தேக்குவதும், திசை திருப்பலும் இடம்பெற்றன. ஆறு, ஏரி, ஆழமான குளம் ஆகிய நீர்நிலைகளைக் கடப்பதற்குத் திறனும் துணிவும் இன்றியமை யாதது. அத்தகு ஆபத்துத் தன்மையுடைய நீர்த்துறைகள், வேந்தனது வீரத்திற்கு இணையாகப் புகழப்பெற்றது.

"ஏமுற்றுக் கழிந்த மள்ளர்க்கு
உமணர் வெரூஉம் துறையன்னன்னே"

புறம். *84, 4 – 5*

என்ற அடிகளால் அறியலாம். உப்பு வாணிகம் செய்யும் உமணர்க்கு அச்சம் தரும் நீர்த்துறையானது இவ்விடத்தில் தலை வனுக்கு உவமையாக வந்துள்ளது.

நீர்நிலைகள் நாட்டின் வளத்தினை முடிவு செய்யும் காரணி யாக இருப்பதால் போர்க்காலங்களில் மிகுதியான ஆபத்துகளைச் சந்தித்தன. புறப்பொருள்வெண்பாமாலையில், 'மழபுலவஞ்சி' எனும் துறையில் எதிரி நாட்டை அழிக்கும் பொருட்டு நீர்நிலை களை அழிப்பது குறிப்பாகக் காட்டப்படும். போர்க்காலத்தில் நீர்நிலைகள் யானைகளால் அழிக்கப்பட்டமை குறித்து,

"ஒளிறு மருப்பின் களிறு அவர
காப்பு உடைய கயம் படியினை"

புறம். *15, 9 – 10*

என்ற அடிகளால் அறியலாம். இப்போர்க்கால நிகழ்வே 'மழபுல வஞ்சி' என்ற துறையினுள் பிற்காலத்தில் இடம்பெற்றமையை அறியலாம்.

எல்லைகளாகக் கருதப்பட்ட நீர்நிலைகளைப் பராமரிக்கக் காவலர்கள் பணியமார்த்தப்பட்டிருந்தனர். அகநானூற்றில், ஓரிடத்தில் இரவுக் குறிக்குத் தடையாகத் துயிலாது இருக்கும் அன்னையைத் தலைவி, 'குளக் காவலன்' போன்று உறங்காதிருக்கிறாள் என்று கூறுவாள். ஊரின் நீர்நிலைக் காவல் என்பது கடமை மட்டுமன்று, அஃது மரபோடும் வீரத்தோடும் பண்பாட்டோடும் தொடர்புடையது என்பதாக பண்டைத் தமிழ் மக்கள் விளங்கினர்.

குளங்களில் மழைக்காலங்களில் ஏற்படும் கரை உடைப்பு போன்றவற்றைச் சரிசெய்ய காவலர்கள் நியமிக்கப்பெற்று நீர் நிலைகள் பராமரிக்கப்பட்டதை,

> **"எண்நாள் திங்கள் அனையக் கொடுங்கரைத்**
> **தெளிநீர்ச் சிறுகுளம் கீள்வது மாதோ"**

புறம். 118, 2 – 3

என்ற அடிகளால் அறியலாம். ஊர்களில் நீர்த் தேவைக்காகக் கிணறுகள் வெட்டப்பட்டமையை (புறம் - 132) பாடலின் வழி அறியலாம்.

தூத்துக்குடி மாவட்டத்தில் உள்ள விளாத்திகுளம் பெரிய கண்மாய் கரையில் காவல் காத்து நிற்கும் அய்யன் நிறை குளத்து காவல் சாத்தன் என்று நீரைக் காக்கும் தெய்வமாய் வழிபடப்படுகிறார். இதே மாவட்டத்தில் கம்மாபட்டியில் கன்னங் காத்த அய்யனார் என்று தேக்கி வைத்த நீர்நிலையைத் திறந்துவிடும் மதகு போன்ற கன்னங்களைக் காத்து நிற்பவர் என்ற பொருளில் அழைக்கப்படுகிறார். பெருங்காரையடி முண்ட அய்யனார் கோயில், புதுக்கோட்டை மாவட்டம் ஆலங்குடி வட்டம் குளமங்கலத்தில் வில்லுனி ஆற்றங்கரையில் அமைந்துள்ளது. கீரமங்கலம்-சேந்தன்குடியைச் சுற்றியுள்ள 53 ஊர்களை உள்ளடக்கியதாகச் சொல்லப்படும், தானாண்மை நாட்டு மக்களின் பொதுத் தெய்வமாக இது விளங்குகிறது. பெருங்காரையடி முண்ட அய்யனார் கோயில், பெருங்காரையடி மிண்ட அய்யனார் கோயில்,

பெருங்காரையடி மீண்ட அய்யனார் கோயில் என மூன்று விதமாக அழைக்கப்படும் இக்கோயில் அய்யனார் பெருங்கரையடி முண்டு அய்யனார் என்பதாகக் கொள்ளலாம். இந்தக் கோயிலுக்குக் கிழக்குத் திசையில், சில மைல்கள் தொலைவில், வில்லுனி ஆற்றங்கரையில் அம்பலத்திடல் அல்லது அம்பல மேடு என்ற இடம் உள்ளது. அங்கு மிக பழமையான மக்கள் வாழ்விட அடையாளங்களும், பல முதுமக்கள் தாழிகளும் கிடைத்துள்ளன. அதில் ஒரு புதிர் வட்டம் கண்டுப்பிடிக்கப்பட்டுள்ளது. எனவே, இப்பகுதி தலைவனாக இந்த அய்யனார் விளங்கியிருக்க வேண்டும் என்பது உறுதிப்படுகிறது.

இம்மாவட்டத்தில் பல இடங்களில் பட்டவர், பட்டவையா, பட்டவ அய்யனார், பட்டய்யன் என்ற பெயரில் தெய்வங்கள் வழிபடப்படுகின்றன. பட்டான் கல் என்ற சொற்கள் நடுகல் கல்வெட்டுகளில் இடம்பெறுவன. வீரன் பூசலிலோ, போரிலோ, ஊர்க்காத்தலிலோ, ஆகோளிலோ, இனங்காத்தலிலோ போரிட்டு வீரமுடன் உயிரிழப்பின் அவ்வீரனுக்குக் கல்லெடுத்தல் மரபு. இந்த நினைவு வீரக்கல்லே பட்டான் கல் எனக் கல்வெட்டில் குறிப்பிடப்படுகிறது. இந்நடுகற்களாக இருந்து வழிபடப்பட்டு வந்த வீரர்களே அய்யன்களாக வழிபடப்பட்டு வந்தனர்.

மதுரை நகர்ப்பகுதியில் உள்ள மிகப் பெரிய நீர்நிலையான மாடக்குளத்தின் கரையில் ஸ்ரீஈடாடி அய்யனார் கோயில் உள் ளது. இக்கோயிலின் தலவரலாறு கவனிக்கத்தக்கது. இங்கு சிவபெருமான் அய்யனாராகக் கருதப்பட்டு வழிபடப்படுகிறார். மோகினிக்கு ஈடாக ஆடியதால் சிவபெருமான் இங்கு ஈடாடி அய்யனாராக அழைக்கப்படுவதாகத் தலபுராணம் குறிப்பிடுகிறது.

துங்கபுரம், பெரம்பலூர் மாவட்டத்தில் இருக்கும் ஓர் ஊராட்சி கிராமம் ஆகும். இது முன்பு திருச்சிராப்பள்ளி மாவட்டத்தில் இருந்தது. இங்குள்ள அய்யனார் கோயிலில் அய்யனாருக்குத் தேர்த் திருவிழா நடைபெறுகிறது. பொதுவாக, தேர்த் திரு விழா பெருந்தெய்வங்களுக்கு எடுப்பிக்கப்படுவதாகும். பெருந் தெய்வங்களிலும் அரசுரிமை நிலையில் உள்ள தெய்வங்களுக்குச் சான்றாக மதுரை மீனாட்சி சுந்தரேசுவரர், திருவாரூர், திருவையாறு போன்ற தலங்களைக் கூறலாம். அய்யனார் தென்னகத்தைப்

ஆனை மேல் ஐயன், எருக்குமணிபட்டி, புதுக்கோட்டை மாவட்டம், பொ.ஆ.9,.jpg

பொறுத்தவரை அரசுருவாக்க காலகட்டத்தின் முதன்மை நிலையில் எழுச்சி பெற்றிருந்த வேட்டைக் கடவுள்.

சிவபெருமானின் 64 திருமூர்த்தங்களில் தென்முகக் கடவு ளாகிய தட்சிணாமூர்த்தி வழிபாடு மிகவும் குறிப்பிடத்தக்கது. கோயில் கருவறைத் திருச்சுற்றின் தென்முகக் கோட்டத்தில் இக்கடவுள் உருவம் அமைக்கப்பட்டு வழிபடப்பெறுகிறது. ஆல மர்ச்செல்வன் என்றும், கண்நுதல் கடவுள் என்றும், பிறவா யாக்கைப் பெரியோன் என்றும் சங்க இலக்கியங்கள் குறிப்பிடும் கடவுள் வடிவம் தென்முகக் கடவுளின் திருவுருவே ஆகும். சிவ வழிபாட்டில் காலந்தோறும் இணைக்கப்பட்ட பல்வேறு சிவ வடிவங்களில் ஆலமர்க் கடவுளின் படிமம் காலத்தால் மிகவும் தொன்மையானது. மதுரை மாவட்டத்தில் உள்ள சமய நல்லூர் என்னும் ஊரில் விருதாலுடைய அய்யனார் கோயில் வழிபாட்டுச் சிறப்பு உடையதாகத் திகழ்கிறது. விருதா + ஆல் உடைய அய்யனார் எனப் பிரித்து பார்த்தால் விருதா என்பதற்குக் கனிகளற்ற, விழுதுகளற்ற, வீணான, பயனற்ற என்ற பொருள்களை அகராதி குறிப்பிடுகிறது. எனவே விருதால் என்றால் விழுதுகளற்ற ஆலமரம் என்பதாகப் பொருள் படுகிறது. “கல்லாலின் புடை யமர்ந்து நான்மறை ஆறங்கம்...” என்ற திருவிளையாடற் புராணத்தின் பரஞ்சோதிமுனிவரின் பாடல் வரிகளில் கல்லால் என்பது விழுதுகளற்ற ஆலமரம் எனப்படுகிறது. எனவே, விழுது களற்ற ஆலமரத்தின் கீழ் அமர்ந்திருக்கும் செல்வனாகவே தென் முகக் கடவுள் போற்றப்படுகிறார். விருதால் என்பதுவும் கல்லால் என்பதுவும் ஒரு பொருளைத் தரக்கூடிய இரு சொற்கள். இங்கு விருதாலுடைய அய்யனார் தெய்வம் தென்முகக் கடவுளின் காலத்தால் முந்திய கடவுள் நிலையைக் காட்டுவதாகும். விருது நகர் இராசபாளையத்திலிருந்து 14 கி.மீ. தொலைவில் அருள்மிகு நீர்காத்த அய்யனார் திருக்கோயில் அமைந்துள்ளது. மேலும் இங்கு அய்யனார் அருவி காணப்படுகின்றது. இக்கோயில் அய்யனார் நீர்நிலையைக் காத்து வருவதாகத் தொன்நம்பிக்கை நிலவுகிறது. நீர் வீணாகிப் போகாமல் அதனைச் சேமித்து வைக்கும் நீர் நிலைகளைக் காத்து வருகின்ற அய்யனார் என்ற பொருளில் மேற் கண்ட விருதாலுடைய அய்யனாரை நாம் கருதலாம். மேலும் விருதால் என்பது விருத்தம் என்ற பொருளில் ஆளப்பட்டு

ஆனை மேல் ஐயன், விசலிகுளம், புதுக்கோட்டை

மிகவும் காலத்தால் பழமையான ஆலமரம் என்ற பொருளிலும் கருதப்பட வாய்ப்புண்டு. இத்தொன்மையான பரந்துபட்ட பெரிய ஆலமரத்தின் கீழ் அமர்ந்த அய்யனாக அய்யனாரை வழிபட்ட தொன்மரபை உணரமுடிகிறது.

இந்திர விழா

இந்திர விழாவில் பூவின் அன்ன புன் தலைப் பேடை வரி நிழல் அகவும் இவ்வூர் மங்கையர்த் தொகுத்து இனி எவ்வூர் நின்றன்று மகிழ்ந நின் தேரே? – (ஐங்.62) என்ற ஐங்குறு நூறு பாடலின் மூலம் சங்க காலத்தில் இந்திர விழா கொண் டாடப்பட்டதை அறியமுடிகிறது. சிலப்பதிகாரம் இந்திர விழா சோழர்களின் தலைநகரான புகார் நகரத்தில் சோழ மன்னன் கரிகாற்பெருவளத்தானால் எடுக்கப்பட்டதை உறுதிப்படுத்துகிறது. நீர்வளம் நிரம்பிய சோழ நாட்டில் மழைக் கடவுளான இந்திரன் விழா சிறப்பாக நடைபெற்றது. இந்திரன் பௌத்தம், சமணம் போன்ற சமயங்களிலும் மேன்மை பெற்றவன் என்பதால் இந்திர விழா சமயங்களைக் கடந்த பொதுமக்கள் யாவரும் கொண்டாடி மனம் மகிழும் விழாவாக அமைந்திருந்ததை மணிமேகலை குறிப்பிடுகிறது.

தண்ணறுங்காவிரி பெருந்துறையிலிருந்து புண்ணிய நன்னீர் பொற்குடத்தேந்தி வந்து மண்ணகம் மருள, விண்ணகம் வியப்ப விண்ணவர் தலைவனாகிய இந்திரனை விழுநீராட்டினர். பின்னர் பிற கோயில்களிலும் வழிபாடுகள் நிகழ்த்தினர்.

தமிழக மன்னர்கள் இந்திர விழா எடுக்க வேண்டிய தேவை யென்ன? காவிரிக்குக் கல்லணை கட்டிய கரிகாற் பெருவளத்தான் இந்திரனுக்கும் விழா கொண்டாடினான். ஏனெனில், சங்க கால மானது வேதகாலத்தின் தாக்கம் பெற்றதாக விளங்கியது. அரசர்கள் வேதவேள்விகளில் நாட்டங் கொண்டனர். பல்யாகசாலை முதுகுடுமி பெருவழுதி, இராசசூய வேட்ட பெருநற்கிள்ளி போன்ற பாண்டிய, சோழ மன்னர்கள் வேள்விகளாலேயே புகழ் பெற்றிருந்தனர். எனவே வேதங்களின் தாக்கம் தமிழகத்தில் அதிகமிருந்தது என்பதில் மிகையில்லை. முற்காலப் பாண்டியர்கள் தங்கள் செப்பேடுகளில் (பாண்டியர் செப்பேடுகள் பத்து -

ஐயன் செப்புப் படிமம், சென்னை அருங்காட்சியகம், பொ.ஆ.10

சின்னமனூர் பெரிய செப்பேடு - சுலோகம் - 8) இந்திரனின் வளையை எறிந்ததையும் முடியை உடைத்ததையும் பெருமையாகக் கூறிக்கொள்கின்றனர். வெற்றிக் கடவுளாகிய இந்திரன் அணிந்திருந்த வீர வளையாகிய தோள் வளையை எறிந்ததையும் முடியை உடைத்ததையும் கூறுவதன் மூலம், இந்திர விழவினைப் பாண்டியர்களின் முன்னோர்கள் எடுத்து வழிபட்டனரா என்ற கேள்வி முன்னெழும்புகிறது. இந்திரன் ரிக் வேதப் பாடல்களில் பல பாடல்களுக்குத் தலைவன். ரிக் வேதக் கடவுள் மழைக் கடவுள். மழைக்கு முன்னோடியான இடி என்னும் ஆயுதத்தைத் தாங்கி இருப்பவன். போர்க்கடவுள். வீரன். அரசர்களுக்கெல்லாம் அரசன் என்பனவெல்லாம் ரிக் வேதம் இந்திரனைப் பற்றிப் பாடும் புகழாரங்களாகும். அத்தன்மைகளைக் கொண்ட இந்திரன் ஆரிய தாக்கத்தால் தமிழகத்திலும் பேறு பெற்றான். இங்கு ரிக் வேதம் இந்திரனுக்குக் கூறும் அனைத்துப் பண்புகளையும் ஒருங்கு பெற்றிருக்கும் தமிழகத்தின் அய்யனார் இனக்குழுக்கள் அழிந்து அரசுருவாக்க நிலையில் இந்திரனுக்கு இடமளித்து நகர்த்தப்பட்டார். எனவே இந்திர விழாவின் அந்தத் தலைவன் வடநாட்டாரின் இந்திரன். தமிழகத்தின் வீரத் தலைவர்கள் ஊர்ச்சபைகளோடும், அதன் நிர்வாகத்தோடும், ஊரின் நீர்நிலைகளைக் காத்து நின்ற லிலும் நின்றுவிட்டனர். எனவே ஊரின் தலைவன், ஊரை நிர்வகிப்பவன். ஊர்ப்படையின் தலைவன். வேந்தனுக்குப் போரில் படைகளை அனுப்பி உதவுபவன் என்ற நிலையில் தமிழக அய்யன்கள் நிறை கொண்டனர். பெருவேந்தர்கள் இந்திரனுக்கு நிகரெனக் கருதப்பட்டு பெரும் நிலப்பரப்பை ஆண்டதோடு, பெரும் போர்களுக்கு இந்த ஊர்ப்படையின் தலைவர்களை நினைத்துக்கொண்டனர்.

ஐயன் செப்புப் படிமம், விக்டோரியா ஆல்பர்ட் அருங்காட்சியகம், பொ.ஆ.10

7. பாலை - வணிகப்பெருவழி - சாத்தன்

நாற்திணைக்கும் தலைவனாக அய்யன் திகழ்ந்த நிலையில், "முல்லையும் குறிஞ்சியும் முறைமையில் திரிந்து நல்லியல்பு இழந்து நடுங்குதுயர் உறுத்துப் பாலை என்பதோர் படிவம் கொள்ளும்" என சிலப்பதிகாரம் கூறும் பாலை நிலத்திற்கு அவரே தலைவன் ஆகிறார். பாலை நிலத்தின் தெய்வம் கொற்றவை மக்கள் எயினர் (வேட்டுவர்), விடலை, காளை, மறவர், மறத்தியர் என இலக்கணம் குறிப்பிடுகிறது. பாலை நிலத்தின் ஊராகக் குறும்பு குறிப்பிடப்படுகிறது. குறும்பு பற்றிய பல குறிப்புகள் சங்க இலக்கியத்தில் காணப்படுகின்றன. பாலைத்திணைப் பாடல் களில் குறும்புகளில் கனிமங்களும், நெல்லும், கால்நடைகளும் நிறைந்திருந்ததாகக் கூறப்படுகின்றன. இக்குறும்புகளை அரண் செய்பவன் குறும்பின் தலைவன் ஆவான். இக்குறும்பில் உள்ள செல்வங்கள் அனைத்தும் பூசலிலும், கவர்தலிலும் இருந்து கொண்டுவரப்பட்டவையாம். இதன் தலைவன் அப்பூசலில், இறக்கும் பொழுதில் அவனுக்கு நடுகல் நாட்டப்படுகிறது.

புறநானூறு, அகநானூறு, ஐங்குறுநூறு, பட்டினப்பாலை, மலை படுகடாம் ஆகிய சங்க நூல்களில் நடுகல் பற்றிய குறிப்புகள் பல உள்ளன. அக நூல்களான அகநானூறு ஐங்குறுநூறு ஆகியவற்றில் பாலைத் திணைப் பாடல்களில் மட்டுமே நடுகல் பற்றிய குறிப்புகள் உள்ளன. பாலை நிலத்தின் வழியே பயணம் செய்பவர்களின் பொருட்களைக் கைப்பற்றி அவர்களைக் கொல்லும் கள்வர்கள் அங்கு உண்டு. தலைவன் பொருள் சேர்க்க பாலை நிலம் வழி யாகச் செல்வான். தலைவனும் தலைவியும் உடன்போக்கில் இந்த நிலத்தைக் கடந்து செல்வார்கள். அங்கு இறந்தவர்களுக்காக நாட்டிய நடுகற்கள் இருக்கும். உப்பு வணிகர்களாகிய உமணர்கள் அவ்வழியே செல்வார்கள். உமணரும் உப்புச் சகடமும் போகும் நிலையை அகப்பாடலொன்று (65) பதிவிடுகின்றது.

நாகீசுவரர் கோயில் ஐயன், கொடுவாயில், திருப்பூர் மாவட்டம், பொ.ஆ.11-12

“அணர்ச் செவிக் கழுதைச் சாத்தொடு, வழங்கும்
உல்குடைப் பெரு வழிக் கவலை காக்கும்
வில்லுடை வைப்பின் வியன் காட்டு இயவின்”

(பெரும்பா. 80 முதல்)

உமணச்சாத்து போன்றே கழுதைச் சாத்தும் பாலைவழி சென்றதையும், அதனைக் காக்கும் வீரனையும் சங்கப் பாடல் கூறுகின்றது. உல்குடை பெருவழியில் சாத்துகளுக்கு காவலாய் நின்றவன் சாத்தன். அவன் சாத்தின் அதாவது அந்த வணிகக் கூட்டத்தின் தலைவனாயும் வீரனாயும் இருக்கிறான். சாத்துகள் செல்லும் பெருவழி நிலமான பாலைத் திணையின் ஆறலைக் கள்வர்களிடமிருந்து சாத்தின் பண்டங்களையும், கால்நடைகளையும் வணிகர்களையும் காத்து நிற்கின்றான். வணிகக் கூட்டத்தினர் பொருட்களோடு ஊரில் வந்து தங்கும் வேளையில் கொள்ளையரிடமிருந்து அவர்களைக் காக்க தண்ணுமை என்னும் இசையை முழக்கி வணிகர்களை அப்பாதையில் செல்ல வேண்டாமென தடுத்துள்ளனர் என குறுந்தொகை (390) பாடல் குறிப்பிடுகின்றது. ‘சாத்து எறிந்து’ என்ற சொல்லாடல் அகப் பாடல் (291)-இல் சுட்டப்படுகின்றது.’ இதற்கு வணிக கூட்டத்தாரோடு சண்டையிட்டு, அவர்தம் பொருட்களைக் கவர்ந்து கொள்ளும் கொடுவில் ஆடவராகிய மழவர்களைக் குறிப்பிடுகிறது.

தன்னுடைய பெண், அவளுடைய தலைவனுடன் உடன் போக்கில் பாலை நிலத்தின் வழியே சென்றதால், வருந்தி, பாலை நிலத்தில் உள்ளவற்றைப் பற்றிக் கூறுகின்றாள் ஒரு தாய்,

நடுகல் பீலி சூட்டித் துடிப் படுத்துத்
தோப்பிக் கள்ளொடு துரூஉப் பலி கொடுக்கும்
போக்கு அரும் கவலைய புலவு நாறு அரும் சுரம்

(அகம். 35)

நடுகற்கள் மயில் தோகையால் அலங்கரிக்கப்படும். துடி அடித்து அரிசிக் கள்ளை அவற்றின் மீது ஊற்றுவர். செம்மறி ஆடுகளைப் பலி கொடுப்பார்கள் (துரூ = செம்மறி ஆடு). போக்குவரத்து இல்லாத வளைந்த பாதைகளை உடையது இறைச்சி நாற்றம் அடிக்கும் அரிய பாலை நிலம்

ஈங்கூர் அய்யனார்

ஓதலாந்தையார் யானையின் தும்பிக்கைச் சொர சொரப்பை, எழுத்துக்கள் பொறித்த நடுகல்லுடன் ஒப்பிடுகின்றார்,

> விழுத்தொடை மறவர் வில்லிடத் தொலைந்தோர்
> எழுத்துடை நடுகல் அன்ன விழுப் பிணர்ப்
> பெருங்கை யானை

(ஐங்குறுநூறு 352, 1-3)

கள்வர்களுடைய வில்லினால் செலுத்திய குறித் தப்பாத அம்பு களால் உயிர் இழந்தோர்களுக்கு நட்ட எழுத்துகளையுடைய நடுகற்களைப் போன்று உள்ளது, யானையின் தழும்புடைய பெரிய தும்பிக்கை என்கிறது மேற்கண்ட பாடல். வணிகத்தின் மூலமே எழுத்துகள் பரவின. வணிகம் நடைபெறுவதற்கான ஆவணங்களை எழுதுவதற்கான எழுத்துகளை அவர்கள் நன்கு அறிந்திருந்தனர். எழுத்துகளின் வளர்ச்சியில் வணிகர்களின் பங்கு மிகுதியானது என்பது மெய்.

கொங்குமண்டலத்தில் அய்யனார் கோயில்கள் பெருவழிப் பாதையில் அமைந்திருக்கின்றன. கல்வெட்டுடன் கூடிய அய்யனார் சிற்பங்கள் இரண்டு கொங்குப் பகுதியில்

கிடைத்துள்ளன. கொங்கப் பெருவழி கால்நடை வணிகர்களின் பெருவழிப்பாதையாகும் என்பது அறிந்ததே.

மலைபடுகடாம் என்ற ஆற்றுப்படை நூலில் ஒரு பாணர் இன்னொரு பாணருக்கு நன்னன் என்ற குறுநில மன்னனின் நாட்டுக்குச் செல்லும் வழியைப் பற்றி கூறும்போது நடுகற்களை அவர் காண்பார் என்று கூறுகின்றார்,

“ஒன்னார்த் தெவ்வர் உலைவு இடத்து ஆர்த்தென
நல்வழிக் கொடுத்த நாணுடை மறவர்
செல்லா இல்இசைப் பெயரொடு நட்ட
கல் ஏசு கவலை எண்ணு மிகப் பலவே
இன்புறு முரற்கை நும் பாட்டு விருப்பு ஆக
தொன்று ஒழுகு மரபின் நும் மருப்பு இகுத்துத் துனைமின்”

(மலை. 386 – 391)

தம் உயிரைக் கொடுத்த நாணமுடைய வீரர்களின் நீங்காத பெரும் புகழுடைய பெயர்களோடு நடுகற்கள் பல உண்டு வளைந்த பாதையில். உங்களுடைய பாட்டு இன்பத்தைத் தரும் வகையில் தாளத்தோடு பாடுங்கள். தொன்றுத்தொட்டு வழங்கும் மரபு முறைப்படி உங்கள் யாழை இயக்கி, நடுகற்களை வணங்கிவிட்டு நீங்கள் செல்லுங்கள்.

மதுரை மருதன் இளநாகனார் பாலை நிலத்தில் உடைந்த நடுகல் ஒன்றைப் பற்றி விவரிக்கின்றார் இந்தப் பாடலில்,

மரம் கோள் உமண்மகன் பெயரும் பருதிப்
புன்தலை சிதைத்த வன்தலை நடுகல்
கண்ணி வாடிய மண்ணா மருங்குல்
கூர் உளி குயின்ற கோடு மாய் எழுத்து

(அகம். 343)

“உப்பு வணிகரின் மர மாட்டு வண்டியின் சக்கரம் வலுவான நடுகல்லின் மெல்லிய மேல் பகுதியைச் சிதைத்துவிட்டது. இட்ட மாலை வாடி, நடுகல் கழுவப்படாமல் உள்ளது (மண்ணா = கழுவாது). கூர்மையான உளியால் அதன் மீது செதுக்கிய எழுத்துகள் அழிந்துவிட்டன.”

நடுகற்கள் ஏரிக்கரையிலும், ஆற்றங்கரையின் அருகிலும், ஊரின் புறத்தேயும், காட்டுப் பகுதியிலும் நடப்பட்டன. இலக்கியங்களில் சுட்டப்படுவது போன்று நடுகற்கள் பாலை நிலத்தின் கண் மரத்தின் நிழலில் அச்சம் தரக்கூடிய வகையில் தனிமையான இடத்தில் அமைந்துள்ளன என்பதை அறியமுடிகிறது. நடுகற்கள் இருந்த இடங்களைப் பற்றி சங்க இலக்கியத்தில் சில சான்றுகள் கிடைக்கின்றன. பாலை நில வழிகளில் நடப்பட்ட நடுகற்கள் சாத்துகளோடு தொடர்புடையவையாக இருக்க வேண்டும். இடைக்காலத்தில் வணிகர்கள் தங்களுக்கென ஒரு படையை வைத்துக்கொள்ள அரசரிடம் அனுமதி பெற்றுள்ளார்கள் என்பது குறிப்பிடத்தக்கது. ஆனால், அதற்கு முன்பு சங்க கால வணிகத்தின் போது நடைபெற்ற சாத்துகளோடு தொடர்ந்த கள்வர் பூசலில் வீரமரணம் அடைந்த வீரருக்கு அந்த வணிகக் கூட்டத்தினரால் நடுகல் நடப்பட்டுள்ளது. அவ்வீரன் அக்கூட்டத்தின் வழிபடு தெய்வமாய் நின்றான். வணிகத்தார்களில் பல குடியினருக்கு அய்யனார் குலதெய்வமாக விளங்குவது கண்கூடு. மேலும் பெண்தெய்வங்களுக்கு அடுத்த நிலையில் அய்யனே முதன்மை தெய்வமாக அக்குலத்தார்க்கு விளங்குகிறார்.

8. குடித்தலைவர் - பாதீடு - உரிமை

பாதீடு என்பது தொல்குடிகளின் பகிர்ந்துண்ணலையும், பங்கீட்டையும் குறிக்கிறது. பகுத்து இடுவது, பாதீடு. பகுத்து - பாத்து - பாது; இடு - ஈடு; கவர்ந்து கொண்டு வந்து ஊர் மன்றத்தில் நிறுத்திய ஆநிரைகளை அவரவர் (மறவர்) தகுதி அறிந்து பகுத்துக் கொடுப்பதால் பாதீடு எனப் பெற்றது. பாதீடு என்னும் துறையாக தொல்காப்பியம் இலக்கணம் வகுத்தது. தொல்காப்பியத்தின் சுவடி ஒட்டியே புறப்பொருள் வெண்பாமாலையும் இதனை விரிவாக ஆய்ந்து இலக்கணம் கூறியது. பாதீடு முதலிய 6 துறைகள் பகுத்தல் என்பதில் அடங்கும்.

பற்றாக்குறைப் பொருளியல் நிலை காரணமாக யாரும் பாதிக்கப்படக் கூடாது எனும் நோக்கில் தொல்குடிச் சமூகங்கள் பகுத்தல் மரபை ஒரு விதியாகவே (law of division) பின்பற்றினர். இம்மரபு உரிமை, உழைப்பு, துய்த்தல் ஆகிய மூன்று நிலைகளிலும் கடைபிடிக்கப்பட்டது.

தொல்குடிச் சமூகங்களில் பகுத்தல் விதி எவ்விதம் கடை பிடிக்கப்பட்டது என்பதை மானுட - ஒப்பியல் உத்தி வாயிலாக ஆய்வாளர்கள் எடுத்துக்காட்டியுள்ளனர். பகுத்துண்ணல் குறித்துக் கைலாசபதி கூறுவது: 'மிகப் பழங்காலத்திலிருந்து வழிவழியாக வந்த கூட்டு வாழ்க்கை முறையில் பகுத்துண்ணுதலும் கூட்டுண்ணுதலும காணப்படும். இவை சான்றோர் செய்யுட்களில் காணப் பட்டமையாலேயே பழந்தமிழ் இலக்கணம் வகுத்த தொல் காப்பியம் புறத்திணையில் 'படை இயங்கரவம்' எனும் சூத்திரத்தில் பாதீடு என்றொரு துறையைக் கூறுகிறது. போர்வீரர் தாம் கவர்ந்த நிறையைத் தமக்குள் பங்கிடுவதைக் கூறும் துறை இதுவென இலக்கணக்காரர் விளக்கம் கூறுவர். பாதீடு என்றால் பங்கிடுகை என்பது பொருள். செல்வத்தைக் கொள்ளையிடல்

உலகெங்கும் வீரநிலைக் காலத்தில் காணப்படும் போர் நிகழ் வாகும்.'

கொள்ளையிடப்பட்ட செல்வத்தைப் பகிர்ந்துகொள்ளுதலும் (பாதீடு), கொடையாக வழங்குதலும் உண்டு என்பதை சங்க இலக்கிய செய்யுட்கள் நமக்கு எடுத்துக்காட்டும். கிட்டும் செல் வத்தைப் பகிர்ந்துகொள்வது கொள்ளைப் போர்களின் நியதி என ரொமிலா தாப்பர் கருதுகிறார். இப்பாதீடு குருதித் தொடர்புடை யோர் இடம்பெறும் சபையில் நிகழும் எனவும் அவர் கூறுவார். கொள்ளைப் பொருளைப் பாதீடு செய்யும் பணியைக் குழுத் தலைவன் அல்லது முதியவர் ஏற்பர். தாயம் (கழங்கு) உருட்டியோ குடவோலை (கரையோலை) எடுத்தோ ஒவ்வொருவருக்கும் உரிய பங்கு தீர்மானிக்கப்படும். சங்கப்பாக்களில் தலைவனின் முன்றிலில் தலைவியின் மேற்பார்வையில் பகுத்தல் நடைபெற்ற தாகக் கூறப்படுகிறது. பாதீடில் ஏற்றத்தாழ்வைத் தவிர்ப்பதற்காகச் சீட்டுக்குலுக்கல் (lot) கடைபிடிக்கப்பட்டதாக ஆய்வாளர்கள் எடுத்துக்காட்டியுள்ளனர். தொல்குடிச் சமூகங்களில் பகுத்தல் நியதி குலுக்குச்சீட்டு (குடவோலை) எடுத்தல், தாயம் உருட்டுதல் மூலம் நடைமுறைப்படுத்தப்பட்டதால், தனக்கு நல்ல பங்கு கிட்ட வேண்டி வடபுலத்தில் ஒவ்வொருவருக்கும் உரிய பங்கைத் தீர்மானிக்கும் (பாகம், அம்சம்) தெய்வங்களை வழிபட்டனர் எனவும், இதுவே காலப்போக்கில் தனக்குரிய பங்கு தலைவிதி யால் (late) தீர்மானிக்கப்படுவதாகக் கருதும் மரபாக மாற்றமுற்றது எனவும் தேவிபிரசாத் சட்டோபாத்தியாயர் உள்ளிட்ட ஆய் வாளர்கள் எடுத்துக்காட்டியுள்ளார்கள். 'பால்' எனும் தமிழ்ச் சொல் குறித்த ஆய்வில் கைலாசபதியும் இக்கருத்தையே எதி ரொலிக்கிறார். 'அணங்கறி கழங்கு' எனும் அடிகள், பகுத்தலில் கழங்குப் பயன்படுத்தப்பட்டதால் அது தெய்வத்தன்மை பெற்ற தாகக் கருதப்பட்டது எனும் செய்தியை அறிவிப்பதாகும். கொங்கு மண்டலத்தில் நாட்டார் வழிபாட்டில் பெண்தெய்வங்கள் கழங்குகளுடன் காட்டப்படுகின்றன. அந்த அம்மன்களின் வரலாறு கழங்காடும் அவர்தம் சிறப்பையும் அப்பெண்டிர் தெய்வ நிலை அடைந்த பின்பு தம் குடிகளுக்கு முறையாகப் பகுத்தளித்தலையும் இது காட்டி நிற்கிறது எனலாம்.

பாதீடு, பகுத்துண்ணுதல் போன்றவற்றைச் சுட்டிக்காட்டும் பல புறப்பாடல்கள் வல்லாண் முல்லை, மூதின்முல்லை என்னும் துறைகளில் அமைந்துள்ளமை இங்குச் சுட்டிக்காட்டத்தக்கது (புறம்: 46, 118, 319, 320, 326, 330, 331, 332, 333, 334). அரசனது போரின் போது அவனோடு சென்றுவிட்ட வீரனின் மனைவியும் (புறம்.319), கையில் வில்லேந்தியவாறு சிற்றில்லின் வாயிலின் கண்ணயர்ந்துள்ள வீரனின் மனைவியும் (புறம்.320) தன் இல்லத்தில் இருப்பதைப் பகிர்ந்துண்ணும்படி பாணர்களை அழைப்பது இங்கு நோக்கத்தக்கது. உடும்பின் தசையைத் தயிரில் ஊறவைத்து உண்ணும் முல்லை நிலத்தலைவனின் மனைவி அதனை விருப்போடு பாணர்கட்கும், மற்றும் வரும் விருந்திற்கும் அளிக்க பெருவிருப்புக் கொண்டவளாய் இருக்கிறாள் (புறம்.326). இப்பெண்ணின் தலைவனோ அரசனிடம் போரில் எதிராளி வேந்தனின் தலைமையான யானையைக் கொன்று அதன் நெற்றி யில் இருந்த ஓடையைத் தன் அரசன் கையால் பரிசிலாகப் பெற்றவன். எனவே தொல்குடிச் சமூகம் தாம் பரிசாகப் பெற்றதைத் தம் குடியினருக்கும், விருந்தினர்க்கும், பாண் கூட்டத்திற்கும் பகிர்ந்தளித்து மகிழ்ந்துள்ளது. சொத்துடைமையாக அதனை சேமிக்கும் பழக்கம் அச்சமூகத்தில் அறவேயில்லை என்பதை இப்பாடல்கள் விளக்குகின்றன.

இனக்குழு சமூகத்தின் பாதீடு என்னும் பங்கிடுதல் பின்னர் அரசு எழுச்சியின் போது, அரசன் தான் வென்று கொண்ட ஆநிரையை வீரர்களுக்குப் பங்கிட்டுக் கொடுத்தலாகிய வெட்சித்துறையாகப் பாடப்பட்டது.

> **“கவர்கணைச் சுற்றம் கவர்ந்த கணநிரை**
> **அவர்அவர் வினைவயின் அறிந்தூஈந் தன்று”**

போரினைப் புரிந்த மறவர்கள், பகைவரது நிலத்திற்குச் சென்று ஒற்றி ஆராய்ந்து வந்து சொன்னவர்கள், நல்நிமித்தம் பார்த்துச் சொன்னவர்கள் ஆகிய அனைவருக்கும் வெட்சி மறவர்கள் தங்க ளுடைய சிற்றூர் மன்றத்தில் கொண்டுவந்து நிறுத்திய ஆநிரை களைப் பங்கிட்டார்கள். இதனை ஆறு துறையாக தொல்காப்பி யமும், புறப்பொருள் வெண்பா மாலையும் இலக்கணம்

வகுத்துள்ளது. பாதீடு, உண்டாட்டு, கொடை, புலனறிச்சிறப்பு, பிள்ளை வழக்கு, துடிநிலை ஆகியவை.

> **“ஒள்வாள் மலைந்தார்க்கு ஒற்றாய்ந் துரைக்கும்**
> **புள்வாய்ப்பச் சொன்ன புலவர்க்கும் விள்வாரை**
> **மாறட்ட வென்றி மறவர்தஞ் சீறூரிற்**
> **கூறிட்டார் கொண்ட நிரை”**

- புறப்பொருள் வெண்பா மாலை

பாதீடு என்பது மேற்கொண்ட செயலில் பங்கு கொண்டவர் களுக்கு இடுவது. வெட்சி மறவர்கள் வெற்றியும் வேந்தனது வரிசையும் (சிறப்பும் பாராட்டும்) பெற்றார்கள். அதனால், கள்ளும் இறைச்சியும் உண்டு மனம் களித்தார்கள்; ஆடினார்கள். இந்த நிகழ்வைக் கூறுவது உண்டாட்டு என்னும் துறையாம். கொடுப்பது, கொடை. கொடையாவது தன்னைத் தேடி வந்தவர்களுக்குக் எதையும் எதிர்பாராது, விரும்பிக் கொடுப்பதாம். ஊர்ப் பொது மன்றில் தந்து நிறுத்திய ஆநிரைகளில் ஒன்றேனும் எஞ்சாதபடியும், வேண்டிவந்தவர்கள் ஒருவரும் விடுபடாதபடியும், தமக்குப் பின் னொரு காலத்து வேண்டுமென்று எண்ணாமல், பசுக்களை விரும்பி விரைந்து கொடுப்பது கொடை என்னும் துறையாகும். பகைவர் நாட்டுக்குச் சென்று ஒற்றறிந்து அந்நாட்டின் நிலைமையை ஆய்ந்து உரைத்தவர்களுக்கு, போரிட்டு கவர்ந்து வந்த ஆநிரைகளை மறவர்களுக்கு வழங்கும் பங்கினைவிட மிகுதியாகக் கொடுத்துச் சிறப்பித்தல் புலனறி சிறப்பு என்னும் துறையாக விளக்கப்படு கிறது. பிள்ளை என்னும் கரிக்குருவியின் புடைபெயர்ச்சியைக் கொண்டு தப்பாதபடி சகுனம் சொன்ன புலவர்க்கு மிகுதியாக வழங்கியதைக் கூறுவது பிள்ளை வழக்கு என்னும் துறையாம். துடிநிலையாவது, வெட்சி மறவர் தமது பழங்குடி முறைமையால் துடியனது கெழுதகைமையாம் பண்பைப் பாராட்டுவது ஆகும்.

> **“கொடுந் திமிற் பரதவர் வேட்டம் வாய்த்தென**
> **இரும் புலாக் கமழும் சிறுகுடிப் பாக்கத்துக்**
> **குறுங்கண் அவ்வலைப் பயம் பாராட்டி**
> **கொழுங் கண் அயிலை பகுக்கும் துறைவன்...”**

(அகம் 70:1-4)

தன்னிடம் உள்ளது மிகவும் சிறியது என்றாலும், மிகவும் பலராக வந்திருக்கிறார்களே என்று எண்ணாமல், நீண்ட பந்தல் போட்டு முறையாக உணவு படைக்கும் வல்லவன் ஒருவன், நாட்டைக் காக்கும் மன்னன் தன் பின்வாசலில் இடைவிடாது வெண்ணிறப் பெருஞ்சோறு வழங்குவது போல இவனும் நேரம் வரும்போது உணவு படைப்பதை புறப்பாடல் (331) காட்டுகிறது. மீன்வேட்டையில் சிறந்த நெய்தல் நிலத்துச் சிற்றூரில் வாழும் பரதவ மக்கள் வலைவீசிக் கிடைத்த மீன்களைத் தம் சிறிய குடியில் உள்ள அனைவருக்கும் பகுத்துக் கொடுக்கும் நெய்தல் நிலத் தலைவன் குறித்துப் பாடலில் குறிப்பிடப்பட்டுள்ளது. (நற்.388). மனைவி தன் கை வளையொலி ஒலிக்கவும், கலன்களின் ஒலி எழும்பவும்மாக வீட்டின் உள்ளே விருந்தினர்க்கு உணவினைப் பகிர்கிறாள். ஆடவனோ வீட்டின் முற்றத்தில் அமர்ந்து கொண்டு அரசனிடம் தான் பெற்று வந்த பரிசினைப் பங்கிடுகிறான். இதனால் ஏற்படும் ஒலிகளால் நிறைந்துள்ளதாக அவ்வீடு திகழ் கிறது என மூதின் முல்லைத்துறையில் பாடப்பட்ட மற்றொரு புறப்பாடலொன்று (333) கணவனும், மனைவியும் இடையறாது ஒலி எழுப்பிக்கொண்டு பாண்கடனையும், பரிசில் கடனையும் நிறைவேற்றுகின்ற நிகழ்ச்சியைக் கூறுகிறது.

> **“சேறு கிளைத்திட்ட கலுழ்கண் ஊறல்**
> **முறையின் உண்ணும் நிறையா வாழ்க்கை**
> **முளவுமாத் தொலைச்சிய முழுச்சொல் ஆடவர்**
> **உடும்புஇழுது அறுத்த ஒடுங்காழ்ப் படலைச்**
> **சீறில் முன்றில் கூறு செய்திடுமார்..”**

(புறம் 325:4-8)

சேறு நிறைந்த குழியில் தோண்டியதால் கிடைத்த கழங்கிய நீரினை முறையாகப் பகுத்து உண்ணும் வளமற்ற வாழ்க்கை யினை உடைய குடியைச் சார்ந்த ஆண் மக்கள் வேட்டையாடிக் கொணர்ந்த உடும்பினை அறுத்து யாவருக்கும் பகுத்துத் தருவ தாகத் தம் சிறிய வீட்டின் முன் சுடுவதால் உண்டான வாசம் அச்சிற்றூரின் தெருக்கள் எங்கும் வீசிற்று என அக்காலத்தில் பங்கிட்டு உண்ணும் இனக்குழு வாழ்வின் மேன்மையைப் பறைசாற்றுவதாக உள்ளது.

குடுமியான் மலை, புதுக்கோட்டை மாவட்டம், பொ.ஆ.8-9

"நீயே, புறவின் அல்லல் அன்றியும், பிறவும்
இடுக்கண் பலவும் விடுத்தோன் மருகனை;
இவரே, புலனுழுது உண்மார் புன்கண் அஞ்சித்,
தமது பகுத்து உண்ணும் தண்ணிழல் வாழ்நர்!"

(புறம்.46).

கோவூர்கிழார் சோழன் குளமுற்றத்துத் துஞ்சிய கிள்ளி வளவன் மலையமான் மக்களை யானைக் காலில் இட்ட காலத்துப் பாடி உய்யக் கொண்டது இப்பாடல். இப்பாடலில் மலையமான் நிலத்தை உழுது உண்ணும் உழவர்களின் துன்பத்தைக் கண்டு அச்சம் கொண்டு தன்னிடம் இருந்ததைப் பகிர்ந்து கொடுத்து உண்ட மன்னன் எனப் போற்றப்படுகிறான்.

புதிய வலையினையுடைய பரதவர்கள். அலைகளால் ஒதுக்கப் பட்டு வந்து கிடக்கும் சுறாமீனின் கொள்ளையினை மணம் நாறுகின்ற பாக்கத்தின்கண் உள்ள பிறருக்கும் அவற்றை பகுத்துக் கொடுத்தனர் (அகம்.10). "விலங்கெழு குறும்பில் கோள்முறை பகுக்கும்" மறவர்களை அகம்.89 குறிப்பிடுகிறது. தம் கைப் பற்றிக் கொண்டு வந்த ஆநிரைகளைப் பகுத்துக் கொள்ளும். கொலை வில்லினையுடைய நிரை கவர்ந்த வீரர்களைப் பற்றி அகப்பாடல் (97) கூறுகிறது. மூண்டெறியும் வலிய செந்தீயிலே சட் டெடுத்த வளமையான நிணத்தின் கொழுமையான துண்டுகளை, மெல்லிய தினையரிசிச் சோற்றுடன் சொரிந்த உண்கலத்துடன், பெரிய நெற்கதிர்கள் அசைந்துகொண்டிருக்கும் வயல்களிலே, முற்றிய கரும்பின் தண்டினைப் பிழிந்து எடுத்த அழகிய சாறு காய்ச்சி எடுத்த பாகினுடனே, பாலும்பெய்து அளாவிய செந் நெல்லின் பசிய அவலையும், வருவார்க்குப் பகுத்துக் கொடுக்கும் சிறப்புடையது, நீர் மோதுகின்ற வாய்த்தலைகளை யுடைய உறையூர் நகர் (அகம். 237). விரிந்த கடலின் கண்ணே இருந்து, திரண்ட முத்துக்களை எடுத்துக்கொண்டு வந்து, அகன்ற கரை யினிடத்தே அவற்றைப் பகுத்துக்கொண்டிருக்கும், அழகிய கானற் சோலைகளையுடைய பெருந்துறைக்கு உரியவனாகிய தலைவனை மற்றொரு அகப்பாடல் (280) படம் பிடிக்கிறது. மழையாகிய பயன்கெட்டுத் திசைகளெல்லாம் கொதிப்படையவும், புதியரான வழிப்போக்கர் வரும்போது அவர்களைப் பேணுபவராக, இளைய

எருதுகளின் கழுத்திற் கட்டியிருக்கும் மூங்கிற் குழாயினிடத்தே யுள்ள இனிதான புளிச்சோற்றினை, அப்புதியரின் பசியினாலே யுண்டான காதடைப்புத் தீரும் படியாகத் தேக்கிலையிலே வைத்துப் பகிர்ந்து அளிக்கின்ற கோவலர்களையுடையது, புல்லி என்பான் காத்து வரும் நல்ல தன்மையினையுடைய வேங்கட நன்னாடு (அகம்.311).

மை அற விளங்கிய, வடு வாழ் மார்பின்,
வசை இல் செல்வ! வானவரம்பு!
'இனியவை பெறினே தனித்தனி நுகர்கேம்,
தருக' என விழையாத் தா இல் நெஞ்சத்து,
பகுத்தூண் தொகுத்த ஆண்மை,

பிறர்க்கு என வாழ்தி நீ ஆகன்மாறே. - பதிற்.38) என வானவரம்பனின் கொடைச்சிறப்பாகப் பகுத்துண்ணல் காட்டப் படுகிறது.

கால்நடைகள் ஆயர் சமூகத்தில் கூட்டுரிமைக்கு உரியவைக ளாதலால் இம்மக்களுக்குப் பொதுவர் என்ற பெயரும் உண்டு. சமூகத்தின் மையமாகச் செயல்பட்ட ஊரின் மன்றத்தின் காவல் அரணில் கூட்டுரிமைக்குரிய கால்நடைகள் பாதுகாக்கப்பட்டன. எனவே, கால்நடைகளுக்கு மந்தை என்ற பெயரும் உண்டு. இதன் வேர்ச்சொல் மன்றத்திலிருந்து பிறந்தது. மாடு என்றாலே செல்வம் என்று பொருள். செல்வம் என்றாலே பகிர்ந்து கொள்ளப்படுவது எனும் மரபு தொல்குடிச் சமூகங்களில் கடை பிடிக்கப்பட்டதாலேயே கால்நடைகளும் சமூகத்திற்குப் பொது வானதாக அனைவருக்கும் பகிர்ந்தளிக்கப்பட்டது. ஆநிரை வளர்த்தலில் கொள்ளையிடப்பட்ட கால்நடைகளும் பொதுவாக பாதீடு செய்யப்பட்டது. புலவர்களும் தாம் பெற்ற பரிசிலைத் தம் சுற்றத்தாரோடு பகிர்ந்து கொண்டனர் என்பதை மோசி கீரனாரின் பாடல் நமக்கு விளக்குகிறது. சீறூர் மன்னன் பயிர்ச்சாகுபடியில் பெற்ற வரகு, தானியம் முழுமையையும் சுற்றத்திற்கும் இரவலர்க்கும் பகிர்ந்தளித்துவிட்ட நிலையில் மேலும் இரவலர்க்கு அளித்தல் வேண்டி குறியெதிர்ப்பை முறையில் வரகு கடன் பெற்ற செய்தியும் உண்டு. கொள்ளைப் பொருள், உணவு தானியங்கள் மட்டுமல்லாது கடும் வறட்சி

நிலையில் நீரையும் முறைமுறையாகப் பகுத்துண்ணும் நிலைக்கு எயினர் தள்ளப்பட்டனர். உழவரும் பரதவரும் உற்பத்தியை இரவலர்க்குப் பகிர்ந்தளித்தனர் எனும் செய்தி பகுத்தல் மரபைக் குறிப்பதாகும். பாரியின் பறம்புமலையில் வரகு, திணை அவரை ஆகிய பயிர்கள் அறுவடை செய்யப்பட்ட நிகழ்வைக் கூறும் பாடற் செய்தியைக் கூட்டுழைப்பின் போது நிகழ்ந்த கூட்டுண்ண லாகக் கருதலாம். நிலத்தில் புதைக்கப்பட்ட முற்றிய தேறல் புல்வேயக் குரம்பைக் குடிதோறும் பகிர்ந்து உணவுடன் அளிக்கப் பட்டதாகக் கூறப்படுகிறது.

உழவர் மென்றினை நுவணை முறைமுறையாகப் பகுத்துண் டனர். 'எயினர் கொள்ளைப் பொருளைத் தாம்-வசித்த குறும்பில் கோள்முறைப் பகுத்தனர். ஆகோளில் கவர்ந்து கொணரப்பட்ட கால்நடைகள் வீரர்களிடையே பாதீடு செய்யப்பட்டது. மீன் வேட்டையில் கிடைத்த மீன்களைச் சிறுகுடிப்பாக்கத்தில் பரதவர் பகிர்ந்துகொண்டனர். பரதவரால் சேகரிக்கப்பட்ட முத்துக்களும் பாதீடு செய்யப்பட்டன.' எயினர் குடியிருப்பில் வீட்டு முன்றிலில் உடும்பின் தசை கூறு செய்யப்பட்டது.

> "மூத்தோர் மூத்தோர்க் கூற்றம் உய்த்தெனப்
> பால்தர வந்த பழவிறல் தாயம்
> எய்தினம் ஆயின் எய்தினம் சிறப்பு என"

முதுமையால் முன்னோர்களைக் கூற்றம் கொண்டு செல்ல முறைப்படி (விதிப்படி) வந்த பழைய அரசுரிமையைத் தான் அடைந்ததாக சோழன் நலங்கிள்ளி கூறும் மேற்கண்டப் பாடலில், 'பால்தர வந்த பழவிறல் தாயம்' என்பதில் தாயம் என்பது 'உரிமை' என்ற பொருளிலும், பால் என்ற சொல் 'விதி' என்ற பொருளிலும் இங்குக் கையாளப்படுகின்றன. விதியால் ஒருவருக்கு வாய்த்தது தாயத்தால் பங்கிடப்பட்ட முறைமையை இது காட்டுகிறது.

> "மென் தினை நுவணை முறைமுறை பகுக்கும்
> புன் புலம் தழிஇய பறவு அணி வைப்பும்.."
>
> *(பதிற்:30)*

மெல்லிய தினையினைக் குற்றி எடுக்கப்பட்ட மாவினைத் தம் இனத்தாருக்குப் பகுத்துக் கொடுத்த குறிஞ்சி நிலத் தலைவியின்

செயல் திணைசார் குடிகளின் பங்கிட்டு வாழும் சமூக உணர்வினை அறியத்தக்கதொரு சான்றாக இப்பாடல் விளங்குகின்றது.

> "கானவன் எய்த முளவு மான் கொழுங்குறை
> தேம் கமவ் கதுப்பின் கொடிச்சி கிழங்கொடு
> காந்தள்அம் சிறுகுடிப் பகுக்கும்
> ஓங்குமலை நாடன்..."
>
> (நற்:85)

தலைவன் வேட்டையாடிக் கொணர்ந்த முள்ளம் பன்றியின் கொழுத்த தசைப் பகுதியினைக் காட்டுக் கிழங்கோடு சேர்த்து, அழகிய கூந்தலுடைய கொடிச்சி தம் குடியினருக்குப் பகுத்துக் கொடுத்துள்ளாள் (நற்.336). சமமாகப் பங்கிடுதலை முறைமுறைப் பகுப்பதை முதலில் செய்தவள் தாய்வழிச் சமூகத்தின் தலைவி ஆவாள். அதனாலே பிற்காலத்தில் பெருங்கோயில்களிலும், பெருந்தத்துவங்களிலும் தாய்த்தெய்வமே முப்பத்திரெண்டு அறங் களைச் செய்பவளாகவும், அறம் வளர்த்த நாயகியாகவும், காமக் கோட்டத்துத் தாய்த்தெய்வம் விளங்குகிறாள். 'கொடிச்சி' சங்க இலக்கியங்களில் (நற்றிணை, குறுந்தொகை, அகநானூறு, ஐங் குறுநூறு) காட்டப்படும் குறிஞ்சி நிலத்துத் தலைமகளாவாள். இவள் வேட்டையில் கொண்டுவரப்படும் பொருட்களை முறை யாக (சமமாக) பகுப்பவள் ஆவாள். வேதகாலத்தில் பல்வேறு வகையான செல்வங்களைப் பங்கிடுபவளாக சாவித்ரி அழைக்கப் பட்டாள். ரிக் வேதத்தில் 20 தடவைகளுக்கும் மேலாக சாவித்ரி - விநியோகிப்பவள், கொடுப்பவள் என்ற பெயரின் பொருளில் வருகிறாள். முல்லை நிலத்துப் பெண்டிர், வழிசெல்லும் புலவர் களை நோக்கி "இல்லத்தில் இருந்த வரகு, தினை ஆகியவை இல்லை என்று கேட்டு வந்தவர்களுக்கு உணவாகவும், கொடை யாகவும் வழங்கித் தீர்ந்துவிட்டன. அளவு குறித்து வாங்கி அளவோடு திருப்பித் தரும் குறியெதிர்ப்புப் பெறவும் வழியில்லை. விதைக்காகக் கதிரோடு காயவைத்துப் பாதுகாக்கப்பட்ட தினை உள்ளது" என்று சொல்லிக்கொண்டு உரலில் போட்டுக் குற்றி எடுத்து உணவாக்கிப் படைப்பாள். உடும்பைப் போல் பற்றிக் கொண்டு தேர் வல்லார் வரினும், முகத்தில் வம்பு என்னும் ஓடை-அணி பூண்ட யானை மேல் வரும் வேந்தர் ஆயினும் உண்பது

இந்தத் தினைதான். உங்களுக்கும் பரிசாகவும் வழங்குகிறேன். மேன்மக்களே [குருசில்] ஏற்றுக்கொள்ளுங்கள் – என வழங்கு வாள் (புறம்.333). விதைப்பதற்காக வைத்துள்ள கதிரொடு கூடிய தினையையும் விருந்தினர்க்கு அளித்த மாட்சிமை பொருந்திய முல்லை நில மகளிரின் பங்கீடு பாராட்டுதற்குரியது.

தொல்குடி நிலை பரிசும் அய்யன் கோயில் கொடைகளும் பலிகளும்

பரிசு வழங்கலும் (gift giving) பரிசுப் பரிமாற்றமும் (gift exchange) தொல்குடிச் சமூகத்தவரின் சிறப்பியல்புகளாகும். பரிசு சமூகத்தில் மிகவும் இன்றியமையாததும் ஆகும். தொல்குடித் தலைவனுக்கு மக்கள் காணிக்கையாக அளிப்பர். இவற்றைத் தானே வைத்துக் கொள்ளாது புலவர் மற்றும் பாணர் முதலான கலைஞர்களுக்குப் பரிசாகத் தலைவன் வழங்குவான். இத்தகு நடைமுறை தலைவனிடம் செல்வக் குவிப்பைத் தவிர்க்கும் உத்தி எனக் குறிப்பிடும் ரொமிலா தாப்பர், இதையும் மீறி தலைவனிடம் குவியும் செல்வம் வேள்வியில் தீயிலிட்டு அழிக்கப்படும் என்பார். இம்மரபே ஓம்பா ஈகை, அதாவது தனக்கெனச் சேர்த்து வைக்காது பிறர்க்கு வழங்கும் மரபு எனப் பாக்களில் சுட்டப்படுகிறது. தலைவன், இரவலர்க்கு, குறிப்பாகப் பாணர் முதலான கலைஞர் கட்கும் புலவர்களுக்கும், தம்மிடம் உள்ள பொருளைப் பரிசி லாக நல்கினர் எனும் செய்தி சங்கப்பாக்களில் செறிவாகக் காணப்படுகிறது. இம்மரபு கொடைக்கடன் பாண்கடன் எனக் கூறப்படுகிறது.

> **"சிறியகட் பெறினே, எமக்கீயும்; மன்னே!**
> **பெரிய கட் பெறினே,**
> **யாம் பாடத், தான்மகிழ்ந்து உண்ணும்; மன்னே!**
> **சிறுசோற் றானும் நனிபல கலத்தன்; மன்னே!**
> **பெருஞ்சோற்றானும் நனிபல கலத்தன்; மன்னே!**
> **என்பொடு தடிபடு வழியெல்லாம் எமக்கீயும்; மன்னே!**
> **அம்பொடு வேல்நுழை வழியெல்லாம் தான்நிற்கும் மன்னே!"**
>
> - புறம்.235

அதியமான் இறந்த பின்பு அவனை நினைத்து கையறு நிலையில் ஔவை பாடும் இப்பாடலில் பெருஞ்சோற்றை அனை

வருக்கும் பகுத்து வழங்கும் அவனது பண்பும், கொடையும் புகழப்படுகிறது. அவன் நெஞ்சில் வேல் பாய்ந்தது. உண்மையில் அது அவன் நெஞ்சில் பாயவில்லை. அரிய இசைத்திறம் கொண்ட பாணர் உண்ணும் மண்டை என்னும் உண்கலத்தைத் துளைத்துக்கொண்டு, இரந்துண்டு வாழ்பவர் அனைவருடைய கையையும் துளைத்துக்கொண்டு, பிறரைக் காப்பாற்றிப் புரக்கும் பெருமக்கள் எல்லாருடைய கண்களின் பாவை மழுங்க (அழுதழுது பார்வை மங்க), அரிய சொற்களில் தேர்ச்சி பெற்றுப் பாடும் புலவர்களின் நாவில் சென்று பாய்ந்துள்ளது. இப்படிப்பட்ட ஆசாக (துணைவனாக) இருந்த எந்தை (என் தலைவன்) இப்போது எங்கே இருக்கிறானோ? ஆதலால், இனிப் பாடுபவர்களும் இல்லை. பாடுபவர்களுக்கு ஏதாவது ஒன்றையேனும் தருபவர்களும் இல்லை. பனிக்காலத்தில் பூக்கும் பகன்றைப் பூ யாரும் சூடாமல் தரையில் கிடப்பது போல, கொடுப்பவர் யாருமின்றிச் சாகும் உயிர் மிகப் பலவாக இருக்கும் என ஔவையார் உருகுகிறார். இப்புறப்பாடலின் மூலம் கொடைக்கடன், பாண்கடன் இரண்டும் விளக்கப்படுகிறது.

சேரலாத! ஒல்லார் படையை யானையொடு காணின் நின் படை நில்லாது தாக்கும். விறலியர் நின் வீரத்தைப் பாடுவர். அவர்களுக்கு நன்கலப் (=நன்கு பயன்படும் பொருள்கள்) பொருள் களை நீ வரையறை இல்லாமல் வழங்க வேண்டும். உயர்நிலை உலகம் செல்லாது இந்த உலகத்திலேயே நெடிது வாழ வேண்டும் என்று பதிற்றுப்பத்து 54ஆம் பாடல் கொடைச் சிறப்பைக் கூறி அதனால் உண்டாகும் மறுமைப் பயன்களைக் குறிப்பிடுகிறது.

தொல்குடிச் சமூகத்தவர் பரிசுப் பரிமாற்ற நிலையில் தமக்குள் பொருட்களைப் பரிமாறிக் கொள்வர். இது குறித்து கோசாம்பி கூறுவது: “தொல்குடிச் சமூகங்கள் உற்பத்திக் கருவிகளையும் உற்பத்தி பலன்களாகிய வேட்டைப் பொருட்கள், பால் பொருட்கள், தானியம் முதலானவற்றையும் தம்மிடையே பரிமாறிக் கொண் டனர். இதனால் நல்ல உணவு கிடைத்தது. உற்பத்திக் கருவிகளின் பரிமாற்றம் மேம்பட்ட உற்பத்தி உத்திகளை மேற்கொள்ள வழி வகுத்தது.

பொதுவாக நாட்டார் தெய்வக் கோயில்களில் ஆண்டுதோறும் கொடை நிகழ்வு எனப்படும் பூசை நடைபெறும். இரத்த உறவுள்ள குடிகள் ஒன்றுசேர்ந்து தங்கள் கடவுளர்க்குப் பலி கொடுத்து படையலிடுவர். ஏற்றத்தாழ்வின்றிப் பொருளாதார வேறுபாடின்றி இப்பலியும் படையலும் அனைவராலும் உவந்து இடப்படும். இதுவே கொடை எனப்படும். இக்கொடையானது பழங்குடி மரபில் தம் கடவுளர்க்குப் பரிசில் அளித்தலும், அவ்வாறு அளிப்பதன் மூலம் அத்தெய்வத்தை மகிழ்வித்து வேண்டுவன பெறுதலுமாம். அதாவது தலைவனுக்குத் திறை, இறை, செலுத்தி அவனிடமிருந்து சலுகைகளைப் பெறும் முறையாம். அரசர்களின் காலத்தில் நடைபெற்றதும் இதுவே. முறையாக பெருவேந்தர்களுக்கு இறை, வரிக் கடமைகளைச் செலுத்தி வரும் வணிகர், வேளாளர், சீறூர் மன்னர், வேள் ஆகியோர் உள்ளிட்ட மக்கட் குழாம் பல சலுகைகளை பேரரசனிடமிருந்து பெற்றனர் என்பது வரலாற்றுக் கால கல்வெட்டுகள் மூலம் நாம் அறியத் தகுந்தது. இவ்வாறு அனைவருக்கும் வேண்டுவன அளித்தலினாலேயே அவன் தலைமையிடத்தில் தகுதி பெறுகிறான். மேலும் எவ்வித எதிர்ப்புமின்றி மக்களால் விரும்பப்படுகிறான். இந்நிலையே குடிகளின் தலைவனாகி நின்ற அய்யன் தெய்வமாகிப் போன நிலையில் வழிபாட்டிலும் தொடர்கிறது.

9. குடித்தலைவர் - கிழார் - கஹபதி - சாத்தன் - அய்யனார்

"என்னைமுன் நில்லன்மின் தெவ்விர் பலர்என்னை
முன்நின்று கல்நின் றவர்."

(குறள் எண்:771)

பகைவரே! என்னுடைய தலைவன் முன் எதிர்த்து நிற்காதீர்கள்; என்னுடைய தலைவன் முன் எதிர்த்து நின்று மடிந்து கல்வடிவாய் நின்றவர் பலர். தன்னுடைய தலைவன் முன்னால் எதிர்த்து நின்றவர்கள் உறுதியாக வீரமரணம் அடைந்து நடுகல்லாய் நிற்பார்கள் என்ற பொருளில் வழங்கி வரும் இக்குறளில் 'என் ஐ' என்று தலைவன் குறிப்பிடப்படுகிறான். இந்த தலைவன் யார்? உரிமையோடு என்னுடையவன் என்று கூறப்படும் இத்தலைவன் ஒரு குடிக்குத் தலைவன். அதனாலே அக்குடியின் வீரன் அவனை என் 'ஐ' என்று உரிமையோடு அடையாளப்படுத்துகிறான். இந்தக் குடித் தலைவனே அக்குடிகளின் காப்புக்கு உரிமை பூண்டவன். இவ்வாறு தலைவனுக்கு உரிமையின் பெயரால் வந்த பெயர்ச் சொல்லே கிழான் அல்லது கிழார் என்பதாகும். இதனை உறுதிப்படுத்தும் ஆய்வுகள் கீழ்க்கண்டவாறு அமைகின்றன.

கிழார் பற்றி முதன் முதலில் கே.என். சிவராஜ்பிள்ளை அவர்கள் குடியாட்சி முறை பற்றியும், அக்காலத்தில் எழுந்த அரசியல் தலைமை பற்றிய தன்னுடைய ஆய்வு நூலில்,

"இந்த இலக்கியத் தொகுப்பின் (எட்டுத்தொகை, பத்துப் பாட்டு) அங்கொன்றும் இங்கொன்றுமாகக் காணப் பெறும் காட்சிகள் வழித் தமிழ்ச் சமூக அரசியலின் தொடக்கத்தில் சிறுசிறு குடியாட்சிக் குடிகள் பரவலாக விளங்கின என்பது விளங்குகிறது. இந்தக் குடியாட்சி அமைப்புகளில் வயது வந்த அனைவரும் கூட்டங்களில் தங்கள் கருத்துகளைப் பகிர்ந்து கொண்டனர். இந்தக் குடியாட்சியில் குடிமக்கள் ஊர் அளவில் கிழார் தலைமையில்

இயங்கி வந்தனர். கிழார் என்போர் குடியின் மூத்தோர் குடியின் மூத்தோர் குழுதான் குடியாட்சியை நடத்தியது. ஆனால் மூத் தோர்க்கு நிர்வாகத்தில் குடிச்சபை உதவியாக விளங்கியது. இந்தப் பண்டைய குடியரசு தன்னுடைய பொலிவிழந்து அழியத் தொடங்கியது. வம்ப வேந்தர்களின் நாடு அவாவும் தன்மையால் அமைதியாக வாழ்ந்துகொண்டிருந்த இந்தக் குடியரசுகள் வேந்தர் களின் படை வலிமைக்குக் கீழ்ப்படிந்தன இந்தக் குடியரசுகளின் சுதந்திரம் பறிபோயிற்று, அவர்கள் வேந்தர் குடை நிழலில் வாழத் தலைப்பட்டனர். இந்தக் குடிகளின் அழிவில் உருவான சாம்பலிருந்தே வேந்து உருவாயிற்று" *(1980)*

இவரின் ஆய்வின்படி பழங்குடித் தன்மையினை அல்லது ஊர்த் தன்மையிலான அமைப்பு சிறுசிறு குடியாட்சி முறையின் தலைமை கிழார் என வழங்குபடுவதாகவும், இவர்கள் குடியின் மூத்தோர் என்பதுவும் குறிப்பிடத்தக்கது. ஔவை. துரைசாமிப்பிள்ளையின் புறநானூற்று உரையில் கிழவன் என்ற உரிமையுடைய தலைவன் பற்றிக் கூறுகிறார்.

'கிழவன் என்றது உரிமையாகவுடையவன் என்பது பட நின்றது. இக்கிழமை பெற்றவர் கிழான் என்றும் கிழாரென்றும் கூறப்படுவார். இது வேந்தரால் நல்கப்படும் சிறப்பெனவும், இதனைப் பெற்றகண் அந்தணர் முதல் அனைவரும் உரியரெனவும் உணர்தல் வேண்டும்.'

(புறம். 394 உரையில்)

கிழான் என்பது வேளிர்களின் பட்டப் பெயரேயாகும் எனக் குறிப்பிடும் மொ.அ. துரை அரங்கசாமி கிழார் பற்றி இவ்வாறு கூறுகிறார்:

'ஈண்டுக் காட்டிய பெயர்கள் எல்லாவற்றிலும் உரிமை பூண் டவர் அல்லது உரிமை பூண்டவன் என்ற பொருளைக் குறிக்கும் கிழார்' அல்லது 'கிழான்' என்னும் பின் அடைமொழி ஊர்களின் பெயருக்குப் பின்னால் அமைந்திருப்பதைக் காணலாம். இப்பெயர் களையுடையவர்கள் அவ்வூர்களுக்கு உரிமை பூண்டவர்கள். பல ஊர்களில் குடியேறிய வேளிர்கள் நாளடைவில் ஆங்காங்குள்ள நிலங்களின் பகுதிகளையோ, மொத்த நிலங்களையோ, தங்க ளுக்கு உரிமையாக்கிக்கொண்டனர் எனலாம். இவ்வாற்றல்

ஆலின் கீழ் அய்யன், வெம்மணி, புதுக்கோட்டை

செவந்திலிங்கபுரம், முசிறி, கரூர் மாவட்டம், பொ.ஆ.9

இவ்வுரிமைகள் பல திறப்பட்டன ஆயின. இதனால்தான் வெள்ளாளர் என்பார் வேளிரோடு உறவு கொண்டாடுகின்றனர். *(1980:312)*

இவரின் இந்தக் கருதுகோளானது வேளிர் குடியின் பட்டப் பெயராகக் கிழார் இருப்பதையும் அவை ஊர்ப் பெயர்களுக்குப் பின் வரும் அடைமொழியாக வருவது குறிப்பிடத்தக்கது. புலவர் கா. கோவிந்தன் அவர்கள் கிழார் பற்றிக் கூறும்போது, 'கிழார் என்பது வேளாளரைக் குறிக்க வரும் பெயராம் என்பதை ஏற்றுக் கோடற்கில்லை எனவும், எருக்கங்குடி கல்வெட்டொன்று பாண்டியன் நெடுமாறன் ஸ்ரீ வல்லபன் காலத்தில் எட்டிச் சாத்தன் என்பவன். இருஞ்கோணாட்டுக் கூடற்குடி, குளத்தூர், துழாயூர், இரும்பைக்குடி, வெளியங்குடி, ஆலங்குடி என்ற ஊர்க்கட்குத் தலைவனாய்ப் பாண்டி வேந்தனால் இருப்பைக்குடி கிழான் என்ற பெயர், அக்கால அரசர்களால் அக்கால மக்களுக்கு யாதோ ஒரு காரணம் பற்றி வழங்கிய சிறப்புப் பெயராம் எனவும் கூறுவார் திருவாளர் ஔவை. துரைசாமிப்பிள்ளைவார் (செந்தமிழ் செல்வி: சிலம்பு, *23* பக்கம்: *185)* மேலும் இறையனார் களவியலுரையில் சங்கப் புலவர்களின் தகுதி திறமை அறிய நின்றேன் எனச் சிறப் பிக்கப் பெறும், உப்பூரிக்குடி கிழார் மகனான உருத்திரசன்மனை. அவ்வரலாறு உரைக்கும் நூல்கள் செட்டிமகன் என்றே கூறுவதால், களவியலுரை எழுந்த சங்க காலத்திலேயே கிழார் என்ற சிறப்புப் பெயர் வணிகர்க்கும் உரியதாக வழங்கப்பட்டுள்ளது' என்று அறிகிறோம்.

மேலும் கூறுகையில், 'ஊரும், பெயரும்' என்ற சூத்திரப் பொருளையும் அதன் உரையில் 'அந்தணர், அரசர், வணிகர்' ஆகிய குலத்து வந்தார், பெயர்களோடு அவர் ஊர் முதலாயின அறிவிக்கும் தொடர் இணைய வந்து வழங்கும் வழக்கத்திற்கு எடுத்துக்காட்டாகக் காட்டப்பெற்ற பெயர்களையும் ஊன்றி நோக்கியவழி, 'கிழார் என்ற சிறப்புடையார் வேளாளரிலும் உளர் என்பதல்லது. கிழார் என்ற சிறப்பு வேளாளர்க்கே உரியது என்பது பேராசிரியர்க்கும் கருத்தன்று என்பது புலனாம்.' அந்தணர், அரசர், வணிகர், வேளாளர் 'ஆயர்' ஆகிய இக்குடிகளிற் பிறந்து உழவுத் தொழில் மேற்கொண்டு சிறந்தார் அனைவரையும், 'கிழார்' என்ற பட்டம் வழங்கிச் சிறப்பித்தனர் என்று கொள்வது பொருந்தும்

குடித்தலைவனாய் அமர்வு, ஆலடிக்கருப்பூர், திருவாரூர் மாவட்டம், பொ.ஆ.9

என்க. இதனால் கிழார் என்பது குடிபற்றி வந்த பெயரன்று, தொழில்பற்றி வந்த பெயராம் என்பது உறுதி செய்யப்படும். இவ்வாறு உழவுத் தொழில் மேற்கொண்டுயர்ந்து உலகாளும் அரசர்களாலும் பிறராலும் சிறப்பிக்கப்பெற்று, அவர் பாராட்டி வழங்கிய கிழார் என்ற பட்டத்தையும் மேற்கொண்டு வாழ்ந்த மக்கள் பலரும் புலமையிற் சிறந்து புகழ்பெற்றனர்.

இவ்வாறு கிழார் வேளாளர்க்கு மட்டுமே உரியதன்று அந்தணர் முதலான அனைத்துச் சாதிகளுக்கு உரித்தானது. குறிப்பாக, வணிகர்களுக்கு கிழார் பட்டம் வழங்கப்பட்டதையும், அவை அரசர்களால் வழங்கப்பட்டதையும் அறியலாம். கோ. கேசவன் 'புலவர் புரவலர்' என்ற தனது ஆய்வுக் கட்டுரையில் கிழார் பற்றிக் குறிப்பான ஆய்வினை மேற்கொண்டுள்ளார். 'கிழார் எனுஞ் சொல்லே உரிமையுடையவன் எனப் பொருள்படுகிறது. எதற்கு உரிமையுடையவர்கள்? நிலத்துக்கு, சொத்துக்கு - உரிமை யுடையவர்களாக இருந்தார்கள். இக்கிழார்களில் ஒருவன் பாண்டிய அரசனுக்கு 'படைவேண்டுவழி வேண்டும்' உதவி செய்துள்ளான். (புறம்.179) 'திறைகொண்டு பெயர்க்கும் செம்மலும் உடைத்தே' (புறம்.156) எனும் பாடல் அடியினின்று திறை பெறுபவராகவும் சிலர் இருந்தனர் என்று தெரிகிறது. ஆக இவர்களின் பொருளியல் மேம்பட்டுச் சமூக வாழ்வில் பெருமையோடு உயர்கின்றனர். மனிதனின் உலகியல் வாழ்வின் சூழ்நிலைகளிலும் சமூக உறவு களிலும் சமூக வாழ்விலும் ஏற்படும் ஒவ்வொரு மாறுபாட்டோடும் அவனது கருத்துகளும் கொள்கைகளும் கண்ணோட்டங்களும் அதாவது அவனது உணர்வு மாறுகிறது.'

வேந்துச் சமூக எழுச்சியில் கிழார்கள், எவ்வாறு மாற்ற மடைகிறார்கள் என்பது பற்றிக் கூறுகையில், 'இவ்வாறு கிழார் களின் பொருளியல் வாழ்க்கையானது விசுவரூபமெடுக்கும்போது அவர்களின் உணர்வும் அரசன் அருகே நிற்கிறது. செல்வ அளவிலே அவர்களுக்கு ஏற்பட்ட வளர்ச்சியும் மாற்றமும் பெருகபெருக, அது அவர்களின் உணர்வுத் தன்மையிலேயே மாற்றத்தை ஏற்படுத்து கிறது. ஆகக் கிழார்களிலே பாடத் தெரிந்தவர்கள், பணக்காரப் பாடகர்கள் அரசுப் பணியில் சில அறிவுரைகள் சொல்லியுள்ளனர். அதுவும் குறிப்பிட்ட வரையறைகளுக்குட்பட்டே எனத் தெரிகிறது

(2001:82) என கோ.கேசவன் கிழார்கள் சமூக செல்வாக்குப் பெறும் நிலையில் அவர்களின் சமூக அதிகாரம் எவ்வாறு மேம்பட்ட நிலைக்குச் செல்கிறது எனக் கூறுகிறார்.

கா. சிவத்தம்பி அவர்கள் 'பூர்வ காலத் தமிழ்நாட்டில் அரசமைப்பு உருவாக்கம் என்ற கட்டுரையில் பண்டைத் தமிழ்ச் சமூகத்தின் அரசு நிலைகளைப் பற்றிய ஆய்வில் கிழார்களை, 'கிழான்/கிழார்' என்ற ஈற்றுப் பெயர்களுடன் வரும் பிரதானிகள் பற்றிய குறிப்புகளை நோக்கும்போது அவர்கள் பெரும்பாலும் 'மன்ன', 'அரசன்' போன்ற ஆட்சியாளருடன் தொடர்புடையவர்களாய் இருப்பதையும், அவர்கள் ஆள்புலம் குறிஞ்சி முல்லை ஆகிய வளர்ச்சியடையாப் பிரதேசங்களாய் இருப்பதையும் அவதானிக்கலாம். (2010:61)

மேலும் கூறுகையில், 'வேளிர் நீங்கலாக உள்ள ஏனைய தலைவர்கள் கிழவன்/கிழான் என்றே குறிப்பிட்டப்பட்டுள்ளனர். (குறிக்கப்படுபவர் எவராயினும், புறநானூறு பாடல்கள் 129, 131, 152, 153, 155, 163 ஆகியவற்றில் இத்தலைவர்களில் பெரும்பாலானவர்கள் ஒரு குறிப்பிட்ட நிலப்பரப்பிற்குட்பட்ட சில குழுக்களின் தலைவர்களாக இருத்தல் வேண்டும் என்பதை அறியமுடிகிறது.

கிழார் என்ற அடையின் பரிணாமம் வணிக வர்க்கம், 'நிக்காம' (நிகமம்)ங்கள் என்ற அமைப்பாகவும் நிலச் சொத்துகளை உடையவர்கள் 'கிழான்'களாகவும் நிறுவனமயமாகி இருந்தனர்.

தமிழ்நாடு வரலாற்றுக் குழு எழுதிய 'தமிழ்நாட்டு வரலாறு சங்ககாலம் வாழ்வியல்' என்ற நூலின் 'சமுதாயத் தலைவர்கள்' என்ற உட்தலைப்பில் கிழார்களைப் பற்றி ஒரு சிறு குறிப்பாக எழுதியுள்ளனர். கிழார்கள் வேளிர்களுக்கு அடுத்த நிலையில் 'கிழார்' என்னும் பட்டப்பெயர் பூண்டோர் அக்காலத்தில் இருந்தனர் என குறிப்பாக எழுதிச் சென்றுள்ளனர். கிழார்களைப் பற்றி தனியாக ஆய்வு செய்யவில்லை என்பது குறிப்பிடத்தக்கது.

பெ. மாதையன் ஆய்வுகளில் கிழார்களைக் குறுநில மன்னன் என்று வகைப்படுத்துகிறார். இவர்கள் வீரயுக சார்ந்த மறக்குடி பெயர்கள் மாறி உடைமைப் பண்பு மேலோங்கிய தாயத்தில்

உரிமை தொடர்புடைய பெயர்களான கிழமை *(8)* கிழமையர் *(1)*, கிழவ *(4)*, கிழவர் *(5)*, கிழவன் *(16)*, கிழவீர் *(1)* , கிழவோய் *(14)* பெருவழக்குகளாக மாறுகின்றன என்றும், இவர்கள் கரும்பனூர் கிழான், முதிரத்துக் கிழான் என்று பாடல்களில் குறிப்பிட்ட ஊர், மலைப் பெயர்களுடன் சேர்த்தும் உடைமை, உரிமை காட்டி ஆளப்பட்டுள்ளன என்றும், கிழார் என்ற சொல் உடைமைச் சமுதாயத்தின் விளைவாய் வந்தவை என்றும் கூறுகிறார். மேலும் கூறுகையில், 'கிழார் என்பது பண்டைக் காலத்தில் வேளாண் மக்களுக்கு வழங்கப்பட்ட ஒரு பட்டப் பெயர் என்பதைத் தொல்காப்பிய உரை, அம்பர் கிழான், நாகன், வல்லங்கிழான், மாறன் என்பன வேளாளர்க்குரியன' எனக் குறிபிட்டுள்ளது. (பேராசிரியர் உரை), 'கிழார் என்ற பெயர் பெற்ற அந்தணப் புலவர்கள் இருந்தாலும் அவர்களுக்கும் இப்பெயர் நில உரிமையால் வந்த பெயரே ஆகும், 'கிழா அர்' என்ற சொல் மதுரைக் காஞ்சியில் 'மென்றொடை வன்கிழா அர்' *(93)* என ஒரு இடத்தில் வந்துள்ளது. இது ஒரு நீரிறைக்கும் கருவி, இக்கருவி உடைமை அடிப்படையிலோ, நிலக்கிழமை அடிப்படையிலோ 'கிழார்' எனும் சொல் வேளாண் மக்களுக்கு உரிய பெயராகி உள்ளது.' *(2010:37)*

கோ. நாயகம் கிழார் என்ற அரசியல் குடித் தலைவர்களைப் பற்றி கீழ்க்கண்டவாறு கூறுகிறார். 'பண்டைய தமிழகத்தில் நிலைபெற்றிருந்த கிழார் ஆட்சி முறை வடநாட்டில் உருவாகி நிலைபெற்றிருந்த காபதி ஆட்சி முறையுடன் ஒப்பிடத்தக்கதாய் உள்ளது. காபதி என்பது தமிழில் காவிதின்று திரிந்து வழங்கியது. காபதி குடும்பின் தலைவன். அக்குடும்பின் தலைவன் காபதி ஆட்சிக் கிழார் ஆட்சி அமைப்புடன் பல கூறுகளில் ஒத்துள்ளன. வடநாட்டுச் சமூக அரசியல் வளர்ச்சியைப் பற்றி நடைபெறும் ஆய்வு முடிவுகளைக் கொண்டு சங்க காலத் தமிழக அரசியல் வளர்ச்சியை விளக்கிக்கொள்ள முடியும். ஒப்பாய்வு மூலமும் ஆய்வு செய்து முடிவுகளை அறிய முடியும்.' *(1993:153)*

இவ்வாறு காபதி ஆட்சி முறையுடன் கிழார் ஒத்திருப்பதையும் அவற்றை ஒப்பாய்வு செய்வதன் மூலமும் மேலும் ஆய்வுகள் ஆழமாகச் செய்ய முடியும் என்ற கோ. நாயகத்தின் கருத்தை

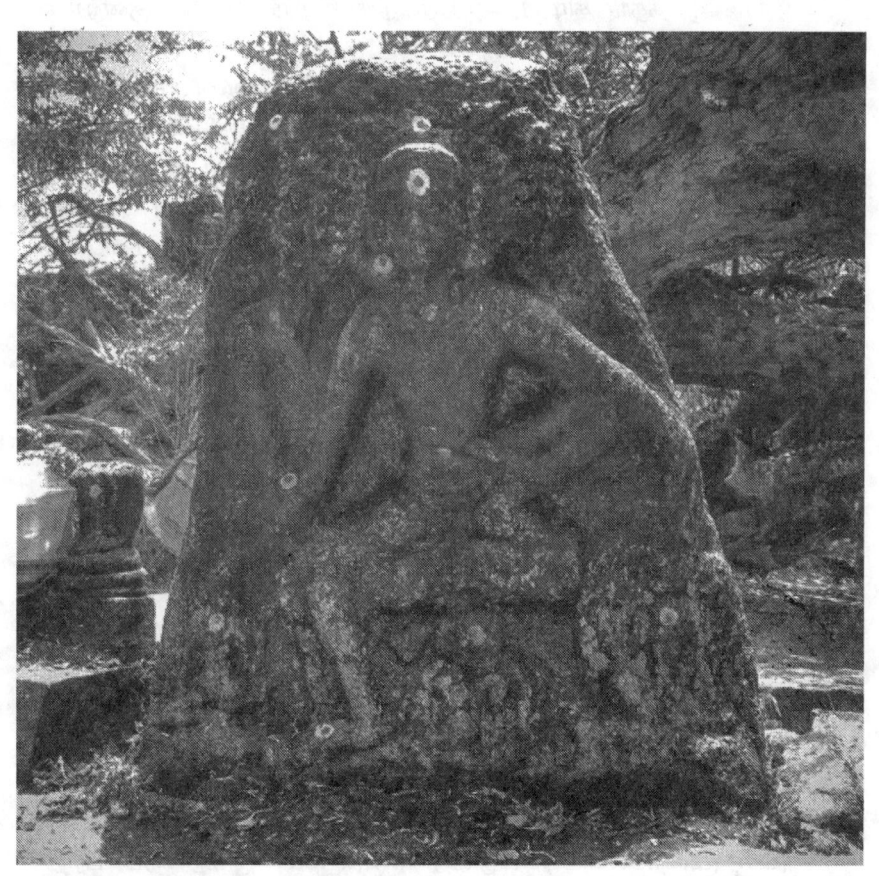

புள்ளிகுளம், புதுக்கோட்டை மாவட்டம், பொ.ஆ.10-11

வழிமொழிந்து, தொல்லியல் அறிஞரான ர. பூங்குன்றன் அவர்கள் கிழார் பற்றித் தனது ஆய்வுகளை மேலும் விவரிக்கிறார். அவையாவன, 'கிழார் என்ற சொல் புலவர்கள் பெயர்களுடன் சேர்ந்து வருகின்றன. கிழான் என்ற சொல் வேள் அல்லது மன்னன் பெயர்களுடன் சேர்ந்து வரும். புலவர்கள் பெயர்களுடன் அரிசில் கிழார், ஆலத்தூர் கிழார், ஆர்நாட்டுக் கிழார், இடைக்குன்றூர்க் கிழார், கருவூர் கிழார் ஆகியவை சேர்ந்து வரக் காணலாம். அம்பர்கிழான், கருப்பனூர் கிழான் ஆகிய அடைப்பெயர்கள் வேள், மன்னன் ஆகிய பெயர்களுடன் சேர்ந்து வருகின்றன. தமிழ் நாட்டின் அரசியல் வரலாறு கிழார் எழுச்சியுடன் தொடங்குகின்றது. அந்நாளில் தமிழ்நாட்டில் நூற்றுக்கணக்கான கிழார்கள் சிறுசிறு பகுதிகளின் குடித் தலைவர்களாக ஆட்சி செய்தனர். மன்னன், வேள், வேந்தன் ஆகிய அதிகாரப் படிநிலைகள் அரசியலில் உருவாவதற்கு முன் கிழார் என்பவர் அரசியல் தலைவராக விளங்கினார். இந்தக் குடித் தலைவர்கள் கூறாக்கக் குடிகளின் தலைவர்கள், கிழார் குறிப்பிட்ட குடியின் தலைவர்கட்கு முழு உறுப்பினர் ஆவார். அவர்கள் மூத்தோர் என்று அழைக்கப் பெற்றனர். இந்த மூத்தோர் குழுவினர் குடியின் உற்பத்தியையும், உற்பத்திப் பொருட்களின் பங்கீட்டையும் தங்கள் அதிகாரத்தின் கீழ் வைத்திருப்பவர்கள். தமிழகம் முழுவதும் பரவலாக இவர்கள் ஆட்சி நடைபெற்றது.' (2016:228)

கோ. நாயகம், ர. பூங்குன்றன் ஆகிய இருவருமே கிழார் அமைப்பு வடநாட்டில் நிலைபெற்றிருந்த குடும்பத் தலைவர் களான கஹபதி அமைப்பு உடன் தொடர்புடையது என்றும், கிழார்கள் தமிழ் நிலத்தின் அரசுருவாக்க நிலையில் தொடக்க நிலை என்பதை வலியுறுத்துகின்றனர். மேலும் இவ்விரண்டு ஆட்சி முறைகளை ஒப்பிடுவதன் மூலமும், இவற்றைப் பற்றி வடநாட்டில் மேற்கொள்ளும் ஆய்வுகளின் முடிவுகளின் மூலமும் கிழார் பற்றி ஆய்வு மேலும் செழுமையடையும் என்கின்றனர்.

இன்றைய புதுக்கோட்டை பகுதியின் வெள்ளாற்றின் தென் கோடியில் அமைந்த ஒரு ஊர், பாண்டிய வேந்தர்களால் ஆளப் பட்டும், மீண்டும், வாழ்ந்த குடித் தன்மையான ஊராக ஒல்லையூர் இருந்தது. 'முல்லையும் பூத்தியோ வொல்லையூர் நாட்டே' (புறம். 242) என பெருஞ்சாத்தன் இறந்த பின் யாருக்காகப் பூக்கிறாய்

என வினவுவதாக அமைந்த பாடல் புதுக்கோட்டை வரலாற்று பேரவை (1998)யின் சிறு வெளியீடாக வந்த 'புதுக்கோட்டை வரலாறு - சங்க காலம்' என்ற நூலில் ஒல்லையூர் தற்போது ஒலிய மங்கலம் எனவும் வெள்ளாறு இன்று பொன்னமராவதி ஒன்றியத்தில் அமைந்த ஊராக உள்ளது என காணப்படுகிறது. இந்தப் புதுக்கோட்டைப் பகுதியிலேயே ஆவூர், மிழலை நாடு (நீடூர்), ஒல்லையூர் போன்ற ஊர்கள் உள்ளன. இந்த ஊர்கள் குறிப்பிட்ட தொலைவில் அமைந்த ஊர்களாக உள்ளன. இதன் எல்லைகள் மிக குறைந்த அளவை கொண்டதாகவும் உள்ளன. இம்மாவட்டத்தில் ஆவூர் பற்றிக் குறிப்பிடும்போது மாடுகள் நிறைந்திருந்த ஊர் (ஆ+ஊர்) என்றும், 'சென்ற நூற்றாண்டுவரை காட்டு மாடுகள் இங்குள்ள ஊருணியில் நீர் அருந்த வரும்' என்று புதுக்கோட்டை அரசு குறிப்பேட்டில் கூறப்பட்டுள்ளது.

'நெல்விளை கழனி அம்பர்' *(புறம்.385);*

'வன்பாலாற் கருங் கால் வரகி' *(புறம்.384);*

'ஒலி வெள்ளருவி வேங்கட நாடன்' *(புறம்.381);*

'கழல்கால் பண்ணன் காவிரி வடவயின்' *(அகம்.177);*

'தண்பல விழிதரு மருவிநின் கொண்பெருங் கானம்' *(புறம்.154).*

முகடுற வுயர்ந்த நெல்லின் மகிழ்வரப்
பகடுதரு பெருவளம் வாழ்த்திப் பெற்ற *(புறம்.391)*
பெரும்பெய ராதி பிணங்கரிற் குடநாட் டெயினர். *(புறம்.177)*
(அகம்.64)

ஆர்க்காடு அன்ன நலம் தண்புனல் வாயில் துறையூர்
(புறம்.136)

இப்பாடல்களில் மலைகள் வன்புலம் (முல்லை), நன்செய் (வயல்) பகுதிகளை பற்றிய நேரடியான குறிப்புகள் இடம் பெறுகின்றன. ஊர்ப் பெயர்களில், அரிசில், துறையூர், சிறுகுடி, போஒர், அம்பர் போன்றவை காவிரி ஆற்றங்கரையில் அமைந்த ஊர்களாகும். கரும்பனூர், கொண்கானம், ஒல்லையூர், நீடுர், குன்றூர், இடைக்குன்றூர், பெருங்குன்றூர், கூடலூர் போன்றவை மலை சார்ந்த ஊர்களாக உள்ளன. ஈர்ந்தூர், ஆவூர், ஆர்க்காடு,

நாலை போன்றவை முல்லை நிலங்களைக் கொண்ட ஊர்களாகும். பிடவூர், உகாய்க்குடி போன்றவை மரம் மற்றும் பூக்களைக் கொண்டுள்ளன. மாடலூர், வெள்ளூர், நல்லாவூர், கிள்ளி மங்கலம், குறுங்கோழியூர், கயத்தூர், காரி, ஐயூர் போன்ற ஊர்கள் நெல்வளம் பெற்ற நீர்நிலைகள் கொண்ட ஊர்களாகும். வல்லம், வல்லார் ஆகிய இரண்டு ஊர்களும் நெல்வளம் நிறை காவற்காடுகளால் சூழப்பட்டவையாக உள்ளன. மருங்கூர், பொறையாறு, செல்லூர் நெய்தற் சாயத்துயத்த ஆவூர் போன்றவை கடற்கரைப் பட்டினங் களாக இருந்துள்ளது. கருவூர், நொச்சி நியமம் போன்ற ஊர்கள் வணிகம் செழித்த ஊர்களாகச் செயல்பட்டுள்ளன. மேலும் மதுரை போன்ற நகரங்களிலுள்ள மருத (திணை), பள்ளி போன்ற பெயர்களும் இடம்பெறுகின்றன. இதில் பள்ளி என்பது கவனிக்கத் தக்கதாக உள்ளது. அவை எந்தப் பள்ளியைக் குறிக்கின்றன என்பது ஐயத்திற்குரியது.

இந்த ஊர்ப்பெயர்களை மற்றும் அதன் அமைப்பை நோக்கும் போது கிழார் என்ற பட்டம் வேளாண்மையோடு மட்டும் தொடர்புடையதாகக் கொள்ளப்படும் கருத்திருந்து வேறுபடுவ தாக உள்ளன. மலைகள், காடுகள், வயல் பகுதிகள், கடற்கரை, வணிகம் போன்றவற்றோடு தொடர்புடையதாக இருக்கிறது. எனவே கிழார்கள் வேளாண்மை தொழிலுடன் தொடர்புடையவர் என்ற கருத்து கேள்விக்குள்ளாக்கப்படுகிறது. பல வகையிலும் தொடர்பு உடையதாக இவ்வூர் பெயர்கள் நமக்கு உணர்த்துகின்றன. மேலும் பாட்டும், தொகையும் நூலில் ஊர் பெயர்களுக்கான விளக்கம் தருகிறது.

கிழான் என்ற குடித்தலைவர்கள், வேறுபட்ட காலகட்டங்களில் குடித்தலைவர்களாகவும் வேந்தர்களுக்குப் படைத் தலைவர் களாகவும், மகட் கொடை மறுத்த தொல்குடிகளாகவும் வேந்தர் களுக்கு அருகில் நிற்கும் அளவுக்கு செல்வாக்கு பெற்றவர்களாகவும் இருந்தனர் என்பது இப்பாடல்களின் வழியாக உணரமுடிகிறது.

குடி என்பதன் சொற்பொருள் விளக்கம்

சங்க இலக்கியத்தில் கிழார் என்ற உரிமை பொருள் தரும் சொற்களாக கிழான் மற்றும் கிழவன் என்ற பெயர்களில் இடம் பெறுகின்றன. இதில் 'அர்' விகுதி கொண்ட பெயர்கள் புலவர்

களாகவும் (கிழார்), 'அன்' விகுதி கொண்ட பெயர்கள் குடித் தலை வர்களாகவும் வழங்கப் பெறுகின்றனர். குடித் தலைவன் என்பதில் குடி என்பது என்ன குடி என்ற சொல் இலக்கியத்தில் தொல்குடி (புறம்.202), சில்குடிச் சீறூர் (புறம்.329), உகாய்க்குடி (குறுந்.63), சிறுகுடி (புறம்.70) யென குடிப்பெயர் மற்றும் குடிகள் பற்றிய குறிப்புகள் பாடல்களில் பயின்று வருகின்றன. குடி என்ற சொல்லுக்கு இணையான சொற்களாக இல், திணை, குலம், எனவும். (2016:3) குடி என்பதற்குப் பதிலாக 'திணை' என்ற சொல் பாட பேதமாகவும் பயின்று வருகின்றது. ர. பூங்குன்றன் குடி பற்றி கூறும் போது, 'குடி என்ற சொல் வடமொழி கோத்ரம்' என்ற சொல்லுடன் ஒப்பிடப்பட்டு 'கேத்திரம்' தோன்றிய வரலாறும் குடி தோன்றிய வரலாறும் ஒரு தன்மைத்தானவை என்று கருதப்படுகின்றது. குடி என்ற சொல் பெரும்பாலான திராவிட மொழிகளில் இடம்பெறுகிறது என்றும், அவற்றில் தோதர் மொழிச் சொல் குறிப்பிடத்தக்கது என்றும் கருதப்படுகின்றது. (Sudharshan, 1989) அம்மொழியில் பயின்று வரும் 'சுவிஸ்' (குஸ், சுவிசம்) போன்ற சொற்கள் 'குடி' என்பதின் இணைச் சொற்கள் 'சுவிஸ்' என்று சொல் 'கன்று நிறை மன்று' என்ற பொருள்படும் 'குஸ்' என்பது மாட்டுத் தொழுவில் உள்ள அறை என்று பொருள்படும் 'கவசம்' என்பது ஒரு கூட்டத்தாரின் மந்தை என்று பொருள். இந்தச் சொற்களின் திரண்ட பொருள், மந்தை, வீடு, குடி என்பன.

ஆகையால் மூலத்திராவிடர் சொல் 'குடி' என்பது ஆரம்பத்தில் மாட்டுத் தொழுவத்தையும், பின்னாளில் மக்கள் குழுவையும், வாழ்விடத்தையும் குறித்து வந்திருக்க வேண்டும் என்று தெரி கிறது. இந்தக் குடி என்ற சொல் 'Lineage' என்ற ஆங்கிலத்தில் பெயர்த்துக் கூறலாம். குடி மற்றும் குடியின் முறை பற்றியும் விளக்குகையில் அதற்கு ரொமிலா தாப்பரின் விளக்கத்தினையும் மொழிபெயர்த்து ர. பூங்குன்றன் கீழ்வருமாறு கூறுகிறார்.

'குடி முறை என்பது இரத்த உறவு அடிப்படையில் அமைந் திருப்பது ஆகும். இந்த அமைப்பில் உள்ளவர்களுக்குக் கடமையும், உரிமையும் உண்டு. குடிவழி உறவு முறை அனைவரையும் இணைத்து நிற்கின்றது. குடி சிறுசிறு கூறுகளாகப் பிரிந்து சிறு குடிகள் உருவாகலாம். பல்வேறு கிளைக் குடிகள் உருவாகும்

போது பொய்யாகவோ, மெய்யாகவோ படைத்துக்கொள்ளப் பெற்ற குடி முதல்வனைப் பெற்றிருக்கும். பெண் கொள்வினை கொடுப்பினைகளும், பொருள் கைமாற்றமும், குடியிருப்பு முறையும், உற்பத்திப் பொருளின் மீது கிளைக் குடிகளுக்குள்ள பிடிப்பும், கிளைக் குடிக்கும் தாய்க் குடிக்குமிடையில் உள்ள உறவை நிர்ணயிக்கின்றது. குடியின் ஆட்சிக்குழு மூத்தோர்களி லிருந்து உருவாக்கப் பெறும். குடித்தெய்வ வழிபாட்டில் செய்யப் படும் சடங்குகளும், இளையோரைக் குடிவாழ்வில் ஏற்றுக் கொள்ளும் சடங்கும் குடி அமைப்பில் சிறப்புடையவை. குடியின் மூத்தோர் ஆட்சிக்குழு உற்பத்தியில் தன்னுடைய ஆதிக்கத்தைச் செலுத்தும். இந்தக் குழு ஆட்சியின் உள்ளார்ந்த காணிக்கை வாங்கும் முறையைச் சமூகத்திலிருந்து வேறுபடுத்திக் காட்டும். '

கிழார் கல்வெட்டுகள்

'தேப்பாலி' எனப்படும் சுனையின் அருகில் பிற்காலத் தமிழ் - பிராமி கல்வெட்டுள்ளது. இக்கல்வெட்டு தென்பிராமி எழுத்துச் சாயல் உடையதாக ஐ. மகாதேவன் குறிப்பிட்டுள்ளார். அக்கல் வெட்டில், 'பரம்பன் கோவூர் கிழார் மகன் வியக்கன் கோபன் கணதேவன் தொட சுனை' (ETE, No.84) என்பது இக்கல்வெட்டு வாசகம். இக்கல்வெட்டு சுமார் கி.பி. நான்காம் நூற்றாண்டைச் சேர்ந்தது எனலாம். இக்கல்வெட்டில் கணதேவன் என்பதில் 'ண்' மெய் சேர்த்து கண்ணதேவன் என்றும் 'தொட' என்பதில் 'ட்' மெய் சேர்த்து 'தொட்ட' என்றும் கொள்ள வேண்டும். பரம்பன் கோவூர் என்ற ஊரின் கிழாரின் மகன் வியக்கன் கோபன் கண்ணதேவன் இந்தச் சுனையைத் தோண்டுவித்தான் என்பது இதன் பொருள். இதில் இக்கிழார் ஊர்த் தலைவர் நிலையில் உள்ளார் என்பது நோக்கத்தக்கது.

இரண்டாம் கல்வெட்டாக, கிழான் என்ற சொல் கிடைத்துள்ளது. இக்கல்வெட்டில்,

'கேட்டாருலவியப் பெருந்திணை நல்லங்கிழான் எஇனங் குமானும்.'

(AVNM, 1, P.67-69) இக்கல்வெட்டில் 'நல்லங்கிழான்' என்ற சொல் குறிப்பிடப்படுகிறது. இதனை பேராசிரியர் ஒய். சுப்பராயலு

பேரங்கியூர், விழுப்புரம் மாவட்டம், பொ.ஆ.7

அவர்கள் ஊர் நிலத்துக்கு உரிமையுடையவர்களில் ஒருவன் எனக் குறிப்பிடுகிறார். இக்கல்வெட்டின் காலமாக கி.பி. ஐந்தாம் நூற்றாண்டாக இருக்கலாம் என்கிறார்.

பாண்டியர்கள் வேளாளர்களுக்கும், அமைச்சர்களுக்கும் காவிதிப்பட்டம் வழங்கியுள்ளனர் என்பது தெளிவாகிறது. இரண்டு பிராமிக் கல்வெட்டுகள் காவிதி பற்றிக் குறிப்பிடுகின்றன. முதலிரண்டு கல்வெட்டுகளும் மதுரைக்கு வடக்கே மேலூர் செல்லும் தேசிய நெடுஞ்சாலையில் கத்தப்பட்டி என்ற கிராமத்தில் பிரிந்து வடமேற்கு நோக்கிச் சென்றால் மாங்குளம் என்ற ஊரினை அடையலாம். இதற்கு அருகில் மீனாட்சிபுரம் என்ற ஊர் உள்ளது. இவ்வூரை அடுத்து தெற்கு வடக்காக அமைந்துள்ள குன்று 'ஓவா மலை' என்று மக்களால் அழைக்கப்படுகிறது. இதில் அமைந்துள்ள இயற்கையான ஐந்து குகைகளில் சமணர்களுக்குக் கற்படுக்கை எடுக்கப்பட்டுள்ளது. இதில் மொத்தம் ஆறு தமிழ் பிராமி கல்வெட்டுகள் உள்ளன. இதில் இரண்டு காவிதிகளைப் பற்றிக் குறிப்பிடுகின்றன. இக்கல்வெட்டுகளில் நான்காவதாக அமைந்த இக்கல்வெட்டின் காலம் இரண்டாம் நூற்றாண்டு ஆகும்.

1. கணிஇ நதஸிரிய் குவ(ன்)........ வெள் அறைய் நிகமது காவிதி இய் காழிதிக அந்தை அஸுதன் பிணஉ கொபிதோன்

2. எருகாடு (ஊ)ரு காவிதி கோன் கொறிய பளிய்

கொறிய என்ற சொல்லிற் 'ற்' மெய் சேர்த்து 'பளிய்' என்பதில் சேர்த்து பள்ளிய் என்றும் கொற்றிய என்றும் கொள்ளலாம். இதன் பொருள் எருகாடு ஊரைச் சேர்ந்த காவிதி கோன் என்பவரால் இக்குகைத்தளம் அமைக்கப்பட்டது என்பதாகும்.

காவிதி என்ற சொல்லைப் போலவே குடும்பிகன் என்ற சொல்லும் கிழார் என்ற சொல்லின் மாறுபட்ட வடிவம் என்ற வகையில், குடும்பிகன் என்பது குடும்பின் தலைவன் என்று பொருள் கொள்ளப்படும். பிராமி கல்வெட்டுகளில் ஒரு கல்வெட்டு குடும்பிகன் பற்றிக் குறிப்பிடுகிறது. கல்வெட்டு மதுரை நகருக்குத் தெற்கே 5 கி.மீ. தொலைவில் அமைந்துள்ளது திருப்பரங்குன்றம். இக்குன்றின் மேற்குப் பகுதியில் உயரமான இடத்தில் இயற்கையாக அமைந்த குகைத்தளம் ஒன்று உள்ளது.

அக்குகையில் உள்ள கற்படுக்கையின் பக்கவாட்டில் மூன்று கல்வெட்டுகள் வெட்டப்பட்டுள்ளன. இதில் மூன்றாவது கல் வெட்டில் குடும்பிகன் என்ற சொல் வெட்டப்பட்டுள்ளது. இதன் காலம் கி.பி. முதல் நூற்றாண்டு எனக் கணிக்கலாம்.

"எரு காடுர் இழ குடும்பிகன் போலாயன் செய்தா ஆய்சயன் நெடுசாதன்"

எருகாடூர் இழ குடும்பிகன் போலாயன் சார்பாக ஆய்சயன் நெடுசாத்தன் இந்தக் கற்படுக்கையைச் செய்தான் என்று கொள்ள லாம், 'எருகாடுர்' என்ற சொல்லில் 'க்' மெய்யும், 'ஆய்சயன்' என்பதில் 'ர்' ஒற்றும், 'நெடுஞ்சாதன்' என்பதில் 'த்' மெய்யும் சேர்த்து முறையே எருக்காடூர், ஆய்ச்சயன், நெடுசாத்தன் என்று கொள்ள வேண்டும்.

இவ்வகையில் காவிதி என்ற அடை கொண்டவர்களும் கிழார் களின் நிலையிருப்பதைக் கொண்டு கிழார், காவிதி, குடும்பிகன் என்பது கிழார்களின் வேறுபட்ட நிலை என்பதும் தெளிவா கின்றது. கிழார் என்ற சொல் நகருக்கு வெளியிலும், காவிதி நகரத்திற்குள்ளும், வழங்கப்பட்டமையும், இவர்கள் நிகமம் என்ற வணிகக்குழுவுடனும் தொடர்புடையவர்களாகவும், வணிகர் களாகவும் இருந்துள்ளனர். எனவே கிழார் என்பதன் உரிமை பொருள் விரிவடைகின்றன. கிழார் என்ற சொல் காவிதி, குடும்பிகன் என்ற மாறுபட்ட வடிவங்களில் வேளாண்மை, குடித்தலைவன், புலவர், நிகமம் வணிகக்குழு இவற்றோடு தொடர்புடையதாகவும் உள்ளன. கிழார் என்ற பெயர் பல வகையிலும் உரிமைப் பொருளுடன் பயின்று வருகின்றது.

மகனார் என்ற உறவுப்பெயர்

சங்கப் பாடல்களில் புலவர்கள் பெயர்களில் மகனார் என்ற இரத்த உறவு முறை பெயர் பெற்ற புலவர்களில் கிழார் புலவர் களே அதிகமானோர் உள்ளனர். ஒல்லையூர் கிழான் மகன் பெருஞ்சாத்தன் *(புறம்.242)* மற்றும் காட்டூர் கிழார் மகனார் *(அகம்.85)*, கொடியூர் கிழார் மகனார் நெய்தல் தத்தனர் *(அகம்.243)* என இவர்கள் உட்பட இருபது மகனார் பெயர் கொண்ட பாடல்கள் உள்ளன. மகனார் பெயர்கள் இவ்வூரின்

கிழானின் என்றே வருகிறது. உரிமையுடைய ஊரின் (குடி) கிழானின் (கிழார்) மகன் என்றே ஆளப்படுகிறது. தொல்காப்பி யத்தில் 'தாயத்தின் அடைய' கொற்றனார் என்று மூன்று பெயர் களும், செழியனார், மாறன் என்ற பாண்டிய குடிப்பெயர்களும் இடம்பெறுகிறது. அருவந்தை என்ற சொல்லில் அந்தை என்ற சொல் மூத்தோர் என்ற பொருளில் வருகிறது. கல்வெட்டுகளிலும் மூத்தோர் என்ற பொருளிலேயே வழங்கப்படுகிறது.

பண்ணன் என்ற பெயர் வேளிர் பெயராகவும், கிழான் பெய ராகவும் பயின்று வருகின்றது. நாகன், பழையன், காரியாதி, நல்வேட்டன், தத்தனார், சொகுத்தனார், இளம்போத்தன், வெண் பூதியார் என இவை தனித்தனிப் பெயர்களாகவே வருகின்றன. சேர கோவனார் என்ற நேரடி சேர குடியின் வழிவந்தவனாக உள்ளது. இவ்வுரியப் பெயர்களைப் பகுத்து மேலும் ஆராயும் போது இவற்றில் காணப்படும் சமூக வளர்ச்சியைக் காண முடியும்.

இழகுடும்பிகன் என்னும் சொல்லை இழ, குடும்பிகன் என இரண்டாகப் பிரிக்கலாம். குடும்பிகன் என்பது குடும்பத் தலைவர் எனப் பொருள் தரும். கிரஹபதி என்னும் வடசொல்லின் தமிழ் வடிவமே குடும்பிகன் என்பதாகும். இழ அல்லது ஈழ என்பது கள் இறக்கும் தொழிலைக் குறிக்கும். எனவே இவனைக்கள் இறக்கும் குடும்பத்தின் தலைவன் எனக் கருதலாம் என ஐராவதம் மகாதேவன் குறிப்பிடுகிறார். போலாலயன் என்பது கொடையாளியின் இயற்பெயர் ஆகும். ஆய்சயன நெடுசாத்தன் என்பதும் இயற்பெயர் என்றே கொள்ளத்தகும்.

குடித் தலைவர்களின் சமூக நிலையும் அதன் வளர்ச்சியையும் காணமுடிகிறது. சோணாட்டு முகையலூர்ச் சிறுகருந்தும்பியர் பாடிய (புறம்.265) பாடலில் கல்லாய் நின்ற, விரைந்த குதிரை களை உடைய தலைவனின் வீரக்கல் வழிபாடும், ஆவூர் மூலங் கிழார் பாடிய (புறம்.261) பாடலில் கரந்தைப் போரில் நிரை மீட்டுக் கல்லாகிய தலைவனை வழிபடுதல் பற்றியும், வட மோதங்கிழார் பாடிய (புறம்.260) பாடலில் முன்னூர் ஆநிரைப் பூசலில் முன் தோன்றி உயிர் நீங்கி அரவமான தலைவன் பற்றி பாடப்படுகிறது. இந்த மூன்று பாடல்களிலும் ஆநிரை மீட்டலின்போது உயிர் நீங்கிய ஊரின் தலைவர்களை வழிபடு

வதும், நினைவைப் போற்றுவதுமாகவும், முல்லை நிலத் தன்மையாகவும் அமைந்துள்ளன. முல்லை நிலத்தில் தோன்றிய இந்தக் குடித் (ஊர்த்) தலைவர்கள் வேந்தர்கள், மற்றும் மன்னர் களுக்குக் கீழ் பூசல் தலைவர்களாகப் போர் காலத்திலும், மற்ற காலங்களில் அமைச்சராகவும் (அறிவுடையன்) இருந்துள்ளன. மாற்றுர் கிழார் மகனார் கொற்றங் கொற்றனர் பாடிய (அகம். 54) பாடலில் 'விருந்தின் மன்னர் அருங்கலந் தெறுப்ப' யெனப் பாடப்படுகிறது. இதில் விருந்தின் மன்னர் என்பது பற்றி உரையில் 'புதிய அரசர்' எனக் கூறப்படுகிறது. இந்தப் புதிய அரசர் நிலை எவ்வாறு வந்தது.

சங்க இலக்கியத்தில் குடிகள் பற்றிய குறிப்புகள் உள்ள போதும், ஒரு குடிக்கான வரையறை என்ற முறையில் மாங்குடி கிழார் (புறம். 335) பாடல் அமைந்துள்ளது. இதிலும் அவை முல்லைக் குடியின் வரையறை பற்றிக் கூறுகின்றது.

புறநானூறு 335-பாடலின் வழி நான்கு பூக்களும், நான்கு உணவுகளும், நான்கு குடிகளாகவும் கொண்டதே முல்லை குடி, இது நடுகல் வழிபாட்டைக் கொண்டதாகவும், மேலும் 'களிறெறிந்து வீழ்ந்தெனக்' கூறுவதால் வேந்துவிடுத் தொழிலில் ஈடுபட்டோரே ஆகும். முல்லைக் குடிச்சமூகம் மட்டும் மேலே குறிப்பிட்ட குடி என்ற வரையறைக்கும், பொருந்துவதாகவும், குடி என்ற தன்மையில் முதலில் தோன்றியதாகவும் இருக்க முடியும். வன்புலச் சமுதாயமாக இருப்பதால் உணவுப் பற்றாக் குறை மற்றும் வறுமை நிலையின் காரணமாக வேந்துவிடு தொழிலில் ஈடுபட்டுபட்டிருக்க வேண்டும். இதனை 'இறையுறு விழுமந் தாங்கி' (புறம். 180); 'வேந்துறு விழுமந் தாங்கிய' (புறம். 281); 'வேந்து தோழி லயரு' (புறம். 285) என்ற பாடலில் அரிசில் கிழார் போரில் விழுப்புண் பட்டு இறக்கும் தறுவாயில் 'அலமருங் கழனித் தண்ணடை யொழிய இயம்பா டொக்கற் றலைவற் கோர்' என கரம்பை சீறூரை படைத் தலைவனுக்கான தண்ணடையாக நல்குகிறான். இவை வேந்தனுக்காகப் போரில் ஈடுபட்ட தலைவனுக்குக் கொடுக்கப்படுவது. 'அறவ ரறவன் மறவர் மறவன்' (புறம். 399) பாடலில் ஐயூர் முடவனார் (கிழார்) அறிவுடையவனுக்கு அறிவுடையவன். வீரனுக்கு வீரன்,

உழவனுக்கு உழவன் எனவும், வலம்படு தானை வேந்தற் குலத்துழி மிலக்கு நெஞ்சறி துணையே (புறம். 324); என்றும் ஆலந்தூர் கிழாரும், 'தானே கொடியெடுத்து நிறையழிந் தெழுதரு' (புறம். 314) ஐயூர் முடவனார், பாடிய பாடல்களில் கிழார் (தலைவர்கள்), 'வேந்து விடு தொழிலில் ஈடுபட்ட தொடு படை வேண்டுவழி வாளுதவியும், வினை வேண்டு வழியறவுதவியும் வேண்டும் வேண்டுப வேந்தன்' (புறம். 179) போர்க் காலத்தில் படை உதவியும், போர் இல்லாத அமைதி காலங்களில் அல்லது தேவைப்படும் அறிவார்ந்த உதவிகளையும் மேற்கொள்ளக் கூடிய வராகக் கிழார்கள் இருந்துள்ளனர். இந்த தண்ணடை பெறுதலை தொல்காப்பியத்தில், மேலும் பதிற்றுப்பத்தில் ஒன்பதாம் பதி கத்தில் மையூர் கிழான் இரும்பொறைக்கு மகட்கொடை வழங்கி, அவன் அவையிலேயே அமைச்சனாகவும் பணியாற்றியுள்ளான். மதுரை மருதனிநாகனை (புறம்.349) பாடலில் பெருஞ்சிக்கல் கிழான் மகட்கொடை மறுத்தது பற்றி தொல்காப்பியத்தில் இளம்பூரணர் உரையிலும் (புறம்.19), நச்சினார்கினியர் (புறம்.24) உரையிலும் கூறப்பட்டுள்ளன.

கிழார்கள் வேந்து சமூகத்தில் தவிர்க்க முடியாத இடத்தினைப் பெறும்போது, வேந்தர்க்கு சமநிலையும் முரண்படலும் நடக் கின்றன. இதனை சில குறிப்பான செய்திகள் உணர்த்துகின்றன. 'தானை வேந்தரைத் திறைக் கொண்டு பெயர்க்குஞ் செம்மலு முடைத்தே' (புறம்.156) என்ற பாடலில் தானை வேந்தர்களிடம் திறையினை வசூலிக்கும் நிலையிலும், வேந்தர் இலங்கிரும் பாசறை நடுங்கின் (புறம்.304) என்ற பாடலில் தலைவன் ஒரு வனின் வஞ்சினப் பகையுணர்வைக் கண்டு வேந்தனும், பாசறையும் நடுங்கிய நிலையும் 'வேந்தர் யானைக் கல்ல தேந்துவன் போலான்ற னிலங்கிலை வேலே' (புறம்.301). 'யான் வாழு நாளும் பண்ணன் வாழிய' (புறம்.173) என்ற பாடலில் சோழன் குளமுற்றத்துக் துஞ்சிய கிள்ளி வளவன் சிறு குடிப் பண்ணனை வாழும் நாளையும் சேர்த்துப் பண்ணன் வாழட்டும் என்று கூறுகிறான். இக்குறிப்புகள் மூலம் கிழார்கள் வேந்தர்க்கு இணையாக நிலை யிலும் முரண்பட்டு இருத்தலையும் காணமுடிகிறது.

கிழாரின் கொடைத்திறன்

குடிச் சமூகம் பகுத்துண்டு வாழும் சமூகம் ஆதலால், வேண்டி வருபவர்க்கே இல்லாது வழங்கும் கொடைத்திறன் கொண்டது.

குடித்தலைவர்களாக இருந்த கிழார்களின் கொடைத்திறன் மன்னர் வேந்தரைத் தாண்டியும் நிற்கிறது. இவை புலவர்களால் கிழார்களைப் பற்றிப் பாடப்பட்ட பாடல்களில் காணப்படுகிறது.

'ஈர்ந்தை யோனே பாண்பசிப் பகைஞன்'

'உண்ணா மருங்கல் காட்டித் தன்னூர்க்
கருங்கைக் கொல்லனை யிரக்கும்
திருந்திலை நெடுவேல் வடித்திசி னெனவே'

(புறம்.180:7.13)

'தனக்கென வாழாப் பிறர்குரி யாளன்
பண்ணன் சிறுகுடிப் படப்பை நுண்ணிலைப்
பாணர் கான் சிவன் கடும்பின திரும்பை'

(அகம்.54:13)

'பசிப்பிணி மருத்துவ னில்லம்' *(புறம்.173:11)*

'ஒன்றுநன் குடைய பிறர்குன்ற மென்றும்
இரண்டுநன் குடைத்தே கொண்பெருங்கானம்
நச்சிச் சென்ற விரவலர்ச் சுட்டித்'

(புறம்.156:1-3)

'பசிப்பகைப் பரிசில் காட்டினை கொளற்கே'

(புறம்.181:10)

'நல்லியாழ் மருப்பின் மெல்ல வாங்கிப்
பாணன் சூடான் பாடினி யணியாள்'

(புறம்.242:2-3)

இப்பாடல்களின் வழியாக கிழார்களின் கொடைத் தன்மையைப் புரிந்துகொள்ள முடியும், சோணாட்டு எறிச்சிலூர் மாடலன் மதுரைக் குமரனார் (புறம்.180) பாண்பசி பகைஞன்' என்றும் பசிப்பிணி மருத்துவன் (புறம்.173) என சோழன் குளமுற்றத்துத் துஞ்சிய கிள்ளிவளவன் பாடலும், சோணாடு முகையலூர்ச் சிறுகருந் தும்பியார் பசிப்பகைப் பரிசில் (புறம்.

181) என்பதில் நேரடியாக பாணர்களின் பசிக்கு எதிரிபோல் கிழார்கள் கொடை வழங்கி பாணர்களை ஆதரித்தனர். பாணனின் பசித்த வயிறைக் காட்டி போரிட்டு பொருள் சேர்த்து பாணர் பசி தீர்க்க வாள் செய்துகொடு என கொல்லனிடம் செல்வதாக (புறம்.180) பாடலும், கொண்கான்மலை இரண்டு வகைச் சிறப்புடையது என்று இரவலர்களாம் சூழப்பட்டும் மற்றும் இரவலர்க்கு கடன் கொடுத்தவர்களாலும் அவ்வகை பெருமை கொண்டது (புறம்.156), இதன் உச்சமாக பசும்பூன் பாண்டியனால் கொல்லப்பட்ட பெருஞ்சாத்தன் இறந்ததைக் கண்டு பாணர் தம் யாழை உடைத்தனர். இனி யாரைப் பாடுவது என்றும் பாடினி தன்னை அலங்கரித்துக் கொள்ள மாட்டாள் என முல்லை பார்த்து பாடப்படுவதாக அமைந்த பாடல், இவை அனைத்துமே கிழான் என்ற குடித் தலைவனின் கொடைப் பண்பின் மேன்மையை உணர்த்தும் சான்றுகள்.

புலவர் மரபில் கிழார்/ அறிவு சார் மரபில் அய்யனார்

சங்க இலக்கியத்தின் புலவர் மரபில் கிழார்கள் குறிப்பிட தகுந்த மற்றும் மிக முக்கியமான அரசியல் தொடர்பான பாடல் களைப் பாடியுள்ளனர். அரிசில் கிழார், ஆலத்தூர் கிழார், ஆவூர் மூலங்கிழார் மகனார் பெருந்தலைச் சாத்தனர் என இவர்கள் உட்பட நாற்பத்து நான்கு பேர் கிழார் என்ற அடைக் கொண்ட புலவர்களாக உள்ளனர். சங்க இலக்கியப் புலவர்களுள் கிழார் என்ற அடைக் கொண்ட புலமை மரபு மிக அதிக எண்ணிக்கை கொண்டதாக உள்ளது (ஒப்பீட்டளவில்).

இச்சங்கப் பாடல்களில், புலவர்களின் வாழ்வியலோடு ஒப்பிடு கையில் இவர்களின் சமூக அதிகாரம் கூடுதலாக உள்ளது. மற்ற படி இவர்களின் வாழ்க்கையும் பிற புலவர்களைப் போலவே, வறுமை நிறைந்ததாகவும், அலைவுறும் நிலையில் இருந்ததையும் தொகைப்பாடல்களின் வழியாக அறியமுடிகிறது. புலவர்களின் வாழ்வியலைக் கூறும் பாடல்களில் கோவூர் கிழாரின் இப்பாடல்கள் சிறப்பானதாக அமைகிறது. இருவகைப் படப் புலவர் நிலை பற்றி நோக்கத்தக்கது: ஒன்று வறுமையும், கல்வியும் உடைய வாழ்க்கை, மற்றொன்று உண்ணும் போது வரும் வியர்வை தவிர வேறு ஒன்றையும் அறியாத புலவர். இவை இரண்டு சமூக நிலையினை

நமக்கு உணர்த்துகின்றன. வேந்தனுக்கு நெருக்கமான நிலையில் நெருக்கமும் இல்லாத நிலையில் ஏற்படும் போதுள்ள வேறுபாடு ஆகும்.

புலவர்கள் மரபான சமுதாய அமைப்பில் அச்சமூகத்தின் அறிவின் வடிவாக, முன்னோர்களின் மரபுகளை இயற்கையை, வானவியலை, சடங்குகளை எடுத்துக் கூறியும் தக்க நேரத்தில் தேவைப்படும் அறிவு உதவியையும் செய்யக் கூடியவர்களாகவும் பழங்குடி மரபின் எச்சமாகவும் வேந்துச் சமூகத்தில் சந்து செய்விக்கும் தூதுவர்களாகவும் புலவர்கள் சான்றோன் நிலையில் கருதப்பட்டு இருந்தனர் இதனை 'வினை வேண்டுவழி யறிவு தளியும்' (புறம்.179), 'அறவ றறவன்' (புறம்.399), என்ற பாடல்கள் உணர்த்துகின்றன. இதனை க. கைலாசபதி கூறுகையில், அக்கால மரபுகள் அறிவுத் திறமெல்லாம் வாய்மொழியாலானதே என்பதை நினைத்துப் பார்க்க, இதனைப் புரிந்துகொள்வது கடினமாயிராது. இந்த அடைமொழியைப் பயன்படுத்துதல், புலவர்கள், பண்டைய அறிவைப் பெற்றிருந்தவர் என்பது நமக்குத் தெளிவுறும். அவர் களின் சமூகத் தகுதி உரிமைகளைக் காட்டும் இன்றியமையாதக் கூறு அறிதற்குமான மையமாகும்.

சோழன் நலங்கிள்ளிக்கும் நெடுங்கிள்ளிக்கும் இடையே நடந்த பதவிச் சண்டையில் கோவூர் கிழார் (புறம்.44,45), அதில் சோழ இனங்களுக்குள் போர் நடந்துவிடக் கூடாதே என்று குறியிருந் துள்ளார். இவர் அடிப்படையிலே போருக்கு எதிரி இல்லை என்பது இவரின் பிறப்பாடல்கள் மூலம் அறியலாம் (புறம். 3,33). அடுத்து, கிள்ளிவளவன் கருவூரை முற்றுகையிட்ட போது ஆலந்தூர் கிழார் தலையிட்டுள்ளார் (புறம்.36) மலைமானுடைய மக்களை யானைக்கு இடும் நேரத்தில் கிள்ளிவளவனுக்கும், இளந்தனைக் கொல்லப்புகும் நேரத்தில் நெடுங்கிள்ளிக்கும், கோவூர்கிழார் அறிவுரை சொல்லும் போதே தங்கள் வரையறைகளுக்குட்பட்டு அரசர்களின் நாணத்திற்கும் ஒழுக்கத்திற்கும் குடிப் பெருமைக்கும் வேண்டுகோள் விடுத்துள்ளனர். ஆனால், நலங்கிள்ளிக்கும் நெடுங் கிள்ளிக்கும் - கோவூர் கிழாரின் அறிவுரையையும் மீறிப் போர் நடந்ததாகத் தெரிகிறது. கிள்ளிவளவன் - ஆலந்தூர் கிழாரின் அறிவுரையைத் தூக்கி எறிந்துவிட்டுக் கருவூரனோடு பொருது

கின்றான்; வெற்றி பெறுகின்றான். (புறம்.39,373-இன் அடிக் குறிப்பு) இளத்தத்தன் மலைமான் மக்களைப் பொறுத்த நிகழ்ச்சி களில் 'புலவர்களின் அறிவுரையின் விளைவுகளுக்கு நாம் அடி குறிப்பை மட்டுமே சார்ந்து இருக்க நேர்கிறது. இவர்கள் பண்போடு அறிவுரை கூறும் போது முடிவை அரசனிடமே விட்டுள்ளனர். அதுதான் அக்காலச் சூழலும்கூட.'

இந்நிலைப் பற்றி ர. பூங்குன்றன் கூறுகையில், 'சந்து செய்து எதிரிகளை இணைத்துவைக்கும் நிலையிலிருந்த பெரும் புலவர்கள் பார்வையாளர்களாக நிற்கின்றனர். ஒரு சமூகம் மாறிக் கொண்டிருக்கும் சூழ்நிலையில் பழங்குடிகளை அழிக்கும் அல்லது ஒடுக்கும் போக்கே மிஞ்சி நிற்கிறது. அந்தப் போக்கினைத் தடுத்து நிறுத்த பெரும் முயற்சி எடுத்துக் கொண்ட நிலை தோல்வி யுறும்போது வெறும் பார்வையாளர்களாக நிற்கின்ற நிலைக்குத் தள்ளப் பெறுகின்றன.'

மற்ற புலவர்களைக் காட்டிலும் கிழார்களே அரசர்களுக்கு இடையேயான சண்டைகளில் சந்து செய்விப்பதையும், குடி மரபு போன்றவற்றை அறிவுறுத்தும் தன்மையிலும் இருந்துள்ளனர். அரிசில் கிழார் 'வண்பரிநெடுந்தேர் பூண்க நின்மாவே' (புறம்.136) இல் பேகனை கண்ணகியிடத்து செல்லுமாறு விரைவுபடுத்து கிறார் இதனையே பாடிய கபிலர், பரணர் போன்றோர் மறைமுக மாக வேண்டுகொள் விடுக்கையில் அரிசில் கிழார் மட்டுமே நேரடியாகத் தன் விருப்பத்தைக் கூறும் உரிமையுடையவராக இருக்கிறார். சாதாரண புலவர்களைக் காட்டிலும் கிழார் புலவர்கள் அரசிடத்து சந்து செய்விட்பதில் உரிமை உடையவராக உள்ளனர்.

'களையெரி பரப்பக் காலெயீதர்பு பொங்கி
ஒருமீன் விழுந்தன்றல் விசும்பினானே
அதுகண் டியாமும் பிறரும் பல்வே நிரவல்'

(புறம்.229:11-13)

'நெடுங்கை வேண்மா னடுங்கடிப் பிடவூர்
அறப்பெயர் சாத்தன் கிணையேப் பெருமவென
முன்னா ணன்பகற் சுரனுழந்து வருந்திக்
கதிர்நனி சென்ற கனையிருண் மாலைத்'

(புறம்.395:20-23)

மேற்கண்ட பாடல்களில் வெள்ளி, வானவியல், வழிபாடு, போன்ற செய்திகள் இடம் பெறும் பாடல்களாகும் (புறம்.395) சோழநாட்டு பிடவூர் கிழார் மகன் பெருஞ்சாத்தான் பாடியது. கூடலூர் கிழார் (புறம்.229) பாடலில் ஒரு விண்மீன் விழுந்த செய்தியைக் காண முடிகிறது. இவை போன்ற வாணவியல், கணிதவியல், நாள் கணித்தல், சடங்குகள், வருவது கூறல் போன்றவற்றை மேற்கொள்ளுவோராகவும் புலவர்கள் இருந் துள்ளனர். இதனை க. கைலாபதி, 'எங்கும் செய்யுள் இயற்றும் திறம் தெய்வீக ஆற்றலோடு பிரிக்க முடியாதவாறு இருந்தது. எங்கும் இந்த அகத்தூண்டுதல், கடந்த காலத்தைப் பற்றிய தாயின் வரலாறு, குடிவழிச் செய்தியாகவும், வெளியே புலப் படாத நிகழ்காலமாயின் பொது அறிவியல் தகவலாகவும், எதிர்காலமாயின் ஒரு குறுகிய நிலையில் வருவதுரைக்கும் கூற்றாகவும் அறிவைக் கொண்டு செல்கிறது. எப்போதும் இவ்வறிவு பாட்டு அல்லது கருவி இசையோடு கூடிய செய்யுளாகக் கூறப்பெறுகிறது. (2006:97). புலவர்கள் சமூகத்தில் பெருமதிப்புடன் இருந்துள்ளனர். புலவர்கள் சடங்கு செய்யும் மாந்தீரிகராகவும், நல்லது - கெட்டது அறிந்தவராகவும் இருந்தனர். இதனாலே இவர்களை 'முதுவாய் புலவன்', 'அருஞ்சொல் நுண் தேர்ச்சிப் புலவன்', 'பொய்யாமொழி' என்னும் தொடர்கள் இவர்தம் சமூக உறவுகளில் பெருமையைப் புலப்படுத்துகின்றன. 'தோலா நல்லிசை நாலை கிழான்' (புறம்.179:10), 'சிதாஅர் வள்பிற் சிதர்புறத் தடாரி' (புறம்.382), 'யாழிசை மறுகின் நீடுர் கிழவோன்' (அகம்.266), 'றடாரியோ டாங்கி நின்ற' (புறம்.395), 'பறையிசை யருவி' (புறம்.229:14) இவ்வாறு கிழார் பாடல்களில் பல பாடல்கள் இசைக் கருவிகளோடு தொடர்புடைய பாடல்களாக அமைவன குறிப்பிடத்தக்கது.

கிழார்கள் பாடிய அரசு நிலைகள்

கிழார்கள் பண்டைய இலக்கியத்தில் பல வகையான அரசியல் நிலைத் தலைவர்களையும், வீரர்களையும், களவு/கற்பு நிலைப் பாடல்களையும் பாடியுள்ளனர். பண்டைய கிரேக்க, ஜெர்மனிய, எகிப்திய சமூகங்களிலே அரசு உதயமாகிய வீரயுகத்திலே புலவர்கள் மன்னர் குடை நிழலில் ஒதுங்கியதைப் போலவே தமிழகத்திலும் பாணரும், கூத்தரும், அகவரும் ஒதுக்கினர் எனும்

உண்மை உறுதிப்படுகிறது. (க. கைலாசபதி:2006) மேலும் கூறு கையில், 'தமிழ்ப் புலவரைப் போற்றிய பழந்தமிழ் மன்னரின் இலக்கிய ஆர்வத்தையும், வள்ளன்மையையும் தமிழிலக்கிய வரலாற்றாசிரியர் பெரிதும் புகழ்வது ஒப்பிலக்கிய நோக்குடன் நிலையைப் பார்க்கும்போது, மேல், நோக்கிற்குத் தெரியும் கொடைச் சிறப்பிற்கு அடிப்படையாக ஆளும் வர்க்கத்திற்கு அனு சரணையாகப் புலவன் பரப்புரை செய்த பணி தெரிய வருகிறது.'

'யாமேநின் இகழ்பாடுவோ ரெருந்த தடங்கப்
புகழ்பாடுவோர் பொலிவு தோன்ற
இன்று கண்டாங்குக் எண்குவ மென்றும்'

(புறம்.40:6-8)

'தண்டமிழ் பொதுவெனப் பொறாஅன் போரெதிர்ந்து
கொண்டி வேண்டுவ னாயிற் கொள்கெனக்
கொடுத்த மன்னர் நடுக்கற் றனரே
அளியரோ வளியரவ னளியிழற் தோரே
றுண்பல சிதலை யரிது முயன் றெடுத்த
செம்புற் றீயல் போல்
ஒரு பகல் வாழ்க்கைக் குலமருவோரே'

(புறம்.51:5-11)

'சோறுபடுக்கும் தீயோடு
செஞ்ஞாயிற்றுத் தெறல்லது
பிறிது தெறல் அறியா'

(புறம்.20:7-9)

'புலிபுறங் காக்குங் குருளை போல
மெலிவில் செங்கே னீபுறங் காப்பப்
பெருவீறல் யாணர்த் தாகி யரிநர்
கீழ்மடைக் கொண்ட வாளையு முழவர்
படைமிளிர்ந் திட்ட யாமையு மறைஞர்'

(புறம்.42:10-14)

மேற்கண்ட பாடல்களில், ஐயூர் முடவனார் (கிழார்) எதிரி களிடத்தினும் (புறம்.51) பாண்டியன் கூடகாரத்துத் துஞ்சிய மாறன் வழுதியை பாடும் போது 'என் அரசன் அருளையிழந்த அரசர்கள் ஈசனைப் போல ஒரு பகல் வாழ்க்கைக்கு உலமருவோர்'

என்றும் குறுங்கோழியூர் கிழார் (புறம்.20) பாடலில் சேரமான் யானைக் கட்சேய் மாந்தரஞ்சேரலியரும் பொறையை நாட்டில் தான் சோறாக்கும். தீயும் ஞாயிற்றின் வெம்மையும் தவிர வேறு கொடுமை எதுவும் கிடையாது எனச் சொல்லி இந்நாடுதான் அமைதியான நாடு என மக்களிடையே பரப்புரை செய்துள்ளனர். கோவூர் கிழார் (புறம்.41) பாடலில் சோழன் குளமுற்றுத் துஞ்சிய கிள்ளி வளவனைப் பாடும்போது புலியானது குட்டியைப் பாதுகாப்பதைப் போல அரசன் மக்களைக் காப்பற்றுவான் என்றும் மக்களிடத்தில் பரப்புரை செய்கிறார்.

ஆவூர் மூலங் கிழார் (புறம்.261) பாடலின் மல்லிகிழான் காரியாதியையும், தானவீரனின் வீரத்தைப் (புறம்.30) பாண்டியன் இலவந்திகைப் பள்ளி துஞ்சிய நன்மாறனைப் பற்றி (புறம்.196) பாடியுள்ளார். இது போலவே கிழார்கள், பழங்குடி நிலையிருந்து வேந்தர் நிலை சமூகம் வரை பாடியுள்ளார். இதனை ர. பூங்குன்றன், பழங்குடியிலிருந்து வேந்தர் வரை வாழ்ந்த காலம் அது. அந்தக் காலத்தில் வாழ்ந்த புலவர்கள் வேளிர்களையும், வேந்தர்களையும், சீறூர் மன்னர்களையும் பாடினர். அரசியல் தலைவர்களைப் பாடும்போது அவர்கள் வேற்றுமை பாராட்டவில்லை. மாறி வரும் அரசியலை நேரடியாகக் கண்டார்கள் அவை அவர்களைப் பாதித்தன. தொல்குடிச் சமூகங்கள் அழிவதைக் கண்டு இரக்கப் பட்டனர். இந்த மனநிலை மகட்பாற் காஞ்சிப் பாடல்களில் தெளிவாகவே புலப்படுகிறது.

கிழார்கள் பாடல்களில் தத்துவ விசாரணைக் கொண்ட பாடல்கள் அமைவதாகத் தோன்றுகின்றன. அவற்றில் இடைக்குன்றூர் கிழார் பாடலில்,

> **'ஒருவனை யொருவ னடுத்தலும் தொலைத்தலும்**
> **புதுவதன்றிவ் வலகத் தியற்கை'**

(புறம்.76:1-2)

உகாய்குடி கிழார் பாடலில்,

> **'ஈதலுந் துய்த்தலு மிள்லோர்க் கில்லெனச்**
> **செய்வினை கைம்மிக வெண்ணுதி யவ்வினை'**

(குறுந்.63:1-2)

ஆவூர் மூலங் கிழார் பாடலில்,

'ஒல்லுவ தொல்லு மென்றலும் யாவர்க்கும்
ஒல்லா தில்லென மறத்தலு மிரண்டும்
ஆள்வினை மருங்கிற் கேண்மைப் பாலே'

(புறம்.196:1-3)

இதில் அடுத்தலும், தொலைத்தலும் என்பதை ஆசிவகத்தின் நியதிக் கொள்கையுடன் தொடர்புடையதாகப் பூங்குன்றன் கூறு கிறார். மேலும் பழைய குலங்கள் மூட்டி மோதிக் கொண்டு அதனிடையே தோன்றிய வர்க்கப் பிரிவினைகள் தம்முள் இணக்கம் காண முடியாததால் ஏற்பட்ட அரசு அமைப்பில் பழைய இனத்திற்கும் புதிய அரசுகளுக்கும் ஏற்பட்ட முரண் பாடுகளைச் சமரசப்படுத்துவதற்கு 'யாதும் ஊரே யாவரும் கேளீர்' என்று புதியதொரு விரிந்து பட்ட தேசபற்றைச் செலுத்தி அக்கால அரசர்க்குச் சேவை செய்யும் இலக்கியம் படைத்தனர். (கோ. கேசவன்:2001-177) இதனை ர. பூங்குன்றன் நியதிக் கொள்கை என்று கூறுகிறார். இப்படியாக, புலவர்கள் பாடல்களில் உள்ள சமய மற்றும் தத்துவப் பிரச்சினைகளை நாம் கவனத்தில் கொண்டு தனியாக ஆய்வுச் செய்ய வேண்டியுள்ளது. மேலும் இவை அனைத்து கிழார் பாடிய பாடல்களில் இருப்பதும் கவனிக் கத்தக்கது.

உரிமை பற்றிப் பாடற்சொற்கள்

சங்க பாடல்களில், பாடல்களுக்கு இடையே உரிமை பற்றிய சொற்றொடர்கள் இடையிலும், கடையிலும் இடம்பெறுகின்றன. அவை, கிழமை (8), கிழமையர் (1), கிழவ (4), கிழவன் (16) கிழவீர் (1), கிழவோய் (14), கிழமையோன் (1), கிழவர் (15), கிழவோன் (32) என மாறுபட்ட உரிமை வடிவங்களாக இவை பாடல்களில் இடம்பெற்றுள்ளன. வீரம் சார்ந்த / மறக்குடி சார்ந்த பெயர்கள் ஆட்சி பெற்ற சூழல்கள் மாறி உடைமைப் பண்பு மேலோங்கிய காலப்பகுதியில் உடைமைப் பெயர்களின் வழக்கு மிகுகின்றது. ஆடவர் சான்றோர், மறவர், மன்னர் என்பன போன்ற பெயர்களின் வழக்கை விட உரிமை தொடர்பான மேற்கண்ட பெயர்கள் பெருவழக்குப் பெறுகின்றன.

‘தொன்னிலக் கிழமை’ (புறம்.32); ‘இன்னுயிர் விரும்புங் கிழமை’ (புறம்.223); ‘தென்னிலம் பீடுகெழு சென்னிக் கிழமையு நினதே’ (புறம்.274); ‘வழுகின்று பழகிய கிழமையராகினும்’ (புறம். 216); ‘ஓடாப் பூட்கைநின் கிழமையோற் கண்டே’ (புறம்.165); ‘நெடுவரைக் குறிஞ்சிக் கிழவ’ (திரு. 267); ‘முதிர்த்துவக் கிழவ’ (புறம்.158); ‘பல்லான் கிழவரின் அழிந்தவிவள் நலனே’ (நற்றி. 291); ‘கிழவர் கிழவிய தென்னாரேழ் காறும்’ (பரி.11:120); ‘கிழவிர் போலக் கேளாது’ (மலை.166); ‘தண் கடல் பரப்பை நாடு கிழவோயே’ (ப.ப.88-42); ‘எழுகளிறு புரக்கும் நாடுகிழவோயே’ (புறம்.40); ‘காவிரி புரக்கும் நாடு கிழவோனே’ (பொரு.48); ‘குன்றுசூழ் இருக்கை நாடுகிழவோனே’ (மலை.583) இவை போன்ற பாடல்களில் குறிப்பிட்ட ஊர், மலைப் பெயர்களுடன் சேர்த்தும் உடைமை, உரிமை காட்டி ஆளப்பட்டுள்ளன.

கலை, இடம், நிலம் பொதுவில் இருந்த நிலைகள் மாறி அவை தனி மகளாய் மாறிப்போனதைக் காட்டுகின்றன. மேலும் மனைக்கிழமை உடைமை (அகம்.230:9) ஆய்றுதல் கிழவன் (குறுந்.34:7); சேரிக்கிழவன் (கலி.117:6) வெண்குடைக் கிழ வோன் (புறம்.394:2). இவை போன்றவை பரிபாடல், கலித் தொகை போன்ற பாடல்களில் காதலன், காதலி மனை போன்ற வற்றிற்கான உரிமைப் பெயர்களாகச் சுட்டபெறுகின்றன. இடம் மலை பெயர்களின் உரிமை நிலையிலிருந்து மனை, கூந்தல் போன்ற தனி மனித உணர்வுகளுக்கு உரிமையுடைய பெயர்களாக மாறுகின்றன. சங்க காலப் புலவர்கள் எல்லோரும் ஒரே மாதிரி யான வாழ்க்கை நிலையில் இருந்தனர் அல்லர். அவர்களில் கிழார் என்ற அடைப்பெயர் கொண்ட கிழார்கள் அரசியல் செல்வாக்கு மிக்க புலவர்களாக இருந்ததோடு மட்டுமல்லாமல், சந்து செய்விக்கும் அறிவுரைக் கூறும் உரிமை உடையவர்களாகவும் இருந்துள்ளனர்.

கிழார்/கிழான் வேளாளர்களுக்கு வழங்கப்பட்ட பட்டப் பெயர் என்ற கூற்று அகராதிகளில் வழங்கப்படுகின்றன. அவை உண்மைக்குப் புறம்பானவை. ஏனெனில் கிழார்கள் வேளாண்மை நிறைந்த மருத நிலத்திற்கு உரியவர்களாக மட்டுமே உரிமை யுடைய வேளாளர்களாகக் கொள்ளப்பட்டதே இந்தப் பிழை நேர்ந்ததற்கான காரணம் எனக் கருத இடமுள்ளது. கிழார்கள்

நிலவுடைமையுடன் மட்டுமே தொடர்புடையவர்களாகக் கருதப் பட்டனர். அக்கருதுகோள் சரியானதன்று. கிழார்கள் வீரத் தலைவர்கள் ஆவர். அவர்கள் படைகளைக் கொண்டிருந்தனர். வேந்தன், வேள் ஆகிய அரசியல் தலைவர்களுக்குப் படைகளைத் தந்து உதவியும் வந்தனர். வணிகத்தில் ஈடுபட்டனர்.

கிழார் என்ற சொல் உரியவன், மூத்தவன், கணவன், மருதநிலத் தலைவன் என அகராதிகள் பொருள் தருகின்றன. கிழார் என்ற சொல் குழு என்ற சொல்லின் அடியாகக் குழு > கெழு > செழுமை > கிழமை > கிழவன் என்ற தோன்றியது. இந்தக் குழு என்பது குடியெனவும் கொள்ளலாம்.

சங்க கால ஊர்கள் கழனி அம்பர் (புறம்.385) வன்பாலாற் கருங் கால் (புறம்.384); ஒலி வெள்ளருவி (புறம்.381); தண்புனல் வாயில் துறையூர் (புறம்.136); யென பல வகையான நிலப்பரப்புகளுக்கு உரிய ஊர்களாக உள்ளது. குறிப்பாக அரிசில், அம்பர், துறையூர் போன்றவை காவிரி பாயும் மருதநிலவூர்களாகவும், கரும்பனூர், பெருங்குன்றூர், கூடலூர் போன்றவை மலை சார்ந்த ஊர்களாகவும் ஈர்ந்தூர், ஆவூர் போன்றவை காடுகளைச் சார்ந்த ஊர்களாகவும் மருங்கூர், செல்லூர், நெய்தற் சாய்த்துய்த்த ஆவூர் போன்றவை கடற்கரை சார்ந்த ஊர்களாகவும் உள்ளன. மேலும், கருவூர், நொச்சி, நியமம் போன்ற வணிக ஊர்களுக்கு உரியவர்களாகக் கிழார்கள் இருந்துள்ளனர். கிழார்கள் மருதநிலத் தலைவர் என்பது மட்டுமே என்பது இங்கு உடைபடுகிறது.

கிழார்/கிழான் என்பவர்கள் குடித்தலைவர் மற்றும் புலவர் களாகவும் இருந்துள்ளனர் என்பதை முன்னாய்வுகளின் வழிக் கண்டோம். இந்தக் குடி என்பது திராவிட மொழியான தோதர் மொழியில் சுவிஸ் என்று அழைக்கப்படுகிறது. இது 'கன்று நிறை மன்று' எனப் பொருள் கொள்ளப்படும் இந்தக் குடி என்ற சொல் மந்தை, வீடு, குடும்பம், யென விரிந்த பொருள் கொண்டுள்ளது. இது முல்லை நிலத்தின் தன்மைகளில் நின்று குடி என்ற அமைப்புத் தோன்றி வருவதைக் காணமுடிகிறது. இவற்றை மாங்குடி கிழாரின் (புறம்.335) பாடல் முல்லைக்குடிக்கான வரையறை பேசுவதுடன் ஒப்பிட்டுப் பார்ப்பது அவசியமாகக் கருதலாம். குடி என்ற குடியாட்சி தோற்றம் முல்லைத் திணையில் தோன்றும் போது அவற்றிற்கான வரையறையாக இந்தப் பாடல் அமைகிறது.

இந்தக் கிழார் அமைப்பு 'Lineage' என்னும் இரத்த உறவு அடிப்படையில் அமைந்திருப்பதும் அவை கடமையும், உரிமையும் கொண்ட குடிவழி உறவுமுறை கொண்டவையாகவும் இயங்கியுள்ளன. இக்குடியில் கிளைக்குடிகளும் உருவாகின்றன (புறம்.335). இதற்குள்ளாகவே உற்பத்தி உறவு, பெண் கொண்டான், கொடுத்தானாகவும் இந்தக் குடியினை வழி நடத்தும் மூத்தோராகக் கிழார் என்பவர் இயங்கியுள்ளார். இவரே அக்குடியின் சான்றோராக, சடங்கு மற்றும் வழிபாட்டு வழிகாட்டியாகக் கால விளைச்சல் பங்கீடு செய்பவராகவும் இருந்துள்ளார். இந்த மூத்தோர் நிலை பின்னர் தலைவன் என்ற நிலைக்கு மாறித் தலைமைப் பண்பு ஒருமை நிலை அடைகின்றது. இவற்றில் தாய (உரிமை) முறைப்படி இரத்த உறவான மகனுக்கே உரிமை செல்லுகின்றன. கிழான் மகனுக்கே அவனுடைய உரிமை சென்று சேர்கின்றது.

தமிழ் பிராமிக் கல்வெட்டில் பரம்பன் கோகூர் கிழார் மகன் வியக்கன் கோபன் கணதேவன் என்றும், பெருந்திணை நல்லங் கிழான் (ஆவணம்1, p.67-69) என்ற இரண்டு கல்வெட்டுகளிலும் ஊர்த் தலைவர் என்றே வழங்கப்படுகிறது. இக்கல்வெட்டு சான்று கிழார் ஒரு குறிப்பிட்ட பிரதேசத் தலைவர் (அ) ஊர்க்குத் தலைவர் என்பதும் தெளிவாகிறது. உரிமையானது அந்த ஊரின் பால் உருவாகிறது. கா. சிவத்தம்பி வேளிர் தவிர ஏனையோர் கிழார் என்று சொல்வது சரியாகாது. நீடூர் கிழவோன், சிறுகுடிப் பண்ணன் போன்றோர் வேளிர் குடிக்கு உரியவர்களாவர். எனவே கிழார்களில் சிலர் வேளிர்களாகவும் உள்ளனர்.

வடநாட்டின் கஹபதி குடும்ப ஆட்சியின் தமிழில் வடிவமாகக் காவிதி என்பது விளங்கியதுயென ர. பூங்குன்றன், கோ. நாயகம் கூறியதை ஒட்டி அப்பெயர்களை ஆய்வு செய்த போது அக்கூற்று உறுதிப்படுகிறது. காவிதிப்பட்டம், பாண்டியர்கள் வேளாளர்களுக்கும், அமைச்சர்களுக்கும் வழங்கியுள்ளனர். கிழார்களும் படை வேண்டுவழி வாளுதவியும், வினை வேண்டுவழி யறவுதவியும் (புறம்.179) செய்துள்ளனர். காவிதியும் அவ்வாறேயாக அறிய முடிகின்றது. காவிதி என்ற பட்டம் வெளியிலிருந்து வந்தபடியால் அவை நகரத்திலும், வணிகர் மத்தியிலுமே செல்வாக்குப் பெற்றன. ஆனால் தமிழகத்தின் பெரும்பாலான பகுதிகளில் கிழார் என்ற பெயரே செல்வாக்குச் செலுத்தியது.

கிழாரின் சிறப்புப் பெயர், உரிமைப் பெயர் என்பது தெளிவாகிய நிலை, இந்த உரிமை எவ்வகையானது என்பதைக் கீழ்க்கண்டவாறு கூறலாம். கிழார் என்ற சொல் உரிமைப் பொருள் கொண்ட நிலையில் இவை குழூ என்ற வேர் நிலையிலிருந்து தொடங்கிக் குடி நிலைக்கு மாறிய மூத்தோர் (அ) தலைவன் என்ற நிலைக்கு மாறிய அரசியல் செல்வாக்கு பெற்ற குறிப்பிட்ட ஊர்களுக்குத் தலைவன், அந்த ஊருக்கு எல்லா வகையிலும் உரிமையுடையவன். இந்த ஊர் பழைய ஊர்களாகவும், இருக்கலாம் அல்லது தண்ணடை பெற்ற ஊராகவும் இருக்கலாம். வேந்து சமூகத்தில் எவையேனும் ஒரு வேந்துக் குடிக்குக் கீழ் தானைத் தலைவனாக வேந்துவிடு தொழிலில் ஈடுபட்டு, வேந்தனைக் காக்கும் கடமையும், உரிமையும் உடையவனாகவும், வேந்தனுக்குப் போர் அற்ற காலத்தில் அமைச்சனாக இருந்து அறம்கூறும் உரிமை கொண்டவனாகவும் உள்ளான். தொல்குடியின் இரத்த உறவுகளுக்கு இடையே திருமண உறவை உயர்வாகக் கருதிய வேந்தர்கள் மகட்கொடை கேட்ட போது இதனை மறுத்து உரைக்கும் உரிமையும், போரிட்டு அழிதல் அல்லது மகட்கொடை அழித்து அமைச்சாக, படைத்தலைவனாக மாறுதல். இரத்த உறவு முறைபடி கிழார் மகனுக்கே கிழாரிடம் இருந்த அனைத்து வகையான உரிமைகளும் மகனுக்கே சென்றடைகின்றன. இவை உரிமை மற்றும் கடமை அடிப்படையில் இயங்கும் குடித் தன்மையில் உள்ளன. ஒரே குடியின் வேந்தர்களுக்கு இடையே, அல்லது தொல்குடிகளுக்கும், வேந்தர்களுக்கும் இடையேயான போரில் அமைதியை ஏற்படுத்த அறிவுரைக் கூறும் உரிமை உடையவர்களாக இருந்துள்ளனர். முடிந்தவரை போராடி மரபுகளை காக்கும் புலவர்களாக விளங்கியுள்ளனர். 'பாண் கடன்' என்னும் புலவர்களுக்குக் கொடை அளிக்கும் உரிமை கொண்டவர்களாக இருந்துள்ளனர். வேந்தர்களைத் தாண்டியும் வள்ளல் தன்மைக்கு உரிமையுடையவர்களாக இருந்துள்ளனர். யாணர் என்ற புதுவருவாய் உடைய ஊர்களுக்கும், வணிகப்பெருவழிகள் நிறைந்த ஊர்களில் நிகமங்களுக்கு உரிமை உடையவர்களாக வணிகர்களாகவும் செயல்பட்டுள்ளனர். இவை நெய்தற் பகுதி கிழார்கள் செய்துள்ளனர். கஹபதி போன்ற பலவகையிலான உடையவர்களாக கிழார்கள் இருந்துள்ளனர்.

10. அய்யன் - சாத்தன் - சாஸ்தா

அய்யனாரும் சாத்தனும் ஒருவரே எனினும் அதில் அய்யனார் வழிபாடு காலத்தால் முந்தியது. சாத்தன் வழிபாடு அரசு உருவாக்கத்தின்போது இருந்த பழங்குடி மக்களிடையேயும், வணிகத்தாராலும் வணங்கப்பட்ட தெய்வம். ஆனால், இத்தெய்வங்களின் கலப்பு அதன் வீரப் பண்பாட்டின் அடிப்படையில் ஒன்றிணைந்தாலும், அடிப்படையில் அய்யனார் வழிபாடு பெருந்திணைக்குரியது. சாத்தன் என்ற சொல் ஆதன் என்பதாக சேர மன்னர்களின் பெயர்களாக அமைந்திருத்தல் குறிப்பிடத்தக்கது. திராவிட மொழிக் குடும்பத்தில் மத்தியப் பகுதிகளில் 'ச'கரம், 'அ'கரம் அல்லது இகரமாகத் திரியும் என்பது மொழியிலாளர் கருத்து. எனவே, சாத்தன் என்ற தலைவனைக் குறிக்கும் சொல்லானது தமிழ் மொழியில் ஆத்தன் என்றாகி, பின்பு ஆதன் என வழங்கப்பட்டதாகக் கொள்ளலாம். அத்தன் என தலைவனையும், தந்தையையும் அழைக்கும் சொற்கள் பக்தி இலக்கியங்களில் காணப்படுகின்றது. தந்தை என்ற சொல்லே தலைவனைத்தான் குறிக்கும். விழுப்புரம் மாவட்டம் உள்ள ஐயூர் அகரம் என்னும் ஊரில் உள்ள அய்யனார் கோயிலில் உள்ள முதலாம் இராஜராஜன் கல்வெட்டொன்று, அய்யனாரை மகாசாஸ்தா என்றும், அத்தனார் என்றும் குறிப்பிடுகின்றது. இதிலிருந்து சாத்தனார்தான் அத்தனார் என்ற சொல் அமைதி சரியாகப் பொருள்படுகிறது.

சாத்து என்பது வணிகக் குழு. சாத்தின் தலைவன் சாத்தன் என்பது இராகவையங்கார் கூற்று. சாதவாகனர் காலத்தில் சாத்தன் என்ற தெய்வம் வீரவணக்கத்தின் அடிப்படையாகத் தோன்றிய தென்று தெரிகின்றது என்ற பி.எல்.சாமி அவர்களின் கருத்து ஆராயத்தக்கது. ஏனெனில் சாதவாகனர் காலத்தில் நன்கு கட்டமைக்கப்பட்ட அரசு தோன்றிவிட்டது. அரசுருவாக்கத்தில் மிக முக்கிய பங்கு வணிகத்தைச் சேர்ந்ததாகும். எனவே, வணிகக் குழுக்களின் தலைவன் வீரத்தால் இறந்துபட்டபோது தெய்வமாக

வணங்கப்பட்டான். ஆனால், வணிக நிலைக்கு முன்பே இந்தத் தெய்வம் பழங்குடி மக்களின் வேட்டைத் தெய்வமாக இருந்து, பழங்குடி மக்களின் தாய்த்தெய்வத்தின் மகனாகவும் கருதப்பட்டான் என்ற அவரின் கருத்தே ஏற்புடையது.

சாஸ்தா என்ற பெயரானது 'சாஸ்த்ரு' என்ற சமஸ்கிருத சொல்லில் இருந்து பிறந்ததாகும். சாஸ்த்ரு என்றால் அறிவு சார்ந்தவர் என்பதாகும். ரசாஸ்த்ர, சாஸ்த்ரு என்பது சாத்திரங்களை நன்கு தேர்ந்து கற்றவர் என்ற பொருள் படுகிறது. தொண்ணூற்றாறு வகை சாத்திரங்களையும் கற்றுத் தேர்ந்தவர் என்பதாக சாஸ்தா என்ற சொல் அய்யனாருக்குப் பயன்படுத்தப்பட்டுள்ளது.

பாசண்ட சாத்தன் என்று சிலப்பதிகாரம் கூறும் சாத்தன் பௌத்த, சமண சமயங்கள் ஏற்றுக்கொண்ட பழங்குடி மரபின் அய்யனார் சார்ந்த வீரவழிபாடாகும். புறம்பணையான் என்பதிலிருந்து ஊரின் வெளிப்புறத்தில் அல்லது காவில் உறையும் தெய்வமாகக் கூறப்படுவது இங்கு நோக்கத்தக்கது. 'சாத்தனை மகனாக வைத்து' என்று அப்பர் பாடுவதிலிருந்து சைவ சமயத்தில் அய்யன் வழிபாடு இணைக்கப்பட்டது தெரிகின்றது. இன்றைய அய்யனார் வழிபாட்டில் பழங்குடி மக்களின் வீரவழிபாடும், பௌத்த, சைனரின் சாத்தன் வழிபாடும், புராண மரபில் தோன்றிய சாஸ்தா வழிபாடும் இரண்டறக் கலந்துள்ளது. ஆனால் அய்யனார் தமிழ் நிலத்தின் ஐந்திணைக் கடவுளாக வணங்கப்பட்ட தெய்வம் ஆவார். குறிஞ்சி நிலத்தில் முதலில் தெய்வம் இருந்த நிலையை அணங்கு டை நெடுவரை என்று கொள்கிறோம். வேட்டைச் சமூகத்தின் தெய்வமாகக் குன்றின் மேல் அய்யனாகவும், காவுகளில் காரி யாகவும் வணங்கப்பட்டது. பின்பு நீர்நிலைகளில் இத்தெய்வம் காவல் தெய்வமாக இருந்தது. சுனை காத்து நின்றவராயும், கரை மேல் அழகராக ஏரி காத்தவராகவும் வழிபடப்பட்டார். விழுப்புரம், செங்கல்பட்டு, திருக்கோவிலூர் பகுதிகளில் நீர்நிலை களின் கரைகளில் அய்யனார் வழிபாடு நடைபெறுகின்றது. தென் மாவட்டங்களைப் பொறுத்தவரை நீர்நிலைகளிலும், மலை களிலும், மலையடிவாரங்களிலும், சிறு காடுகளிலும், எல்லைப் புறங்களிலும் அய்யனார் கோயில்கள் அமைந்துள்ளன. வில்லாயுத முடையவராக நிற்கும் அய்யனார் சிற்பங்கள் நடுகற்களாகும்.

செண்டு ஏந்திய மெய்ச்சாத்தன், லெட்சுமணபட்டி, புதுக்கோட்டை மாவட்டம், பொ.ஆ.11-12

தண்டலை-கிருஷ்ணாபுரம் வேலூர்மாவட்டம், பொ.ஆ.8-9

சிவகங்கை மாவட்டம் கண்ட்ரமாணிக்கம் அருகிலுள்ள நரியங்குடியில் எழுந்தருளியிருக்கும் ஆதினம் அழகிய அய்யனார் (ஆதீனமிளகி அய்யனார்) நாட்டுக்கோட்டை நகரத்தார் சமூகத்தைச் சார்ந்த பல குடும்பங்களுக்குக் குலதெய்வமாக விளங்குகிறார். நாட்டுக்கோட்டை நகரத்தார் தமிழ் மரபு சார்ந்த வணிகர்கள் ஆவர் என்பது அறிந்ததே. இவர்களின் வணிகக் குழுக்களும் நிகமம், (நியமம்) சாத்து என்று வழங்கப்பட்டன. 'நிகமம்' என்ற சொல் பிராகிருதச் சொல்லாகும். 'காம' என்ற பிராகிருத சொல் சமஸ்கிருத்தில் 'கிராம' என்று உச்சரிக்கப்படும். காம, கிராம என்பது தமிழில் ஊர் அதாவது வேளாண்மை சார்ந்த மக்கள் வாழும் நிலப்பகுதியைக் குறிக்கும். 'நிகாம' என்றால் கிராமம் அல்லாத நிலப்பகுதியைக் குறிக்கும். அதாவது வணிகம் நடைபெறக் கூடிய நகரங்களைக் குறிப்பிடுவதற்கு இச்சொற்கள் நிகமம், நியமம் என்று கல்வெட்டுகளில் குறிப்பிடப்படுகின்றன. குறிப்பாக மாங்குளம் தமிழிக் கல்வெட்டில் 'வெள் அறை நிகமதோர் கொட்டியோர்' என்று அப்படுக்கைகளை வெட்டிக் கொடுத்த வணிக்க் குழுவினர் குறிக்கப்படுகின்றனர். சாத்துகளின் தலைவன் சாத்தனே என்பதை முன்பே கூறினோம். அவரே அக்குழுக்களின் ஆதியாய தலைவனும் ஆகி, கடவுட் தன்மையில் அய்யனார் என்றழைக்கப்படும் போக்கில் ஆதீனம் அழகிய அய்யனாரும் நரியங்குடிப் பகுதியில் வாழ்ந்த நாட்டுக்கோட்டை நகரத்தார்களுக்குக் குலதெய்வமாக விளங்குவது இங்கு கண்கூடு.

பாதீடு–அறப்பெயர் சாத்தன் – தர்மசாஸ்தா

மன்று, மன்றம், மன்றில் என்பதே சபையாகும். சங்க இலக்கியங்கள் குறிப்பிடும் மன்றுகளில் ஆநிரைகள் நிறைந்திருந்தன என்பதை புறப்பாடல்கள் (386, 387) தெரிவிக்கின்றன. இம்மன்றமானது பரந்த வெளியாகும் 'குன்றம் மறைக்கும் மன்று' என்று சங்கப் பாடலொன்று . நெடுங்குன்றத்தின் அளவிற்கு மன்றம் பெரிதாக இருந்ததை பதிவு செய்கிறது. இனக்குழு சமூகத்தில் தலைவன் தன் வீரத்தால் பெற்ற செல்வங்கள் அனைத்தையும் மன்றத்தில் அமர்ந்து பங்கீடு செய்வதே பாதீடு ஆகும். இதற்கு தொல்காப்பியம் இலக்கணம் வகுக்கிறது. பாதீட்டில் இரத்த உறவுகள் மட்டுமின்றி மற்றையோரும் தங்களுக்கு இன்னதென

பெற்றார்கள். பகுத்துக் கொடுத்த தன்மையானது பொது உடைமை யானது மட்டுமல்லாமல் அச்செயல் ஓர் அறத்தோடு செய்யப் பட்டது. யாருக்கும் பாதகமின்றி ஒப்புநோக்காது பங்கிடப்பட்டது. இப்பங்கீடானது உணவு, நிலம், நீர், கால்நடை செல்வம், பொன், பொருள் என அனைத்துமாக நிகழ்ந்தது. மன்றில் தலைவன் முன்னிலையில் நடைபெற்ற இப்பங்கீட்டு நிகழ்வானது யாருக்கு எது கொடுக்கப்பட்டது என்பதை திருவுளச்சீட்டாக (lot system) கொண்டிருந்தது. நிலமும் நீரும் இங்ஙனம் பகுக்கப்பட்டதையே பிற்காலங்களில் கரையீடு, கரையாண்மை, கரையோலை என்று கல்வெட்டுகள் சான்று பகர்கின்றன. இப்பகுத்தல் முறை பின்பு சபை உறுப்பினர்களைத் தேர்ந்தெடுத்தலிலும் பின்பற்றப்பட்டது. பேரரசுகளின் காலத்தில் நடைபெற்ற மகாசபைகளின் உறுப் பினர்கள் தேர்ந்தெடுக்கப்பட்ட இந்நிலையில் சபையின் இறைவ னாக அய்யன் அமர்ந்திருந்தார். மகாசபைகள் அமைந்திருந்த உத்தரமேரூர், திருநின்றவூர், புள்ளமங்கை ஆகிய ஊர்களின் சபைக் கல்வெட்டுகள் உள்ள இடங்களில் அய்யனார் வழிபாடு நிகழ்வது இங்குக் குறிப்பிடத்தக்கது. முதலில் சபையின் தலை வனாக, இறைவனாக அய்யனாரும், பின்பு வடஇந்திய பண் பாட்டோடு ஏற்பட்ட கலப்பில் அய்யனாரின் இடத்தை இந்திரனும் அப்பதவியை வகித்தனர் எனலாம். ஆனால் இவ் விரண்டின் ஊடே சபைகளின் தலைவர்களாக விஷ்ணுவும், சிவனும் விளங்கினர் என்பதை தமிழகத்தில் பேரரசுகளின் காலக் கல்வெட்டுகள் குறிப்பிடுகின்றன. பல்லவ, சோழப் பேரரசுகளின் காலத்தில் இருந்த பல மகாசபைகள் விஷ்ணு கோயில்களாகவே உள்ளன. சான்றாக உத்தரமேரூர், திருமால்புரம், திருநின்றவூர், பிள்ளைப்பாக்கம் ஆகிய ஊர்களில் உள்ள விஷ்ணு கோயில்களே அவ்வூர் சபைகளாக விளங்கின என்பதை அக்கோயில்களிலுள்ள கல்வெட்டுகள் தெரிவிக்கின்றன. சபையின் நாயகனாக சபாபதி யாக சிவபெருமான் விளங்கும் சிதம்பரம் உள்ளிட்ட பஞ்ச சபைகளும், திருவண்ணாமலை, திருவாரூர், திருவையாறு போன்ற தலங்களும் பக்தி காலத்தில் இருந்தே சிவனின் இறைத்தலைமைப் பண்பைக் காட்டுகின்றன. அய்யனாரும், முருகனும் திருமாலும், சிவனும், இந்திரனும் வீரக்கடவுளர்கள். அடிப்படையில் வேட்டை சமூகத்தில் முகிழ்த்து, பின்பு கால்நடை சமூகத்தில் நிலைபெற்று,

வீரயுகக் காலத்தில் பெருந்தெய்வங்களாய் வணங்கப் பெற்றவர்கள் என்ற அடிப்படையிலேயே இந்த வழிபாட்டு பண்பாடு கலந்தது. மேலும் ஒன்றின் இடத்தை மற்றொரு தெய்வமும் பிடித்துக் கொண்டது எனலாம். மேற்கண்ட இத்தெய்வங்களின் அடிப்படை பண்பியல் கூறுகளை, ஆகமநியதிக்குட்படாத இயல்புகளை அய்யனார் வழிபாட்டில் மட்டுமே இன்றளவும் காணமுடிகிறது. அய்யனார் தான் ஊர்ச்சபையின் தலைவன் என்பதை சங்கக் காலத்திற்கு முன்பிருந்தே வழிபாட்டில் உள்ள திருப்பிடவூர் மகாசாத்தன் கோயிலின் சோழர் காலக் கல்வெட்டொன்று அய்யனை 'திருமண்டபத்துடைய நாயனார்' என்று குறிப்பிடு கிறது. மண்டபங்கள் என்பது மக்கள் கூடும் சபையாகும். இதற்குரிய நாயன் தலைவன் அய்யன் என்பதை இக்கல்வெட்டு உறுதிப்படுத்துகிறது. திருநெல்வேலி மாவட்டத்தில் உள்ள களக் காட்டுக்கு அருகே உள்ள சாலைநயினார் அய்யனார் கோயில் குறிப்பிடத்தக்கது. சாலைநயினார் என்று இங்கு அய்யனார் குறிப்பிடப்படுகிறார். சாலை என்பதற்கு அறச்சாலை, பள்ளிக் கூடம், குதிரை யானை இவற்றின் கூடம், பசுக்கொட்டில், பெரிய பொதுமண்டபம், அரசன் அரண்மனை, பாதை ஆகிய பொருள் விளக்கத்தினைத் தமிழ் பேரகராதித் தருகிறது. இந்த விளக்கமெல்லாம் அய்யனாருக்குப் பொருந்துகிறது. குதிரை, யானை, ஆநிரைகள் இவற்றோடு தொடர்புடைய அய்யன் அறத்தின் தலைவனாகவும், அரச அதிகாரத்தைக் கொண்டவ னாகவும், வணிகர் செல்லும் பெருவழிகளில் காவலனாகவும், விளங்கியதை இந்த சாலைநாயனார் என்ற பெயர் விளங்க வைக்கிறது. வேதகாலத்தில் இந்திர சபையின் தலைவனாக இந்திரன் விளங்கினான் என்று புராணங்கள் தெரிவிக்கின்றன. வீரனாகிய இந்திரன் வழிபாடு சங்க காலத்தில் தமிழகத்தில் நடைபெற்றது. மேய்ச்சல் சமூகத்தின் தலைவனாக ரிக் வேதம் காட்டும் இந்திரனுக்கு குதிரை வாகனமாகவும், இந்திர சபையின் தலைவனாய் அவன் அமர்ந்தபோது ஐராவதம் என்னும் யானை வாகனமாகவும் காட்டப்படுகின்றது. வேதகாலத்தின் இந்திர வழிபாடு தென்னகத்தின் தொன்மை சான்ற அய்யன் வழிபாட் டோடு இணைந்த காலத்தில் பூம்புகாரில் இந்திரவிழா சிறப்பாக நடைபெற்றது. இருவரும் வீரக்கடவுளர்கள். தென்னகத்தின்

காயாம்பட்டி, புதுக்கோட்டை, பொ.ஆ.10-11

முருகவழிபாட்டோடு வடபுராணத்து கார்த்திகேயன் இணைப்பைப் போன்றதே இதுவும். வீரவழிபாட்டில் ஏற்பட்ட இக்கலப்பானது சமூக மாற்றங்களினால் ஏற்பட்ட சமய எழுச்சிகளின் அடிப்படையில் ஏற்பட்டதே. தொல்குடி மக்கள் வணங்கிய அய்யனார் நாட்டுப்புறத் தெய்வமாய் இன்றளவும் வணங்கப்பட்டு வரும் நிலையில், இரு பண்பாடுகளின் கலப்பில் முகிழ்த்த சாஸ்தா வழிபாடு தனக்கென புராணத்தை உருவாக்கிக்கொண்டது. சைவ-வைணவ பெருஞ்சமயங்களின் இணைப்பில் தன்னை சாஸ்தாவாக வெளிக்காட்டிக் கொண்டது.

சங்க காலத்தில் சாத்தன்

சங்கப் பாடல்கள் பலவற்றை இயற்றிய புலவர்கள் சாத்தன் என்னும் பின்னொட்டுப் பெயரைக் கொண்டுள்ளனர். பாண்டியன் கீரன் சாத்தன், கருவூர் சேரமான் சாத்தனார் என்ற அரசர்களும் சாத்தன் பெயரைச் சூடியிருந்தனர். தெய்வத்தாற் பெயர்பெற்ற புலவர்களில் சாத்தன் என்று தெய்வத்தாற் பெயர்பெற்றவர்களே கூடுதலாக இருப்பது குறிப்பிடத்தக்கது.

உறையூருக்குக் கிழக்கேயிருந்த பிடவூரில் ‘அறப்பெயர் சாத்தான்’ என்ற தெய்வம் இருந்ததாகப் புறநானூற்றிலிருந்து தெரிகின்றது. இப்பிடவூர் தற்போது திருப்பட்டூர் என்றழைக்கப்படுகிறது. திருப்பட்டூர் மாசாத்தனே சேரமான் பெருமாள் நாயனாரின் திருக்கயிலாய ஞான உலாவினை எழுத்தாக்கம் செய்தவர். சங்க காலத்திற்கு முன்பிருந்தே அய்யனார் வழிபாடு நடைபெற்று வந்த பிடவூரில் பக்தி காலத்தில் அய்யன் வைதீக மரபோடு இணைக்கப்பட்ட காலத்தில் இது நடந்தது. இதனை சேக்கிழார் பெரிய புராணத்தில் பதிவு செய்கிறார். முதலாம் இராஜராஜ சோழன் காலத்தில் கட்டப்பட்ட திருப்பிடவூர் அய்யனார் தனிக் கோயிலில் உள்ள அய்யனார் சிற்பம் கையில் ஓலைச்சுவடிகளை வைத்திருப்பதாகக் காட்டப்பட்டுள்ளது.

> **‘கீர் சான்ற விழுச்சிறப்பிற்**
> **சிறுகண் யானைப் பெறலருந் தித்தன்**
> **செல்லா நல்லிசை யுறந்தைக் குணாஅது**
> **நெடுங்கை வேண்மா னருங்கடிப் பிடவூர்**
> **அறப்பெயர்ச் சாத்தன் கிளையேம் பெரும’** புறம், 395.

புலி மீதமர்ந்த சாத்தன், தேவிகாபுரம், திருவண்ணாமலை மாவட்டம், பொ.ஆ.15

சோழநாட்டுப் பிடவூர் கிழார் மகன் பெருஞ்சாத்தனை மதுரை நக்கீரர் பாடியுள்ள இப்பாடலில் வேண்மானுக்குச் சொந்தமான பிடவூரில் சாத்தன் என்ற தெய்வம் இருந்ததாகவும், அந்தக் கடவுளின் கிளை நாங்கள் என்று நக்கீரர் கூறுவதைக் காண்கி றோம். அறத்தால் புகழ் பெற்ற சாத்தன் என்று அடிக்குறிப்புரையில் கூறப்பட்டுள்ளது. அறத்தால் பெயரைப் பெற்ற சாத்தன் என்றும் கொள்ளலாம். இதுவே தர்மசாஸ்தாவாகும். நக்கீரர் பாடிய பிடவூர் கிழார் மகனும் பெருஞ்சாத்தன் என்று அழைக்கப்பட்டதால் இந்த அறப்பெயர் சாத்தனாகிய தர்மசாஸ்தாவே மகாசாஸ்தாவாகும் என்பது தெளிவாகின்றது.

இங்கு சாஸ்தா என்ற பெயரை ஆய்வுசெய்ய வேண்டும். அய்யன் என்பது தலைவனைக் குறித்தது. தலைவன் வீரம் செறிந்தவன். தொடக்க காலத்தில் காதல், வீரம், அறம், பொதுமை இவற்றோடு தொடர்புடைய தொல்குடித் தன்மை கொண்ட வாழ்வியல் நெறி யானது அடுத்த கட்டமாக எழுத்து, கல்வி, பயணம், வணிகம், பிற பண்பாட்டுத் தொடர்பு, தத்துவார்த்த நிலை, கலை, சமயம் இவற்றோடு கூடிய அறிவுசார் பண்புகளைப் பெற்று நாகரிகக் கூறுகளோடு சமூகத்தின் அடுத்த தளத்திற்கு வித்திட்டு. எழுச்சியடைந்தது. இந்நிலையில் பல பண்பாடுகள் கலந்தன. சமயங்கள் பல தோன்றின. வணிகத்தால் எழுத்தின் தேவை இன்றியமையாததாக மாறியது. வணிகமே எழுத்தின் தேவைக்கு முக்கிய காரணமாக அமைந்தது. எழுத்துகளை ஓரிடத்திலிருந்து மற்றொரு இடத்திற்குக் கொண்டுசென்ற பெருமை வணிகர் களையே சாரும். எழுத்துகளின் வளர்ச்சி நிலையானது பல இலக் கியங்கள் தோன்ற வழிவகுத்தன. இவ்வாறான நிலையில் இங்கு நிலவிய சமண, பௌத்த, ஆசீவகக் கோட்பாடுகள் வணிகர்களால் பின்பற்றப்பட்டன. பல அறநூல்களும், காப்பியங்களும் எழுந்தன. இந்நிலையில் அய்யன் சாத்தன் ஆகிறார். சாஸ்தா என்பதற்கு ஆசிரியர் என்ற பொருளைத் தருகிறது தமிழ் அகராதி. கல்வி கேள்விகளில் மேன்மையுற்ற சமூகத்தின் கடவுளாய் அய்யன் சாஸ்தா என்று அழைக்கப்படுகிறார். சாஸ்திரங்களை அறிந்தவன் சாஸ்தா. சாத்தன் என்ற பெயரிலிருந்துதான் சாஸ்தா என்ற பெயர் வெளிப்போந்தது எனக் கருதுதல் மேலாய்வுக்குரியது.

சங்க காலத்தில் வணிகத்திற்காக வடக்கிலிருந்து தெற்கு வரை பல வணிகப் பெருவழிகள் இருந்தன. தட்சிணப்பதம், பரங்குன்ற பெருவழி, கொங்கப் பெருவழி, காஞ்சிப் பெருவழி போன்றவை குறிப்பிடத்தக்கவை. இப்பெருவழிகளில் வணிக நகரங்கள் இருந்தன. வணிகர்கள் சென்ற பெருவழிகளின் ஊர்களில் சமண, பௌத்த முனிவர்கள் தங்கி தங்கள் அறக்கொள்கைகளைப் பரப்பினர்.

கொடுமணல், காங்கேயம், சிறுகளஞ்சி, கொடுவாய், சூலூர், பல்லடம், ஈங்கூர், சத்தியமங்கலம், ஈரோடு. பழநி, தாராபுரம் ஆகிய பகுதிகள் யாவும் கொங்கப் பெருவழிகளில் அமைந்துள்ளன. கொங்கப்பெருவழியில் அமைந்துள்ள கவுந்தப்பாடியில் உள்ள அய்யனார் குறிப்பிடத்தக்கவர். சங்ககாலத்தின் மூவேந்தர் ஆட்சி முடிவுற்ற பின்பு, தமிழகத்தில் நடைபெற்ற உள்நாட்டு வாணிகத்தில் குதிரை, ஆநிரைகள் ஆகிய கால்நடைகளின் வணிகமே செழித்திருந்தது எனலாம். இதில் குதிரை வணிகம் பெரும்பாலும் அயல்நாட்டு வணிகமாகவும், ஆநிரைகளின் வணிகம் உள்நாட்டு வணிகமாகவும் நடைபெற்றது. அயல் நாடுகளில் கிடைக்கும் பானையோடுகளில் உள்ள தமிழ்-பிராமி எழுத்துப் பொறிப்புகளில் சாத்து வேள், சாதன், சாதன் கணன், சாத்தன் ஆகிய பெயர்கள் காணப்படுகின்றமை இங்குக் குறிப்பிடத்தக்கது. உள்நாட்டு ஆநிரைகளின் மாட்டுச் சந்தைகள் நடைபெற்ற இடங்களான செங்கம், திருவண்ணாமலை, தகடூர் பகுதிகளில் நடுகற்கள் அமைந்துள்ளமை மேற்கண்டவற்றோடு ஒப்புநோக்கி கருதத்தக்கது. ஆக, தமிழகத்தில் வணிகத்தின் தலைவனாய் சாத்தனாய் அய்யன் வணங்கப்பெற்றமையும், குதிரையை வாகனமாய் உடையவனாய் வழிபடப்பெற்றமையும் கி.மு.3ஆம் நூற்றாண்டிற்கு பின்பென கொள்ள வாய்ப்புண்டு.

வணிகர்கள் பெரும்பாலும் ஆதரித்த சமண, பௌத்த சமயங்களும் சாத்தனைத் தமக்குள் உள்வாங்கியது. அறச்சாத்தனாகவும், தர்மசாஸ்தாவாகவும் அய்யனார் வழிபாட்டை இணைத்துக் கொண்டது. இந்நிலையில் சாத்தன் பலிகளை ஏற்காத அறக் கடவுளாகிறார். மேலும் உயர்ந்த தத்துவங்களை விளக்கும் சான்றோனாய், சாத்திரங்களில் வல்லோனாய் வணங்கப்படுகிறார்.

11. அய்யனார் தோற்றமும் இருப்பிடமும்

ஆகமங்களின் அடிப்படையில் நோக்குகையில் சாஸ்தா வாகிய அய்யப்பன் வழிபாடு பல பரிணாம வளர்ச்சியை அடைந் துள்ளது என்பது தெரிகின்றது. ஜடாபாரம் கொண்டவராய், இரு கைகளில் வலக்கையில் செண்டை பிடித்தபடி பீடத்தின் மீது அமர்ந்தவராய், வீரருக்குரிய அரையாடையும், மார்பில் சன்ன வீரத்துடனும் காட்டப்பட்டிருக்கும் அய்யனார் சிற்பங்கள் காலத் தால் பழமையானவை. இச்சிற்பங்கள் பெரும்பாலும் புடைப்புச் சிற்பங்களாகவே அமைந்துள்ளன. அய்யனின் காலடியில் மதுக் கலயம் ஒன்று வைக்கப்பட்டிருக்கும். அவரின் வாகனமாக யானை அல்லது குதிரை காட்டப்பட்டிருக்கும். மேலும் வேட்டைக் கடவுளானஅவருக்குகீழேநாய்உருவமும்பொறிக்கப்பட்டிருக்கும்.

அய்யனார் சிற்பங்கள் பூரணை, புட்கலை என்னும் உடனுறை தெய்வங்களோடு அமைக்கப்படுதல் பின்பு எழுந்த மரபெனக் கருத இடமுண்டு. இத்தாக்கம் ஆசிவகம் அய்யனார் வழிபாட்டைத் தன்னுள் இணைத்துக்கொண்டதால் உண்டானதென்று சில அறிஞர்கள் கருதுகின்றனர். ஆனால், இத்தகு சிற்பங்கள் அமைக்கப் பட்டு வழிபடப்பெற்ற காலத்தில் தமிழகத்திலிருந்து ஆசிவகம் முற்றிலும் மறைந்துபோனது என்றே சொல்ல வேண்டும். ஆசீவக நெறியானது நியதிக் கோட்பாட்டைக் கொண்டது. ஆம் எனின் ஆம், ஆகும் எனில் ஆகும் என்பதான ஊழ்க்கொள்கைகளைக் கொண்ட ஆசீவக சமயத்தில் மேலுலகக் கோட்பாடு உணராத, இவ்வுலக வாழ்வியலை மெய்யென்று உணரும் வீரயுகத்தின் செயல்பாடுகள் எங்ஙனம் பொருந்தும் என்பது முன்நிற்கும் கேள்வியாகும். வீரனுக்கான நடுகற்களில் பிற்காலத்தில் அவனோடு உடனுறைந்த அவன் பெண்டிரும் காட்டப்பட்டு வணங்கப்பட் டனர். இந்நிலையோடு அதனை ஒப்புநோக்கலாம். அன்றியும் முருக வழிபாடு, திருமாலாகிய கிருஷ்ணன் வழிபாடு ஆகிய

வற்றோடு ஒப்புநோக்கியும் நிறைவுறலாம். பாதீட்டு தலைவ னாய் மன்றில் அமர்ந்த அய்யனாரை பௌத்த சமயம் சாஸ்தா வழிபாடாகவும், அறப்பெயர் சாத்தன் வழிபாடாகவும் கொண்டது. புறம்பணையான் கோட்டம் என இவ்விரு சமயப் பெரியார்கள் ஊரின் புறவிடத்தே அமைந்திருந்ததை சிலப்பதிகாரம் தெளிவு படுத்துகிறது. உறையூருக்குக் கிழக்கேயிருந்த பிடவூரில் 'அறப் பெயர் சாத்தான்' என்ற தெய்வம் இருந்ததாகப் புறநானூற்றிலிருந்து தெரிகின்றது.

> 'கீர் சான்ற விழுச்சிறப்பிற்
> சிறுகண் யானைப் பெறலருந் தித்தன்
> செல்லா நல்லிசை யுறந்தைக் குணாஅது
> நெடுங்கை வேண்மா னருங்கடிப் பிடவூர்
> அறப்பெயர்ச் சாத்தன் கிளையேம் பெரும'

புறம், 395.

'புறம்பணையான் வாழ்க்கோட்டம் என்றொரு கோயிலும் குறிப்பிடப்பட்டுள்ளது. இது சாதவாகனன் கோயில் என்று அடி யார்க்கு நல்லார் கூறியுள்ளார். புறம்பணையான் என்பதற்கு மாசாத்தன் என்றும், புறம்பு அணைந்தவிடம் புறம்பணையாயிற்று என்றும் உரை கூறப்பட்டுள்ளது. இது ஊர்க்குப் புறம்பாக அணைந்துள்ள இடத்தில் காணப்பட்ட அய்யனார் கோயிலைக் குறிப்பது தெரிகின்றது. ஊர்க்குப் புறம்பாக இருந்து ஊரைக் காக்கும் தெய்வமாகச் சாத்தன் இருந்தான் என்று கருதலாம். இன்றும் அய்யனார்காவு ஊர்க்குப் புறம்பாகவே காணப்படு கின்றது. சூடாமணி நிகண்டு புறத்தவன் என்று அய்யனாரைக் குறிப்பிடுகின்றது. பாசாண்டம் என்பதனைத் தொண்ணூற்றாறு வகை சமய சாத்திரத் தருக்கக்கோவை என்று விளக்கியுள்ளனர். பௌத்த சமய நூலான வளையாபதியிலும் சாத்தன் தொண்ணூற் றாறு வகை கோவையில் வல்லவன் என்று கூறப்பட்டுள்ளதைக் காணலாம். ஆதலின் சிலப்பதிகாரத்தில் வரும் பாசாண்டச் சாத்தன் என்ற பௌத்தரின் சாத்தன் தெய்வமாகும்.'

மேற்கண்டவாறு பி.எல்.சாமி அவர்கள் கூறுவதிலிருந்து பௌத்த சமயம் அய்யன் வழிபாட்டை ஏற்றுக்கொண்ட நிலையில் உயிர்ப்பலிகள் நிறுத்தப்பட்டன எனலாம். ஆனால், புறம்

பணையான் என்று கூறப்பட்ட அய்யன் கோயில் இன்று கிராமப் புறங்களின் அய்யனார் வழிபாடாகத் திகழ்கிறது என்ற கூற்று ஏற்றுக்கொள்ளத்தக்கது. கையில் நீண்ட பெரிய அரிவாளோடு உருட்டிய விழிகளும், முறுக்கிய மீசையுமாய், அமர்ந்த நிலையில் மிகப்பெரிய உருவமாகக் காட்சியளிக்கும் வண்ணந்தீட்டப்பட்ட சுதையாலான நாட்டுப்புறக்கடவுளாக வழிபடப்படும் அய்ய னாருக்குப் பலிகள் கொடுக்கப்படுகின்றன.

வணிகர்களின் பண்டைய சாத்தன் வழிபாடு வைரவர் அல்லது பைரவர் வழிபாடாக இன்று திகழ்கிறது. இதில் சைவ சமயத்தின் முழுமுதற்கடவுளான சிவபெருமானின் 64 வடிவங்களில் ஒன்றான பைரவர் கோலம் அய்யனார் வழிபாட்டோடு இணைந்துள்ளமைத் தெரிகிறது. நடுகல் வணக்கமாகிய வேடியப்பன் கோயில் போன்றே அய்யனார் வழிபாட்டிலும் பெண் விலக்கு நடைமுறையில் உள்ளது. வீரர் வழிபாட்டில் பெண் விலக்கு தொன்மையானது எனினும் பௌத்த, சமண தாக்கத்தினால் இது நிகழ்ந்திருக்கக்கூடும் என்பது அறிஞர்கள் கருத்து.

அய்யனார் வழிபாடு வீரக்கடவுள் என்ற மூலத்திலிருந்து தொடங்கி, வீரர் வழிபாடு, வணிக சாத்துகளின் கடவுள், வேளாண் மக்களின் நீர்நிலைக் கடவுள், கால்நடை மேய்ப்பாளர்களின் காவல் தெய்வம் ஆகிய நிலையிலும், ஆகமத்திலும், சைவம், சமணம், பௌத்தம் ஆகிய சமயங்களின் தாக்கத்திலும் பல்வேறு இணைப்புகளைப் பெற்று செவ்வியல் வடிவமாக அய்யப்ப னாகவும், பழமை வடிவாக அய்யனார் என்ற கிராமப்புற காவல் தெய்வமாகவும் இன்று திகழ்கின்றது. தென்னிந்தியாவில் குறிப் பாக, பண்டையத் தமிழகம் சார்ந்த நிலப்பரப்பில் மட்டுமே அய்யனார் அல்லது சாஸ்தா வழிபாடு நிறைந்துள்ளது. கோதாவரி யாற்றுக்கு வழக்கே இவ்வழிபாடு முற்றிலுமாக இல்லையென்றே கூறலாம். அய்யனார் வழிபாடு அல்லது சாஸ்தா கோயில்களில் பிராமணர் அல்லாதவர்களே பூசாரிகளாக உள்ளனர்.

அய்யனார் உருவமைதி

அய்யனாரின் வடிவங்களில் யானை மேல் கையில் செண்டுடன் அமர்ந்த கோலத்தைக் காலத்தால் முந்தியதாகக் கருதலாம். அய்ய னாரின் உருவமைதி இங்குக் குறிப்பிடத்தக்கது. அரசனுக்குரிய

கொற்றமங்கலம், திருச்சி மாவட்டம், பொ.ஆ.9-10

தோரணை, ஆடை, அமர்வு நிலை ஆகியன நோக்கத்தக்கன. இராஜலீலாசனம் அல்லது உத்குடிகாசனம் அய்யனின் அமர் நிலைக்குரிய காட்டுகளாகும். அய்யனார் கையில் செண்டாயுதம் புராணப் பின்னணியைக் கொண்டதாக அமைகிறது. ஆனால் உண்மையில் வேட்டுவக் கடவுளான அய்யனார் கையில் வைத் திருக்கின்ற செண்டாயுதம் வளைத்தடி போன்ற அமைப்பை உடையது. பாண்டியர்களின் அரசு சின்னத்தில் இந்த செண்டு உள்ளது சிறப்பாகும். பாண்டியர்கள் ஐவகை நிலங்களின் தலை வர்களாக முதலில் எழுச்சிப் பெற்றவர்கள் ஆவர். எனவே, ஐந்திணைகளின் தெய்வமாக மேற்குறிப்பிட்டபடி அய்யனார் வழிபாடு பாண்டிய நாட்டில் தொண்டை மண்டலத்தைக் காட் டிலும் அதிகமிருந்தது எனலாம். இது முருக வழிபாட்டை ஒத்ததாகும். செண்டார் கையன் என்றும் செண்டலங்காரர் என்றும் இவருக்குப் பெயர்கள் உள்ளதாக உ.வே.சா எழுதியுள்ளார். அய்யனாரின் கையில் உள்ள நுனி வளைந்த ஆயுதமே செண் டாயுதம். அய்யனார் கையில் ஆயுதமாக வைத்திருக்கும் முனையில் மூன்று வளைவுகளைக் கொண்ட கழி. செண்டு இடையர் மேய்ச்சலில் ஈடுபடும் பொழுது கால்நடைகளுக்கு இலை தழையை உயரமான மர வாதுகளில் இருந்து கீழே இழுத்துத் தர உதவும் ஒரு கருவியாகும். இது நீண்ட கழி போன்றும், முனையில் உலோகத்தால் ஆன வளைந்த கொக்கி போன்றும் அமைந்திருக்கும். திருவிளையாடற்புராணத்தில் உக்கிரகுமாரன் கடல் வற்ற செண்டெறிந்ததும், கரிகாலன் மேருவை வளைக்க செண்டு எறிந்ததும் தொன்மங்களாகும். கரிகாலன் அய்யனாரிடம் செண்டு வாங்கி மேருவை வளைத்தான் என்பதில் அரசு கட்டமைப்பில் முதலில் உள்நுழைந்த தெய்வமாக அய்யனைக் கருதலாம். எனினும் இக்கருவி காலத்தால் பழமையானது. வாழ்வியலோடு தொடர்புடையதாகி அரசுருவாக்கத்தில் நிலை பெற்றது. ஆநிரைகளை காக்கும் மேய்ச்சல் சமூகமான முல்லை நில மாந்தோரோடு தொடர்புடையது. எனவே முல்லை நிலமான பாண்டிய நாட்டின் அரசு சின்னத்தில் இடம்பெற்றது. அய்யனார் கையில் கொண்டுள்ள செண்டுவை நோக்க, அய்யனார் ஒரு முல்லை நிலக்கடவுள் என்பதுவும் புலப்படுகிறது. சாத்தன் கையில் இருந்த குதிரை ஓட்டும் சாட்டையே பிற்காலத்தில்

சித்துப்பட்டி. புதுக்கோட்டை மாவட்டம், பொ.ஆ.9-10

செண்டாகியது என்ற பி.எல்.சாமி அவர்களின் கூற்று மேலும் ஆராயத்தக்கது. குதிரையினைப் பற்றி அறியாத சிந்துவெளி மக்களிடத்திலும் செண்டு குறியீடு காணப்படுகின்றது. அய்யன் முதலில் குறிஞ்சி நிலத் தலைவனாய் வழிபடப்பட்ட போது யானை வாகனமாய் இருந்தது. எனவே யானையே தமிழகத்தைப் பொறுத்தவரை அய்யனாரின் முதல் வாகனமாகும். பின்பு வணி கத்தின் வளர்ச்சி கட்டத்தில் மேலேழுந்த சாத்துகளோடு தொடர் புடைய தெய்வமாய் ஆனபோது குதிரை வாகனமானது. குதிரை வீரன் உருவமாகிய சாதவாகனனே என்பதில் ஐயமில்லை. சாத்தனின் குதிரை உலவிவரும் இடம் செண்டு வெளி ஆயிற்று. செண்டு - நுனி வளைவுள்ளதோர் நீண்ட கருவியுமாம். அய்யன் கையில் உள்ள செண்டு நிலைச் செண்டு, பரிச்செண்டு என்ற இரண்டு வகையாகக் காட்டப்படுகிறது. செண்டு வீசுதல் - இந்நாளில் பந்தாடுதல் போன்றதொரு விளையாட்டு வகை. நிலைச்செண்டு வீசுதல் - நின்றபடியே வீசுதல் பரிச்செண்டு குதிரையின் மீதிவர்ந்து இடம் வலம் சுழன்று வீசியாடுதல். பரிச்செண்டு குதிரைக்கும், நிலைச்செண்டு யானைக்குமாய் இருந் திருக்க வாய்ப்புண்டு. யானையை வாகனமாய் உடைய சாத்தனைப் போன்று அங்குசம் கையில் பற்றிய பூதநாதனாய், சந்தியின் காவல் தெய்வமாய் கணபதி அமர்ந்ததுவும் இங்கு கருதத்தக்கது. நாற்சந்திகளில் அய்யன் கோயில்களை அமைப்பது பண்டு மரபு. சந்திக் கடவுளாகவும், சதுக்கத்தில் உறையும் பூதக் கடவுளாகவும் அய்யனார் கருதப்பட்டார். ஏனெனில் இவ்விரு கடவுட் தன்மை களும் குற்றங்களை ஒறுத்து, அறத்தை நிலை நாட்டுவன.

சாஸ்தாவாகிய அய்யப்பன் வழிபாடும் சைவ-வைணவ இணைப்பில் உருவான தொன்மம் மட்டுமல்லாது, இரு பெருந் தெய்வங்களின் ஆகம மரபுகளைப் பின்பற்றியதாகும். சபரி அய்யப்பனின் யோக நிலையில், சின்முத்திரை காட்டி, குத்திட்டு அமர்நிலை கொண்டுள்ள படிமக்கலையானது சோழர்கால தென் முகக்கடவுளின் அமர்வு நிலையையும், பல்லவர்காலம் மற்றும் முற்காலச் சோழர் கால அய்யனார் சிற்பங்களின் வடிவங்களின் கலவையான உருவமைதியாகும். அய்யனார் பலர் ஆவரால் சபரிமலை சாஸ்தாவாகிய அய்யப்பனும் ஒரு அய்யனாரே.

செவந்தலிங்கபுரம், கரூர் மாவட்டம், பொ.ஆ.8-9

மீசையுள்ள அய்யனார், சித்தேரிக்கரை, விழுப்புரம் மாவட்டம், பொ.ஆ.8-9

பண்டைய அய்யனின் உருவமைதி

அய்யனார் குதிரை மேல் வரும் தெய்வமாகவும், யானை மேல் வரும் தெய்வமாகவும் பொதுவாக காட்டப்படுகிறார். பல்லவர் கால அய்யனார் சிற்பங்களில் இவை காட்டப்பட்டுள்ளன. வேட்டைக்கடவுளான இவருக்கு நாய் ஒன்று காட்டப்படும். மேலும் கோழி, சேவல், காளை, ஆடு, பறவை ஆகியனவும் இடம்பெற வேண்டும் என காரணாகமமும், சுப்ரபேதாகமும் குறிப்பிடுகின்றன. மேலும், இவ்விரு ஆகமங்களும் இரண்டு கைகளையும், கறுப்பு நிறத்தையும் அத்தெய்வத்திற்குக் கூறு கின்றன. பூதம் போல் பெரிய வயிறு படைத்தவராயும், வலது கையில் செண்டையும், இடது கையில் கொடியையும் பிடித்த படியும், முப்புரிநூலோடு தன் இரு மனைவிகளான மதனா, வர்ணானி ஆகியோருடன் வீற்றிருக்கும் காட்சியை சுப்ரபேதாகமம் வெளிப்படுத்துகிறது. அம்சுமத்பேத ஆகமம் அத்தெய்வத்திற்கு நான்கு கைகள், மூன்று கண்கள், பொன் மஞ்சள் நிறம், பட்டாடை, பத்மாசனம், கையில் வாள் மற்றும் கேடயம் ஆகிய படிவமைதி யைக் கூறுகிறது. இது பெருங்கடவுள் நிலைப்பாடாகும். இப் படிமம் அவர் வீரயுகக் கடவுள் என்பதைக் காட்டுகிறது. ஆனால், முன்னிரு ஆகமங்களின் உருவமைதி அவரை ஒரு தொல்சீர் வேடனாக, வீரனாக வடிவமைக்கிறது. இந்நிலையே காலத்தால் முந்தியதாகும். அவரின் வாகனங்களிலிருந்தே தோற்றப்படி நிலை களையும் நாம் கணிக்கலாம். யானை முதலில் அவருக்கு வாகனம் என்பது வேட்டைக் கடவுளாய், திணைத்தலைவனாய் அய்யன் கருதப்பட்ட காலத்தில் உருவானது. குதிரை வாகனம் அரசு எழுச்சி பெற்ற காலத்தில் தலைவனின் நிலையைக் குறிப்பது. அது வீரயுகத்தில் எழுந்தது. நாய் பொதுவாக வேட்டைக்கார்ர்களுக்கு காட்டப்படுவது மரபு. ஆடும், சேவலும் அவருக்கான பலி உயிரினங்களாகும். இவற்றில் பன்றி, எருமையும் உண்டு.

அவ்வாறே வாள் கேடயம் வீரனுக்குரிய அடையாளங்கள். வில்லாயுதமுடைய அய்யனார் வழிபாடு தென்பாண்டி நாட்டில் மிகவும் சிறப்பு வாய்ந்தது. செண்டே அவருடைய பழமையான ஆயுதம். வேட்டைக்கான ஆயுதங்களாக வில் அம்பு இவற்றைக் கொண்டிருக்கும் நடுகற்கள் திருவண்ணாமலை, செங்கம், தருமபுரி

திருக்குன்றக்குடி சாத்தன், குன்றாண்டார் கோயில், புதுக்கோட்டை மாவட்டம், பொ.ஆ.9

பகுதிகளில் வேடியப்பனாக வழிபடப்படுகின்ற நிலையில் சில நடுகற்கள் மட்டும் அய்யனார் கோயில்களாக இன்றும் வழிபாட்டில் உள்ளன. குதிரை மீதேறிய நிலையில் பெரிய சுடுமண் சிற்பங்கள் நாட்டார் வழிபாட்டில் வைக்கப்படுகின்றன. வெருட்டிய கண் களும், நெறித்த புருவங்களும் கொண்டவராய், கால்களில் செருப்பு அணிந்து, கையில் வாள் அல்லது அரிவாளுடன் காட்சியளிக்கிறார். பல ஊர்களில் அய்யனார் அமர்ந்த நிலை சுடு மண் உருவங்கள்வழிபாட்டில் உள்ளன. சுகாசனத்தில் அமர்ந்து கையில் ஓங்கிய வீச்சரிவாளுடன் காணப்படுகிறார். அய்யனுக்கு தலையலங்காரம் ஜடாபாரமே பெரும்பாலும் பல்லவர் காலத்தில் இருந்து தற்போதும் வழிபாட்டில் இருக்கும் நாட்டார் சிற்பங்கள் வரை கொடுக்கப்பட்டுள்ளது. சிற்சிலவிடங்களில் அவர் அரசனைப் போன்று மகுடத்துடனும், நீள பட்டாடையுடன் சுடுமண் உரு வங்களில் காட்டப்பட்டுள்ளார்.

இந்த சுடுமண் சிற்பங்களே பண்டைய காலத்தில் இருந்து அய்யனாரை உருவமாக வழிபட்ட முறையாகும். கல்லால் சிற்பங்கள் வடிப்பதற்கு முன்பான இந்தச் சுடுமண் சிற்பங்களைச் செய்தவர்கள் வேளார் ஆவார்கள். குலாலர் என்றும், குயவர் என்றும் சங்க இலக்கியத்தில் குறிக்கப்பட்டுள்ளனர். வேட்கோ என்று விளிக்கப்படுதலும் சிறப்பு. “மண்ணுடையார்“ என்று கொங்குப் பகுதிகளில் அழைக்கப்படுகிறார்கள். இச்சமூகத்தினரே பெரும்பாலும் அய்யனார் கோயில்களின் பூசாரிகளாக திகழ் கின்றனர். சூலூர், பல்லடம், சாத்தனூர், ஆலகிராமம், கொட்டக் குடி, காரையாறு, சாலைநயினார் கோயில் போன்ற புகழ்பெற்ற சாத்தன் கோயில்களில் இச்சமூகத்தவரே பூசனை செய்கின்றனர். திருப்பிடவூரில் மட்டும் வைதீக நெறியில் அய்யனுக்குப் பூசைகள் நடைபெறுகின்றன.

அய்யனார் சிற்பங்களில் காலத்தால் பழமையானவையாக பல்லவர் காலத்திய அய்யனார் உருவங்களே நமக்குக் கிடைக் கின்றன. பல்லவர் கால அய்யனார் படிமங்கள் கி.பி. 6-ஆம் நூற்றாண்டிலிருந்து 9ஆம் நூற்றாண்டு வரை நடுநாட்டில் தனிச் சிற்பங்களாகக் கிடைக்கின்றன. ஒலக்கூர் அய்யனார் கையில் சாட்டையுடன் காணப்படுகின்றார். அய்யனார் கையில் சாட்டை

சேரனூர், புதுக்கோட்டை மாவட்டம், பொ.ஆ.10

அவர் குதிரை வணிகத்தின் தலைவனாக, சாத்தனாக கருதப்பட்ட வகையில் குதிரை அய்யனுக்கு வாகனமாகின்றது. இந்நிலையை இச்சிற்பம் காட்டுகின்றது. தென்பேர் அய்யனார் ஒரு தேவியுடன் காணப்படுகின்றார். இது குறிப்பிடத்தக்கது. அய்யனாரின் இரு தேவியராக பூரணை, புட்கலை தேவியர் காட்டப்படுவது மிகவும் பிற்காலத்தில் என்பது இதிலிருந்து தெளிவாகின்றது. தென்பேர் அய்யனார் என்பவர் அப்பகுதியின் தலைவன் ஆவார். அத்தலைவனின் மனையாளே உடனிருக்கும் தேவி என்பதை நாம் தெளிந்து கொள்ள வேண்டும். கோணவாடி, கொத்தமங்கலம் ஆகிய ஊர்களில் உள்ள அய்யனார்கள் பல்லவர் காலத்திய, பல்லவர்களுக்கு கீழ் அடங்கிய குறுநிலத் தலைவர்களாக இருந் திருக்கலாம் என்பதை உணரமுடிகிறது. அரசூர் அய்யனார் குறிப்பிடத்தக்க தலைவன் ஆவார். அவர் அய்யன் பண்பாட்டின் ஒட்டுமொத்த சிறப்பினையும் தன்னகத்தே கொண்டுள்ள தோற்றப் பொலிவைப் பெற்று விளங்குகிறார். தலைவன் இன்புற்று பாதீட்டின் போது மகிழ்ந்து கள் அருந்தும் கள்குடம் அவரின் வலது கையருகே உள்ளது. அக்கள்குடத்தை அவர் வலது கையால் மூடியுள்ளார். மேலும் தலைவனுக்குரிய அமர்வு, கொற்றக்குடை, சாமரம் வீசும் பெண், காலடியில் உள்ள வேட்டைக்கு உதவும் நாய், மேலே அவரின் வாகனங்களான யானை மற்றும் குதிரை என அனைத்துவித பொலிவோடும் இச்சிற்பம் வடிக்கப்பட்டுள்ளது.

அய்யனார் ஊர்த்தலைவனே என்பதற்கு மற்றுமொரு சான்றாக அமைவது எசாலம் அய்யனார் சிற்பம். பிற்கால பல்லவர் காலத்திய இச்சிற்பத்தின் அமர்வு நிலை மகாராஜலீலாசனம் ஆகும். ஒரு தலைவன் மிடுக்குடன் சபையில் அமர்ந்திருக்கும் எழில் வடி வத்தை இச்சிற்பம் காட்டுகின்றது. நடுநாட்டு சிற்பங்களில் சோழர் காலத்திய பேரங்கியூர் அய்யனார் சிற்பம் குறிப்பிடத்தக்கது. சோழர்கள் காலத்தில் அய்யனார் பரிவார தேவதையாய் ஆகிவிட்ட நிலையில் கோயில் சுற்றுச்சுவர்களின் ஓரம் சோழர்கால அய்யனார் சிற்பங்கள் காணப்படுவது கண்கூடு. பராந்தக சோழனின் புள்ள மங்கையில் அன்னையர் எழுவருடன் அய்யனார் அமர்ந்துள்ளார். விழுப்புரம் ஐயூர் அகரத்தில் உள்ள அய்யனார் கையில் செண்டு வைத்துள்ளார். செண்டு என்பது யாதென முன்பே பார்த்தோம். பல்லவர் கால அய்யனார் சிற்பங்கள் இடையில் குறுவாளுடன்

காட்சியளிக்கின்றன. நடு நாட்டிலுள்ள பாசூர் அய்யனார் இடது கையில் குறுவாளைக் கொண்டுள்ளார். மொலசூர், ஆலகிராமம் ஆகிய ஊர்களில் உள்ள அய்யனார் இடையில் குறுவாளை வைத்தபடி உள்ளார். அய்யனார் உருவமைதியைக் கொண்டு அவர் குறுவாளை வைத்திருப்பதால் வீரர் என அறியமுடிகிறது. வீரனாய் விளங்கிய போதிலும் இளையவரா சற்று முதியவரா என்பதை அவரின் தலையலங்காரம் விளக்குகிறது. அரசூர் மற்றும் எசாலம் அய்யனார் சிற்பங்களில் தலையலங்காரம் உச்சிக் கொண்டையாய் அமைந்துள்ளது. அது இளைய வீரர்களுக்குரியது. பாலக வீரனான கிருஷ்ணனின் தலைப்படிவம் இங்கு ஒப்பு நோக்கத்தக்கது. பாசூர், மொலசூர், ஆலகிராமம், அன்னம்புத்தூர், அவியூர் ஆகிய ஊர்களில் அமைந்துள்ள அய்யனார் சிற்பங்கள் தலையணியாக ஜடாபாரத்தைக் கொண்டுள்ளன. இவை அவர் களின் வயது முதிர்வைக் காட்டி நிற்கின்றது. அடர்ந்த ஜடாபாரம் காலத்தின் நீட்சியைக் காட்டி நிற்கிறது எனலாம். காலத்தால் முந்தைய சிற்பங்கள் எளிமையாக பலகைக் கல்லில் புடைப்புச் சிற்பங்களாகப் படைக்கப்பட்டுள்ளன. அவை அவ்வூராரின் பொரு ளாதார நிலையைக் காட்டி நிற்கிறது எனலாம். அரசூர், ஆலகிராமம் அய்யனார்கள் பேரரசுகள் எடுப்பித்த நிலையை காட்டுகின்றது. கொற்றக்குடை வடநெற்குணம், அரசூர் உள்ளிட்ட சிற்பங்களில் வடிக்கப்பட்டுள்ளமை அய்யனார் ஒரு மன்னன் என்பதை காட்டுவதற்காகவே. சிற்சில சிற்பங்களில் கொற்றக்குடையை வீரன் ஒருவன் பிடித்துள்ளான்.

அய்யனார் இனக்குழு சமூகங்களில் ஒவ்வொரு குடியின் தலைவர் என்பதை அய்யனார் சிற்பங்கள் தெற்றென விளக்கி நிற்கின்றன. வீரர்கள் உண்டாட்டு மகிழும் கள்குடம் அரசூர், ஒருகோடி, பிடாகம், சித்தேரிக்கரை ஆகிய ஊர்களில் உள்ள அய்யனார் சிற்பங்களில் காட்டப்பட்டுள்ளன. மேலும் குடிகளின் குலச் சின்னங்களாக கோழி, குரங்கு, ஆடு, சேவல் ஆகிய விலங்குகள் பொறிக்கப்பட்டுள்ளன. 'கோழியோன்', சேவற்கொடியோன் ஆகிய பெயர்களை பெற்று விளங்கும் தலைவனாக அய்யனார் விளங்கு கிறார். இந்நிலையே முருகனுக்கு மூத்த நிலை என நாம் முன்பு கண்டோம். ஏனெனில் இப்பெயர்களால் முருகன் அழைக்கப் படுவதாக இலக்கியங்கள் இயம்புகின்றன. முருகன் சேவலோடு

காட்டப்படும் சிற்பங்கள் எண்ணிக்கையில் மிகக் குறைவே. மதுரை மாவட்டம் இலாடன் கோயில் இதற்குச் சான்று. ஆனால், அய்யனார் சிற்பங்கள் இவ்வாறான அமைப்பில் அதிகம் காணக் கிடைக்கின்றன. ஆலகிராமம், பெரியசெவலை ஆகிய ஊர் களில் உள்ள அய்யனார் சிற்பங்களில் கோழி உருவம் காட்டப் பட்டுள்ளது. எனவே முருகனும் ஓர் அய்யனாரே. இளம் தலைவன். முருகனுக்கான தலையலங்காரமாக ஆகமங்கள் காட்டும் கரண்டமகுடம் இளம்வீரனுக்குரியது. இந்த கரண்ட மகுடம் சோழர் கால அய்யனார் சிற்பங்களில் காட்டப்பட்டுள்ளன. அய்யனார் வேட்டைக் கடவுள் என்பதைக் காட்டுவதாகவே அச்சிற்பங்களில் உள்ள நாய் உருவங்கள் உள்ளன. விழுப்புரம் மாவட்டத்தில் உள்ள நெற்குணம், ஒருகோடி, கொண்டங்கி, சித்தேரிகரை, பிடாகம் ஆகிய ஊர்களில் உள்ள அய்யனார் சிற்பங்கள் மீசையுடன் வடிக்கப்பட்டுள்ளன என்பது இங்கு உற்றுநோக்கத்தக்கது. பெருந்தெய்வங்கள் ஆகமநியதிப்படி மீசை யுடன் காட்டப்படுவதில்லை. எனவே அய்யனார் உள்ளூர்த் தலைவன் அவனே அம்மக்கட்கு இறைவன் என்பதையும், அவன் வீரன் என்பதையும், அய்யனார் வீரயுக காலத்தின் தமிழகத்தின் தலைமைக்கடவுள் என்பதையும் விளங்கலாம். விழுப்புரம் மாவட்டம் வடநெற்குணத்தில் உள்ள அய்யனார் கையில் குறுவாளை பிடித்தபடி உள்ளார். இப்படிமக் கலையானது சங்க கால வீரனின் நிலையை படம் பிடித்துக் காட்டுவதாக அமைந் துள்ளது. அய்யனார் சிற்பத்தின் குறிப்பிடத்தக்க நிலையான யோக பட்டம் ஆலகிராமம், அரசூர், பாசூர் உள்ளிட்ட குறிப்பிட்ட சிற்பங்களில் காணப்படுகின்றன. யோகபட்ட நிலை அமர்வு தென் முகக் கடவுளுக்கு உரித்தானது. எல்லா உயிர்கட்கும் அறவுரை சொல்லும் ஆலமர்செல்வனின் அமர்வு நிலை அய்யனுக்கு காட்டப்படுகிறது. காலத்தால் முந்தைய அந்த ஆலமர்செல்வன் யார் என்பதை நாமே ஊகித்து உணரலாம். ஏனெனில் மன்றத்தில் அமர்ந்து பாதீடு செய்யும் தலைவனே அவ்வூருக்கு அறமும் உரைப்பான். அறம் என்பது தருமம் அன்று. அது வாழ்வியல் கூறு. அஃது எல்லா உயிர்க்கட்கும் ஆனது. அறத்தின் வழியே வாழ்வை நெறிப்படுத்திய நிலையில் உயிர்க்குலத்திற்கு தலைவன் உரைக்கும் நிலை அதுவே. அதனை தொல்குடி சமூகத்தில்

தொண்டைமான்நல்லூர், புதுக்கோட்டை மாவட்டம், பொ.ஆ.9

தொழுதான்பட்டி, வைத்தூர், புதுக்கோட்டை மாவட்டம், பொ.ஆ.11

தலைவன் அமர்ந்து செய்தான். அவன் மீசை கொண்ட, குறுவாள் பிடித்த, கள் விரும்பும் வீரன். ஆலகிராமம் அய்யனார் தென்முக்க் கடவுளான தட்சிணாமூர்த்தியின் முந்தைய வடிவம் என்பதை நிரூபிக்கும் கலைச் சான்றாகும். ஆலகிராமத்தில் இரு அய்யனார் சிற்பங்கள் உள்ளன. அவற்றுள் ஒன்றில் கோழி, குட்டியுடன் குரங்கு, குள்ளமனிதர், குதிரை, குதிரை வீரன் ஆகியனவும் காட்டப்பட்டுள்ளன. இவை ஆலமர்செல்வனின் படிமத்தில் உள்ளவற்றில் பாதியாகும்.

அய்யனார் சிற்பத்தில் காணப்படும் மற்றொரு சிறப்பான கலையம்சம் அய்யனாரின் இருபுறமும் இரு பெண்கள் காட்டப் படுவது. காலத்தால் முற்பட்ட அய்யன் சிற்பங்களில் ஒரு பெண் வலது புறத்தில் படையலை ஏந்தியபடி உள்ளாள். சாமரப் பெண்ணும் காட்டப்படுகிறாள். ஆலகிராமம் சிற்பத்தில் ஒரு பெண் விளக்கை ஏந்தியபடியும், மற்றொரு பெண் படையலைக் கையில் வைத்தும் உள்ளார்கள். அய்யனாருக்கான படையல் என்பது பலிகளைக் குறிக்கும். அய்யனார் சிற்பங்களில் காட்டப்படும் கோழி, ஆடு, சேவல் முதலிய அவருக்கு பலி விலங்குகளே. அக்குலக்குறியீடுகளைக் கொண்டவர்களே அந்த விலங்குகளை தங்கள் தலைவனுக்குக் காணிக்கையாக செலுத்துவார்கள். அதுவே பலியிடல் ஆகும். ஆனால், மேற்சொன்ன பெண் படையல் ஏந்தி வரும் நிலையானது அய்யனின் அரசநிலையைக் குறித்து நிற்கின்றது எனலாம். படையலை ஒரு கலத்தில் வைத்து அதனை மூடியிட்டு கையில் ஏந்தி பணிவுடன் வரும் நிலையில் அந்த பணிப்பெண் உள்ளாள். அவள் கையில் வளைகள் அணிந் துள்ளாள். 'வேந்தர்க்கேத்திய நீந்தண் நறவம்' (புறம், 2491-1) என்று தலைவருக்காக அழகான வளையல்களை அணிந்த மகளிர் தேறலை எடுத்துச் செல்வதை புறநானூற்றுப் பாடல் இயம்பு கின்றது. அய்யனார் சிற்பங்களில் காணப்படும் படையல் பெண் அரசன் மகிழ்ந்துண்ணும் வகையில் எடுத்துச் செல்கிறாள்.

சிற்பத்தின் இக்காட்சிதனை சங்கப் பாடல்கள் படம் பிடிக் கின்றன. இலவந்திகைப் பள்ளித் துஞ்சிய பாண்டியன் நன்மாறனை நக்கீரர் வாழ்த்தினபோது, யவனர் தந்த தேறலை உண்டு மகிழ்ந்திருப்பாயாக என்று வாழ்த்தினார்.

பழஞ்சாத்தன், சூணாம்பேடு, செங்கை மாவட்டம், பொ.ஆ.8-9

வடநெற்குணம், விழுப்புரம் மாவட்டம், பொ.ஆ.7

'யவனர்
நன்கலந் தந்த தண்கமழ் தேறல்
பொன்செய் புனைகலத் தேந்தி நாளும்
ஒண்டொடி மகளிர் மடுப்ப மகிழ்சிறத்து
ஆங்கினிது ஒழுகுமதி ஓங்குவாள் மாற.'

(புறம், 56)

தலையாலங்கானத்துச் செருவென்ற பாண்டியன் நெடுஞ்செழியனை மாங்குடி மருதனார் வாழ்த்திய போதும் 'மணங் கமழ் தேறலை' உண்டு மகிழ்ந்திருப்பாயாக என்று வாழ்த்தினார்.

'இலங்கிழை மகளிர் பொலங்கலத் தேந்திய
மணங்கமழ் தேறல் மடுப்ப நாளும்
மகிழ்தினிது உறைமதி பெரும'

(மதுரை. 779-81)

மாங்குடி மருதனார் இன்னொரு செய்யுளிலும் அப்பாண்டியனை அவ்வாறே வாழ்த்தினார்.

'ஒண்டொடி மகளிர் பொலத்கலத் தேந்திய
நண்கமழ் தேறல் மடுப்ப மகிழ்சிறந்து
ஆங்கிணி தொழுகுமதி பெரும'

(புறம், 24:31 -33)

சேரமான் மாவெண்கோவும் பாண்டியன் கானப் பேரெயில் கடந்த உக்கிரப் பெருவழுதியும், சோழன் இராச சூயம் வேட்ப பெருங்கிள்ளியும் ஒருங்கிருந்தபோது அவர்களை அவ்வையார்,

'பாசிழை மகளிர் பொலங்கலந் தேத்திய
நாரரி தேறல் மாந்தி மகிழ்சிறந்து'

(புறம், 367: 6-7)

இருப்பீர்களாக என் வாழ்த்தினார்.

ஆக, பொலங் கலத்தில் ஏந்தியது அய்யனார் சிற்பங்களில் கள்ளாக இருக்க வாய்ப்பில்லை. ஏனெனில் பல சிற்பங்களில் அய்யனாரின் கைக்கருகில் கள் கலயம் வைக்கப்பட்டுள்ளது. எனவே கள்ளுண்ட தலைவனுக்கான உணவை அப்பெண்கள் வைத்துள்ளனர் என்பதாகக் கருதலாம்.

அய்யன் கோயில் இருப்பிடம்

பொதுவாக அய்யனார் நீர்நிலைக் கரைகள், குன்றுகள், காவுகள் இவற்றில் உறைவதாக ஆகமங்கள் குறிப்பிடுகின்றன. இவ்விட மனைத்தும் தொல் பழங்காலத்திலிருந்தே வீரவழிபாட்டிற்குரிய இடங்களாகும். ஊர் அமைப்பைப் பொறுத்தவரை அய்யனார் ஊரின் தென்மேற்கே வழிபடப்படுவார். வளமை நிலங்களில் அய்யன் வழிபாடு நடைபெற்றுள்ளது. அவை வளமை வேண்டி யும், இருக்கும் வளம் குன்றாதிருக்கவும் நடைபெற்றதாகும். கலி தீர்த்த அய்யனார் வழிபாடு இதில் குறிப்பிடத்தக்கது. வளமை வேண்டி பலர் அய்யனார் சிற்பங்களை செய்து வைத்து வழிபட்டுள்ளனர்.

பெருங்கோயில்கள் ஊர்களில் எழுந்தபொழுது பெருந்தெய்வத் திற்கான அக்கோயில்களில் அய்யனார் பரிவாரத் தெய்வமாக ஆகமவிதிப்படி தென்மேற்கு மூலை அல்லது வடமேற்கு மூலை யில் பிரதிட்டை செய்யப்பட்டு வணங்கப்பட்டுள்ளார். இது காலத் தால் முந்திய செங்கல் தளிகளில் பலகைக் கல்லில் புடைப்புச் சிற்பமாக செய்யப்பட்ட அய்யனாரை அத்திசையில் வைத்து வழிபட்ட முறையாகும். எனவே தான் தொண்டை மண்டலத்தின் பலபகுதிகளிலும், குறிப்பாக விழுப்புரம் பகுதியிலும் அய்ய னாரின் பலகைச் சிற்பங்கள் கிடைக்கின்றன. காலவெள்ளத்தில் இந்தச் செங்கல் கோயில்கள் சிதிலமடைந்த பின்பு பல்லவர் காலத்திய இச்சிற்பங்கள் களஆய்வில் கண்டறியப்படுகின்றன. கற்றளிகள் தொடங்குவதற்கு முன்பாகவே ஆகமங்களைப் பின் பற்றி கோயில்கள் தமிழ்நாட்டில் கல்லற்ற பிற பொருட்களில் கட்டப்பட்டு வழிபாட்டில் இருந்தன என்பது நாம் அறிந்ததே. அந்த செங்கல், மரம், உலோகம், சுதையாலான அக்கோயில்களில் இக்கற்சிற்பங்கள் இடம்பெற்றிருந்தன. சேட்டை தேவியும், அய்யனாரும் முக்கிய பரிவாரத் தெய்வங்களாக வணங்கப்பட்டன. பின்பு கற்றளிகள் தோன்றிய பின்பு, பெருங்கோயில்கள் எழுப் பப்பட்ட பின்பும் இந்நிலை தொடர்ந்தாலும், கி.பி.7-8ஆம் நூற்றாண்டளவில் இத்தெய்வங்களின் இடத்தை கணபதியும் முருகனும் பிடித்துக்கொண்டனர். பல்லவர், சோழர், பாண்டியர் காலத்தில் கட்டப்பட்ட கோயில்களில் கருவறைத் திருச்சுற்றின்

தென்மேற்கு மூலையில் கணபதியும், வடமேற்கு மூலையில் முருகனும் தனி கருவறை கொண்டனர். பண்டையத் தெய்வங் களாக அவ்விடத்தில் இருந்த தவ்வையும், அய்யனும் நகரத் தப்பட்டனர். இதில் அய்யனின் இடத்தைப் பிடித்தவர் முருகன். முருகன் தொல் தமிழ்க்கடவுளானாலும் முதலில் வைதீகத்தில் இணைக்கப்பட்டவர்.

அய்யனார் சிற்பங்கள் தற்போது தமிழகமெங்கும் பெரும்பாலும் தனிச்சிற்பங்களாகவே கிடைக்கின்றன. காலத்தால் முந்தைய அய்யனார்கள் சிற்சிலவிடங்களில் கோயில் கொண்டுள்ளனர். அக்கோயில்கள் தற்காலத்தியது. எனவே நாம் முன்பே கூறிய படி அய்யனார் கோயில்கள் ஊரின் வடகிழக்கு மூலையில் தனிக் கோயில்களாக இருந்திருக்க வேண்டும். அவை செங்கல் மற்றும் மரத் தளிகள் ஆதலால் காலவோட்டத்தில் அழிந்த பின்பு தனிச் சிற்பங்களாக விடப்பட்டன. பாண்டிய நாட்டில் தேவியரோடு காணப்படும் பல அய்யனார் கோயில்கள் பிற்காலத்தவையாக காட்சியளிக்கின்றன. அச்சிற்பங்கள் யாவும் 300 ஆண்டுகள் மட்டுமே பழமை வாய்ந்தவையாக கருதப்படுகின்றன. ஆனால் தொன்மையான அய்யனார் வழிபாடு என்பது பாண்டிய நாட்டிற்கு உரியது என்பது மறுக்கவியலாது. எனினும் காலத்தால் முந்தைய சிற்பங்களாக பல்லவர் காலத்தவை தொண்டை மண்டலத்தில் தான் கிடைக்கின்றன. ஏனெனில் பாண்டிய நாட்டுச் சிற்பங்கள் யாவும் சுடுமண்ணால் செய்யப்பட்டிருக்க வேண்டும் எனக் கருத இடமளிக்கிறது. ஆயினும் அய்யனின் இருப்பிடங்களான பாண்டிய நாட்டில் அய்யனார் கோயில்கள் நீர்த்துறைகளிலும், கொங்கு மண்டலத்தில் பெருவழிகளிலும், நடு நாட்டில் ஊரின் புறத்திலும், சோழ நாட்டில் வயல் வெளி மற்றும் நீர் நிலைகளிலும் அய்யனார் அமைந்துள்ளமை குறிப்பிடத்தக்கது.

பேரரசு காலத்தில் உருவாக்கப்பட்ட கோயில்களின் அய்யனார் தனிச்சந்நிதி இன்றி தற்காலத்தில் கிடக்கின்றன. அய்யனாரோடு இணைந்திருக்கும் அன்னையர் எழுவர் சிற்பத் தொகுதிக்கும் அவ்வாறே. நாட்டார் வழிபாட்டில் அய்யனார் ஒரு காவல் தெய்வமாக ஊரின் எல்லைப்புறத்தில் கையில் அரிவாளோடு வீராசனத்தில் அமர்ந்துள்ளார். பல கோயில்களில் அய்யனார்

சிலை குதிரை மீது அமர்ந்த நிலையில் உள்ளது. ஊர் காத்த அய்யனார், நிறைகுளத்து அய்யனார், கரை மேல் அழகர், சிறை மீட்ட அய்யனார், வில்லேந்தி அய்யனார் என பல அய்யனார்கள் நீர்நிலைகளோடு தொடர்புடையவர்களாக ஒவ்வொரு ஊரின் குளம், ஏரி, மதகு, அணை, ஆறு ஆகியவற்றின் கரைகளில் காவல் தெய்வங்களாக வைக்கப்பட்டு வழிபடப்பட்டு வருகின்றனர். நீரின்றி அமையாத இவ்வுலகிற்கு, தண்தமிழ் நாட்டிற்கு தண்ணீரின் காவலனாய் அய்யனார்கள் உள்ளனர். எனவே தான் இந்திரனோடு ஒப்பிடப்பட்டார் தமிழக அய்யனார்.

12. அய்யனார் கல்வெட்டுகள்

பண்டைத்தமிழர், வீரர்களை, தமக்கென முயலாது பிறர்க்கென வாழும் நல்லவர்களைக் கடவுளாகக் கண்டனர். அதன் விளைவே நடுகல் வழிபாடு. தம் குடி, ஊர், ஆநிரை காக்கும் போரிலே உயிர் துறந்தவர்களின் நினைவாக ஒரு கல்லை நட்டு; அக்கல்லில் இறந்தவரது பெயரையும் சிறப்பையும் எழுதிவைத்து விழா நடத்தி, இசை முழக்கி, பலியிட்டு வழிபடுவது மரபாகும். அவ்வீரன் தலைவனாக, கடவுளாகப் போற்றப்படுகிறான். நடு கற்கள் வீரர்கள் யாவரும் தலைவர் அல்லர். ஏனெனில் பல பல்லவர் கால நடுகல் கல்வெட்டுகள் வீரமுடன் பூசலில் பட்ட சேவகர்களைக் குறிப்பிடுகிறது. இறப்பிற்கு பின் அந்த சேவக வீரன் கடவுளாகிறான். அய்யனாகிறான். ஆனால் சங்க காலத்தில் வாழும் காலத்தே குடித்தலைவர்களாக, ஊர்த்தலைவர்களாக, சீறூர் மன்னர்களாக, வேந்தர்களுக்கு போரின் போது படை அனுப்பி உதவிய படைத்தலைவர்களாக, நிர்வாக அதிகாரிகளாக, அரசியல் கூட்டாட்சி தலைவர்களாக விளங்கிய அய்யன்மார்களே எண்ணிக் கையில் அதிகமாக உள்ளனர். அவர்களுடைய பீடும் பெயரும் எழுதிய கல்வெட்டுகள் தற்போது எண்ணிக்கையில் அதிகமாக காணக்கிடைக்கவில்லை.

நல்லமர்க் கடந்த நாணுடை மறவர்
பெயரும் பீடும் எழுதி அதர்தொறும்
பீலி சூட்டிய பிறங்குநிலை நடுகல்

(அகம்.7)

வீரர்களுக்கு எடுப்பிக்கப்பட்ட நடுகற்களில் அவர்களுடைய பெயரையும், பெருஞ்சிறப்பையும் கல்வெட்டாக எழுதியுள்ளனர்.

இல் அடு கள்ளின் சில் குடிச் சீறூர்ப்
புடை நடுகல்லின் நாள் பலி யூட்டி
நன்னீர் ஆட்டி நெய்ந் நறைக் கொளீஇய
மங்குல் மாப் புகை மறுகுடன் கமழும் *(புறம். 329)*

சில குடிகளையுடைய சிற்றூரில், நடுகல்லிற்கு தினமும் படையலிட்டு, நன்னீரால் நீராட்டி, நறுநெய் கொண்டு விளக்கு ஏற்றுவார்கள். அதன் கருமையான பெரும் புகையானது நறு மணத்தோடு தெருக்களில் கமழும். இத்தகைய வழிபாட்டுச் சடங்குகளைக் கொண்டதாக விளங்கிய நடுகற்களில் சிலவற்றில் அய்யனாருக்கு எடுப்பிக்கப்பட்டதாக கல்வெட்டுகள் கூறுகின்றன.

ஈரோடு மாவட்டம் ஈங்கூரில் இருந்த அய்யனார் சிற்பம் தற்போது ஈரோடு கலைமகள் பள்ளி அருங்காட்சியகத்தில் உள்ளது - அய்யன் 'அய்யநார்' என்று குறிக்கப்பெறுவதைக் காண்கிறோம். கொங்குச்சோழ மரபின் மன்னனான குலோத்துங்க சோழனின் ஏழாம் ஆட்சியாண்டில் மேல்கரை பூந்துறை நாட்டின் ஈங்கூரில் (ஈங்கையூர்) காவி லந் குறும்பிள்ளரில் போத்தன் செய்யாநான குலோத்துங்க பல்லவரையன் என்பான் அய்யனாரின் திருமேனியை எடுப்பித்தான். காலம்: கிபி 1203

கல்வெட்டு வாசகம் வருமாறு

1. ஸ்வஸ்திஸ்ரீ நன்மங்
2. களஞ்சிறக்க
3. ஸ்ரீ கொலோத்
4. துங்கசோழதே
5. வர்க்குத் திருவெ
6. ழுதிட்டுச்செல்
7. லாநின்ற திருநல்லி
8. யாண்டு ஏழாவது
9. மேலக்கரைப்பூந்து
10. றைநாட்டு ஈங்கை
11. யூரிலிருக்குங் காவி
12. லந் குறும்பிள்ளரில்
13. போத்தன் செய்யாநா

14. ன குலோத்துங்கப்

15. பல்லவரையனே

16. ன் அய்யநாரை எழுந்

17. தருளுவித்த தன்மம்

திருப்பூர் மாவட்டம் சின்னாரிப்பட்டியில் கம்பதீஸ்வரர் என்று அழைக்கப்படும் கம்பம் மாதவீஸ்வரர் ஆலயத்தின் அருகில் உள்ள ஒரு மேட்டுப்பகுதியில் அய்யனார் சிற்பம் ஒன்று தனிச் சிற்பமாக கிடக்கின்றது. இச்சிற்பத்தின் பின்புறம் கல்வெட்டு பொறிக்கப்பட்டுள்ளது. சின்ன ஆரியபட்டி அய்யனார் சிற்பத்தின் பின்புறத்தில், மூன்று வரிகளில் பொறிக்கப்பட்ட எழுத்துகள் காணப்படுகின்றன. அய்யனார் சிற்பக் கல்வெட்டுப் பாடம்:

1 இராசிங்க பல்ல(வரை)

2 யந் ஏறினபோது (★)

3 நேன் வேட்கோ

இக்கல்வெட்டில், 'ஸ்வஸ்திஸ்ரீ' என்னும் மரபுத்தொடர் கூடக் காணப்படவில்லை. இராசிங்க பல்லவரையன் என்னும் உள்ளூர்த் தலைவன் அல்லது ஓர் அரச அதிகாரி, இப்பகுதியின் அதிகாரப் பதவியில் அமர்ந்தபோது, இச்சிற்பம் செய்விக்கப்பட்டது என்று பொருள் கொள்ளலாம். தென்னவதரையன், பல்லவதரையன் (பல்லவரையன்) என்பன அரசனின் கீழுள்ள அதிகாரிகளின் பெயர்களாக வருவதைக் கல்வெட்டுகளில் காண்கிறோம். சிற்பத்தைச் செய்வித்தவனின் பெயர் காணப்படவில்லை. பெயருக்குப் பின்னால் இன்னானேன் என்று குறிப்பிட வரும் 'நேன்' என்னும் ஒட்டுச் சொல் மட்டிலும் உள்ளது. ஆனால், அதனை அடுத்து 'வேட்கோ' என்னும் ஒற்றைச் சொல் உள்ளது. இது செய்வித்தான் வேட்கோ என்னும் குயவர் குடியைச் சேர்ந்தவன் என்னும் பொருள் தருகின்றது. கி.பி. 12ஆம் நூற்றாண்டில் கொங்குச் சோழர் ஆட்சி முடிவின்போது – பாண்டியர் ஆட்சி அமையுமுன்னர் – ஏற்பட்ட அரசரில்லாச் சூழ்நிலையின்போது இக்கல்வெட்டுகள் வெட்டப்பட்டிருக்கக் கூடும் என்று கருதலாம்.

செண்டியம்பாக்கம், கல்வெட்டுடன் கூடிய சிற்பம், விழுப்புரம் மாவட்டம், பொ.ஆ.7

திருப்பூருக்கு அருகில் உள்ள கொடுவாய் கிராமத்தில் கண் டறியப்பட்ட அய்யனார், பீடத்தின் மீது வலது காலை மடித்து வைத்த நிலையிலும், இடது காலைக் குத்திட்டு வைத்து அதன் மீது இடது கையை வைத்தபடியும், வலது கையில் செண்டு ஆயுதம் பிடித்தபடியும் மகாராஜ லீலாசனத்தில் அமர்ந்துள்ளார். தலையலங்காரம் ஜடாபாரத்தில் காட்டப்பட்டுள்ளது. காதில் குதம்பையும், கழுத்தில் கண்டிகை, சரப்பளி போன்ற அணிகலன் களையும், மார்பில் வீரச்சங்கிலியும் அணிந்துள்ளார். இடையில் அரைஞான் எனப்படும் கடிசூத்ரம் தரித்து, மேலும் அரைப் பட்டிகை அணிந்துள்ளார். காலில் வீரத்திற்கு அடையாளமாக மணியொன்று காட்டப்பட்டுள்ளது. இதற்கு வீரக்கழல் என்று பெயர். பாதத்தில் அணியாக அரியகம் எனப்படும் காற்சதங்கை அணிந்துள்ளார். சிற்பத்தின் மேற்பகுதியில் இரண்டு சேடிப் பெண்கள் சாமரப் பெண்கள் காட்டப்பட்டுள்ளனர். இச்சிற்பத்தில் வெட்டப்பட்டுள்ள கல்வெட்டு வட்டெழுத்தில் பொறிக்கப் பட்டுள்ளது.

1. ஸ்ரீ முல்லை வானவ இள மழ

2. க் கோ வன் கனமான் ஏற்றை சாத்த

3. ன்

விழுப்புரம் மாவட்டம் செண்டியம்பாக்கத்தில் உள்ள அய்ய னார் சிற்பம் கல்வெட்டு பொறிப்புடன் உள்ளது. இச்சிற்பம் பல்லவர் காலத்தியது. இக்கல்வெட்டு இரண்டு வரிகளுடன் இருந்திருக்க வேண்டும். முதல் வரி முழுவதும் சிதைந்துவிட்டது. இரண்டாவது வரி ‘கொற்றி’ என்று காட்டுகிறது.

கி.பி.6ஆம் நூற்றாண்டைச் சேர்ந்த பல்லவர் கால அய்யனார் விழுப்புரம் மாவட்டம் தென்மங்கலத்தில் கல்வெட்டுப் பொறிப் புடன் கூடியதாகக் காணப்படுகிறது.

1. தேர்க்காலர்

2. சருக்கினார்

3. செய்வித்தது

விழுப்புரம் மாவட்டம் ஐயூர் அகரம் என்னும் ஊரில் உள்ள இராஜராஜசோழன் கல்வெட்டு ஒன்று மகா சாஸ்தா, மகா சாத்தன் என்று அய்யனாரைக் குறிப்பிடுகிறது.

அய்யனார் சிற்பங்கள் அதிகமாக காணப்படும் விழுப்புரம், கள்ளக்குறிச்சி ஆகிய மாவட்டங்களிலும் அச்சிற்பங்கள் கல் வெட்டுகள் இன்றியே தனிச்சிற்பமாகக் காணப்படுகின்றன. பல தொன்மையான அய்யனார் கோயில் இருப்பிடங்களில் புதிய அய்யனார் சிற்பங்கள் தம் தேவியரோடு இடம்பெற்றுள்ளன. இவை காலத்தால் பிந்தியவை. இச்சிற்பங்கள் பழையவை உடைந்ததால் புதியதாக வைக்கப்பட்டவையாக இருக்கக்கூடும்.

13. அய்யனார் சமயமும் தத்துவமும்

தமிழர் தத்துவம் கொண்டுள்ளனரா? தமிழர் சமயம் எது? இது போன்ற பல கேள்விகள் எழுந்த வண்ணம் உள்ளன. அவற்றுக்கு முடிந்த முடிவான விடையைக் கூறுதல் என்பது காலவோட்டத்தில் சாத்தியமாகுமா என்ற தேடுதல் கண்ணோட்டத்திலேயே தமிழ் மொழி, வரலாறு, தத்துவ அறிஞர்கள் உள்ளனர். தமிழர்களின் மெய்யியல் என்பது பொருள் முதல்வாத மெய்யியல்; அந்நெறி கொண்டிருந்த மக்களுக்கு ஊழ், வினை, தவம், மேலுலகம், மறுபிறப்பு ஆகிய கருத்தாக் கங்கள் சமணம், பௌத்தம், ஆசீவகம் போன்ற சமயங்களின் தாக்கத்தால் ஏற்பட்டது என்பதுவும் குறிப்பிடத்தக்க ஒன்று. இயல்பு வாதம் (சுபாவ வாதம்), தற்செயலியம் ஆகிய கோட் பாடுகளைக் கொண்டவர்கள் பழந்தமிழர்கள். இவ்விரண்டு கோட் பாட்டினாலேயே அவர்களுக்குப் பிறப்பும், இறப்பும், இன்பமும் துன்பமும் பெரிய விடயமாகத் தோன்றவில்லை. நிகழும் அனைத்துச் செயல்களும், இயல்பானவை என்றும், தற்செயல் என்றும் வரையறை செய்து வாழ்ந்தனர்.

பழந்தமிழர்களைப் பொறுத்தவரை காதல், வீரம் என்ற அகம், புறம் நிலைகளுக்கு முக்கியத்துவம் அளித்துள்ளனர் என்பதை சங்க இலக்கியங்கள் உய்த்துணர முடிகிறது. அன்பின் ஐந்திணையாக சங்க காலத்தில் நாடானது நிலத்தின் தன்மைக்கு ஏற்றவாறு பிரிக்கப் பட்டு அந்நிலத்தின் வழியே மக்களும் தங்களது வாழ்க்கை முறையைக் கொண்டிருந்தனர். திணையை ஒட்டி வாழ்ந்த சங்க கால மக்கள் மொழிக்கு மட்டும் இலக்கணம் வகுத்துக் கொள்ளாமல் அவர்களுடைய வாழ்க்கை முறைக்கும் இலக்கணம் வகுத்துக் கொண்டு வாழ்ந்த பெருமைக்குரியவர் ஆவர்.

“இல்லறம் அல்லது நல்லறம் அன்று“ என்று கொன்றை வேந்தனில் ஔவையார் குறிப்பிடுவது தமிழரின் இல்லற வாழ் வியலை போற்றும் தன்மையைக் காட்டுகிறது. இல்லறத்தைச் அகம் எனக் கொண்ட தமிழர்கள், களவு மணம், கற்பு மணம், அற வழியில் பொருள் தேடல், பங்கிடல், பிறர்க்கு அளித்தல், புதல்வரைப் பெறுதல், புதல்வரை வீரர் ஆக்குதல், முதுமை காலத்தில் இளையோர்க்கு அறமுரைத்தல், வாழ்வியல் நெறி உரைத்தல் ஆகிய செயல்களைக் கொண்டிருந்தனர். இதற்கு நற்றிணை, குறுந்தொகை, ஐங்குறுநூறு, கலித்தொகை, அகநானூறு ஆகிய அகப்பொருளைப் பாடும் இலக்கியங்கள் சான்றாக அமைகின்றன.

“சிற்றில் நற்றூண் பற்றி, நின்மகன்
யாண்டுஉள னோஎன வினவுதி; என்மகன்
யாண்டு உளன் ஆயினும் அறியேன் ஓரும்;
புலி சேர்ந்து போகிய கல்அளை போல
ஈன்ற வயிறோ இதுவே;
தோன்றுவன் மாதோ, போர்க்களத் தானே!“

புறம்.86

“சிறிய வீட்டின் நல்ல தூணைப் பிடித்துக்கொண்டு, ‘உன் மகன் எங்கே உள்ளான்’ என்று கேட்கிறாய். என் மகன் எங்கே உள்ளான் என்பதை நான் அறியேன். புலி தங்கிச் சென்ற குகையைப் போல் அவனைப் பெற்ற வயிறு இது. அவன் போர்க்களத்தில் தோன்றுவான். அங்கு போய்ப் பார்” என்று வீரத்தாய் ஒருத்தியின் பாடலை இங்குக் காண்கிறோம். வீரனை ஈன்று புறந்தருதல் தாய்க்கும், வீரனாக்குதல் தந்தைக்கும், அவ்வீரனுக்கு வேல் வடித்துக் கொடுத்தல் கொல்லனுக்கும் கடமையாகக் கூறப்பட்ட வீரயுக சமூகமாக, பெண்களும் வீரத்தைப் போற்றிய நிலையில் பண்டைத் தமிழ்ச்சமூகம் விளங்கியிருந்தது.

வீரர்களும், தலைவனும் கால்நடைப் பூசலில் ஈடுபட்டனர். கொணர்ந்தவற்றை பாதீடு செய்தனர். உண்டாட்டு கொண்டாடி மன்னர்களும், மக்களும் மது உண்டு களித்து வாழ்ந்திருந்தனர். புனலாடுதலும், பங்குனி முயக்கமும் சமூகத்தின் விழாக்களாக இருந்தன. இந்திரவிழா என்றழைக்கப்பட்ட சோழநாட்டில்

நடைபெற்ற புனலாட்டு விழாவில் காமனுக்கும் விழா நடந்தது. சேரமான் மாவெண்கோவும் பாண்டியன் கானப் பேரெயில்கடந்த உக்கிரப் பெருவழுதியும், சோழன் இராச சூயம் வேட்ட பெருங்கிள்ளியும் ஒருங்கிருந்தபோது அவர்களை அவ்வையார்,

'பாசிழை மகளிர் பொலங்கலந் தேத்திய
நாரி தேறல் மாந்தி மகிழ்சிறந்து'

(புறம், 367: 6-7)

என்று பாடுகிறார். இஃது நோக்கத்தக்கது. கள்ளுண்ணும் வழக்கம் மக்களிடையே பரவலாக இருந்தது. குறிப்பாக, மன்னர், பாணர், புலவர், கூத்தர், பொருநர், விறலியர் அனைவருமே கள்ளினை உண்டு களித்தனர். இயற்கையாகக் கிடைத்த பனங்கள், தென்னங்கள், ஈச்சங்கள் ஆகியவற்றையும், யவனர்களால் கப்பலில் கொண்டு வரப்பட்ட தேறலையும் காய்ச்சி இறக்கிய மதுவையும் உண்டனர். யவனர் இரட்டைப்பிடிச் சாடிகளில் மரக்கலம் வழியே கொண்டு வந்த மதுவை உண்டதற்கான சான்றுகளை அரிக்கமேடு, அழகன்குளம், கொற்கை அகழாய்வுகள் தெரிவிக்கின்றன. பண் டைத் தமிழகத்தில் ஊன் உண்ணும் பழக்கம் பரவலாக இருந்தது. ஊனுக்காக ஆடு, மான், முயல், மீன், நண்டு, கோழி, உடும்பு முதலியவற்றை உண்டார்கள்.

இவ்வாறு தன் இயல்பு போக்கில் வாழ்க்கையை நோக்கியிருந்த தமிழ்நிலத்து மக்களுக்கு தவமும், நோன்பும் ஏன் தேவைப்பட்டது? கடுமையான கொள்கை நெறிகளை உடைய சமணத்தை அவர்கள் போற்றியுள்ளனரே அது எவ்வாறு? பௌத்த நெறிகளை மக்கள் பின்பற்றி வாழ்ந்தனரே அது ஏன்?

இனக்குழு சமூகத்தின் வாழ்க்கை நிலையில், குடி சார்ந்த கட் டமைப்பில், அரசுருவாக்க முகிழ்வில், தலைமைப் பொறுப்பேற்ற 'ஐ' என்னும் தலைவன் தந்தை வழிச் சமூகத்திற்கு வழி வகுக் கிறான். அதற்கு அவனுடைய வீரமும், பொருளீட்டும் திறமும் உதவின. வீரத்தினால் பொருளீட்டுவது எளிதானது. நிலம், நீர், கால்நடைகள் இவற்றை அடைவதால் தன் குடியினை உயர்த்துதல் என்பது எளிதாகுவதை உணர்ந்தான். அதற்கான செயல்கள் வீரத் தின் மூலமாக நடைபெற்ற காலம் வீரயுகக் காலமாக உலகெங்கும் போற்றப்பட்டது. அக்காலம் தமிழ்நிலத்திலும் குறைவற நிகழ்ந்தது.

வீரத்தின் வெளிப்பாடுகள் போர்களாகவும், பூசல்களாகவும், தொடர்ந்த வீர மரணங்களும், அதனால் ஏற்பட்ட சமூக அவல நிலைகளும் ஒரு கட்டத்தில் அம்மக்களை நிலை நிறுத்தின. அவர்களுக்கு சற்று அமைதியும், பூசலற்ற நிலையும் தேவைப்பட்டன. சமண, பௌத்த, ஆசீவகம் அவர்களுக்கு தங்களின் கொல்லாமை, தவம், ஊழ்வினைக் கோட்பாடு, நடுவுநிலைமை ஆகியவற்றால் தேவையை விளக்கியது. இது தமிழர்களுக்குப் புதிதல்ல. ஆனால் தேவைப்பட்ட நேரத்தில் கிடைத்த அயலக மருந்து அஃது. ஆனால் எப்போதும் மருந்தே தேவைப்படுமா என்ன?

ஆசீவக கோட்பாட்டை தமிழர் சமயர் என்று பேராசிரியர் க.நெடுஞ்செழியன் உள்ளிட்ட பலர் கூறியுள்ளனர். உண்மையில் ஆசீவகம் பேசுகிற ஊழ் கோட்பாட்டை இன்றைய நிலையில் இருந்து பார்க்கும் போது அது கடும் விமர்சனத்துக்கு உரியதாகத் தோன்றும். முயற்சியை அது தேவையற்றது எனக் கூறுவதாக கருதக்கூடும். ஆசீவகம் தவத்தைக் கூறியது. அனைத்துச் செயல்களும் ஏற்கெனவே தீர்மானிக்கப்பட்ட ஒன்று என்பதை வலியுறுத்தியது. ஆசீவகம் அன்றைய நிலையில் இயல்பு வாதம் எனப்பட்டது. உலகில் இயல்பாக நடக்கக்கூடிய நிகழ்வுகள் மற்றும் தற்செயல் நிகழ்வுகள் இவற்றைத் தான் ஆசீவகம் அடிப்படையாக் கொண்டிருந்தது. தமிழர்கள் இயல்பு நெறியைக் கொண்டவர்கள். இயற்கையோடு இயைந்த வாழ்வியல் வழக்காறுகளையும், செயல்பாடுகளையும் உடையவர்கள். தமிழர் தம் திணைக் கோட்பாடே இதற்கு தக்க சான்று. எனவே தான் இயல்பு (சுபாவம்) வாதத்தினையும், தற்செயல் வாதத்தினையும், காலக்கோட்பாட்டையும் கொண்ட ஆசீவக நெறி தமிழ் சமயமோ என்ற மயக்கத்தை நமக்கு ஏற்படுத்துகிறது. நியதிக் கோட்பாட்டைக் கொண்டிருந்த ஆசீவகம் வடநாட்டில் தோன்றினாலும் அதன் கூறுகள் தமிழ்நிலத்திற்கு நன்கு பொருந்தியிருந்தது எனலாம். இடமும் வெளியும் என்ற அறிவியல் சார்ந்த காலக் கோட்பாட்டைக் கொண்டவர்கள் தமிழர்கள். எனவே நியதிக் கொள்கையை வலியுறுத்தும் ஆசீவகம் தமிழருக்கு சமண, பௌத்தத்தைவிட சற்று அதிகமாக இரண்டற கலந்திருக்க வேண்டும். மேலும் ஆசீவகம் தன்னை காலத்திற்கேற்றவாறு உருவ வழிபாடு, அரசியல் ஈடுபாடு, அறமுரைத்தல் ஆகியவற்றை சமண, பௌத்தம் போன்று

தனித்தன்மையுடன் அல்லாது இம்மக்களின் வாழ்வியலோடு ஒன்றியே ஒலித்தது. தாழியில் புதைத்தல் என்னும் தமிழகப் பண்பாடு இதனை நிலை நாட்டும். எனவே அச்சமயங்கள் பொலிவிழந்த காலத்திற்கு முன்பே ஆசீவகம் வடக்கிலிருந்து வந்த தன் சுயமுகத்தை இழந்துள்ளது.

வாழ்வில் முடிவெடுக்க இயலாத இக்கட்டான நிலையில், வீரனுக்குரிய வாழ்க்கையில் யாது செய்ய வேண்டும் என்ற கேள்விக்கு விடை பகர்பவனாய் வடக்கிருந்து உயிர் துறக்கும் கோப்பெருஞ்சோழனின் புறப்பாடலொன்று, 'நல்வினை நம் மாலும் செய்ய முடியுமா என்று ஐயப்பட்டுக்கொண்டே வாழ்பவர் நெஞ்சத்தில் துணிவு இல்லாத கோழைகள் ஆவர். மிகப் பெரிய விலங்காகிய யானை வேட்டைக்குச் சென்றவன் அதனைப் பெறவும் முடியும். சிறிய பறவை வேட்டையிலும் வெறுங்கையாக வருதலும் உண்டு. அதனால் உயர்ந்ததை உள்ளி ஊக்கம் கொள்ளவேண்டும். அவர்களின் முயற்சியால் அது அவருக்குக் கைகூடும். அதனால் அடைவதற்கு அரிய உலகின்பத்தைத் துய்க்கும் பேறு கிட்டும். அதுவும் கிட்டாதாயின் மறுபிறவி இல்லாத பேறாவது கிடைக்கும். நல்ல பிறவி கிட்டாமல் போனாலும், இமயத்தில் பறக்கும் கொடி போல அனைவருக்கும் தெரியும் புகழோடு இந்த உலகில் வாழும் பேறு பெறுதல் உறுதி. எனவே நல்லனவற்றை உறுதிப்பாட்டோடு செய்தல் வேண்டும்' என்ற (புறம்.214) இப்பாடல் முயற்சியையும், உயர்ந்த எண்ணத்தையும் வலியுறுத்துகிறது. இவ்விரண்டையும் விடுத்து தவத்தை மேற்கொள்ள சொல்லவில்லை. ஆனால் ஊழையும், மறுபிறவிக் கொள்கையும், இருவேறு உலகத்தினையும் நம்புகிறது. இக்கொள்கையையும் தமிழர்கள் கொண்டுள்ளனர். இப்பாடல் கருத்து ஆசீவகம் அல்லவே.

> "யாதும் ஊரே யாவரும் கேளிர்
> தீதும் நன்றும் பிறர்தர வாரா
> நோதலும் தணிதலும் அவற்றோ ரன்ன
> சாதலும் புதுவது அன்றே, வாழ்தல்
> இனிதென மகிழ்ந்தன்றும் இலமே முனிவின்
> இன்னா தென்றலும் இலமே, மின்னொடு
> வானம் தண்துளி தலைஇ யானாது
> கல் பொருது மிரங்கு மல்லல் பேரியாற்று

நீர்வழிப் படூஉம் புணைபோல் ஆருயிர்
முறை வழிப் படூஉம் என்பது திறவோர்
காட்சியில் தெளிந்தனம் ஆகலின், மாட்சியின்
பெரியோரை வியத்தலும் இலமே,
சிறியோரை இகழ்தல் அதனினும் இலமே.”

(புறம்: 192)

மேற்கண்ட கணியன் பூங்குன்றனின் புறப்பாடல் ஆசீவகக் கருத்தினை உடையது என்ற முடிபு அறிஞர்களால் ஏற்றுக்கொள்ளப் பட்டதாகும். கணியன் என்று அழைக்கப்பட்ட முனிவர்கள் காலத்தை கணிக்க கூடியவர்களாகவும், உற்றது உரைத்தல், வருவது கூறல் என்ற திறன் உடையவர்களாகவும், பிரபஞ்சத்தின் தோற்ற ஒடுக்கம் பற்றிய அறிவை உடையவர்களாகவும் இருந்துள்ளனர். தமிழகத்தில் மாங்குளம், மறுகால்தலை ஆகிய குகைத்தளங்களில் தங்கியிருந்த முனிவர்கள் கணியர்கள் ஆவர். இவர்கள் ஆசீவகத்தினர் என்பது ஒரு கருத்தாக உள்ளது. பூங் குன்றனின் பாடல், மாறிவரும் சமூகத்தினைப் படம் பிடித்துக் காட்டும் நிலையையும் அதற்கேற்றவாறு மக்கள் தங்கள் தொல் குடி மனநிலையை மாற்றிக்கொண்டுதான் ஆக வேண்டும் என்பதையும், தொல்குடிகளின் இனக்குழு வாழ்வியல் முறை அழிக்கப்பட்டு பேரரசுகள் உருவாகும் நிலையையும், அதுவே நியதி என்றும் கூறுவதாகத் தொல்லியல் அறிஞர் ர.பூங்குன்றன் கூறுவார். இந்த மெய்யியல் நிருபணமானது முழுமையான ஆசீவக நியதிக்கோட்பாட்டைக் கூறும் இப்பாடல் அய்யனார் எனப்படும் வீரத்தலைவனைக் கொண்ட ஆண்வழிச்சமூகத்தின் வீரயுக காலத்தின் சமயமாகுமாவெனின், மறுத்தலென்பது இயலாததே. ஆனால் அய்யனாரை சமணம், பௌத்தம், வைதீகம் என அனைத்து தமிழ் நிலத்தில் நிலவிய சமயங்களும் உள்வாங்கின. அவ்வாறே ஆசீவகக் கோட்பாடும் அய்யனாரோடு இணைந்தது என்பதே சரியான முடிவாக இருக்கக்கூடும். எனவே அய்யனாரின் சமயமென்பது தமிழர் வாழ்வியலோடு இணைந்த வீரமும், அறமும் கொண்டதே. இதனையே அய்யனாரின் வழிபாட்டுச் சடங்குகளும், அய்யனாரைப் பற்றி கதைப்பாடல்களும், நாட்டார் வழக்காறுகளும், அய்யனார் சிற்பங்களும் உணர்த்தி நிற்கின்றன. எனவே தமிழர் சமயத்திற்கு பெயரில்லை. இயற்கையோடு

இணைந்த வாழ்வின் அறநெறிக்கு பெயர் தேவையில்லை. அவ்வாறு தமிழக வரலாறும் வளர்ந்து வரும் தொல்லியலும் அதற்கு ஒரு பெயரிட்டால் அச்சமயமே தாய்வழிச் சமூகத்தின் தொடர் நீட்சியான அய்யன் சமூகத்தின் சமயம் ஆகும்.

புறநானூறு 182-ஆம் பாடலில் கடலுள் மாய்ந்த இளம் பெருவழுதி என்ற பாண்டிய மன்னன் தன்னலமற்ற பொதுநல வாழ்வை மெச்சுகிறான். பிறர்க்காக வாழ்பவர் உள்ள தால்தான் உலகம் உள்ளது என்கிறான். தமக்கென முயலாது பிறர்க்கென முயலும் பெரியோர் உளராதலால் இவ்வுலகம் உளது; இன்றேல், இது மண்புக்கு மாயும் என்ற கருத்தால், “தமக்கென வாழாப் பிறர்க்குரியவர் இந்திர உலகின் அமிழ்தம் கிடைப்பதாயினும் அதனைத் தனித்திருந்துண்ணார்; யாரையும் வெறார்; பிறர் அஞ்சுவ தஞ்சுவர்; அஞ்சி அதனைத் தீர்த்தற்கண் சோம்பார்; புகழ்ப் பொருட்டுத் தம் உயிரையும் ஈவர்; பழியால் உலக முழுதாளும் உயர்வு வரினும் வேண்டார்; மனக் கவலையுங் கொள்ளார்; இவ்வியல்பினோடு பிறர் நலம் பேணும் பெரியோர் உளர்; அவரால் இவ்வுலகம் உளதாகின்றது”என்று இப்பாட்டைப் பாடியுள்ளான். இப்பாடல் முழுவதும் வீரத்தை மட்டுமல்லாது, அறச்செயல்களையும் கூறுவதாக உள்ளது. இதுவே தலைவனுக்குரிய பண்பாக பண்டு புகழப்பெற்றுள்ளது. இதனைப் பெற்றவன் அய்யனாக போற்றப்பட்டான் இறந்த பின்பு கடவுளாக வழிபடப்பட்டான். ‘நல்லது செய்தல் ஆற்றிராயினும், அல்லது செய்தல் ஓம்புமின்; அதுதான் எல்லோரும் உவப்பது; அன்றியும் நல்லாற்றுப் படுஉம் நெறியும் அதுவே என்ற நரிவெரூஉத் தலையாரின் புறம்’ 195-பாடல் இங்குக் காட்டத்தக்கது. கடுந் திறலுடன் மழுப்படையோடு வரும் கூற்றுவன் பாசத்தால் கட்டி இழுத்துச் செல்லுங்காலத்தே நம் நிலைக்கு இரங்காமல் பீடுடன் அதனை ஏற்று, மரணத்தை வரவேற்கும் மகத்துவத்தினை இப்பாடல் கூறுகிறது. ஒருவனை ஒருவன் கொல்லுதலும் ஒருவனுக்கு ஒருவன் தோற்றலும், இந்த உலகத்திலே புதுமையன்று. இயற்கையானது என்ற புறப்பாடல் 76-ன் கருத்து போரும் வீரமும் ஆகும். சமூக நலத்தையே முதன்மைப்படுத்துகின்ற அறநோக்கு அந்நாளைய தமிழர் பண்பாக இருந்திருக்கிறது என்பதைத் தான் இந்தப் புறநானூற்றுப் பாடல் புலப்படுத்துகின்றது. அத்தகைய

அறச்செயல்கள் யாவும் வீரத்தினால் விளைந்தவையாக சங்கப் பாடல்கள் செப்புகின்றன. வீரத்தின் தலைவன் அந்நெறி நடப்பவனே. எனவே அதுவே அவன் பின்பற்றும் நெறியும் அவன் கூறும் தத்துவமும் ஆகும்.

துணைநூல் பட்டியல்

1. தொல்காப்பியம் பொருளதிகாரம்
2. புறப்பொருள் வெண்பாமாலை
3. சங்க இலக்கியம், கோவிலூர் மடம் பதிப்பகம்
4. க. கைலாசபதி, 'பண்டையத் தமிழர் வாழ்வும்', வழிபாடும், குமரன் பப்ளிஷர்ஸ், சென்னை, 1999
5. டி.டி. கோசாம்பி, 'மாயையும் எதார்த்தமும்', அலைகள் வெளியீட்டகம், சென்னை.
6. வீ. மாணிக்கம், 'தமிழர் வாழ்வியல்', கிலியோ பப்ளிஷர்ஸ், சென்னை.
7. க. கைலாசபதி, 'சமூகவியலும் இலக்கியமும்', நியூ செஞ்சுரி புக் ஹவுஸ், சென்னை, 1979.
8. கா. சுப்பிரமணியன், 'சங்ககாலச் சமுதாயம்', நியூ செஞ்சுரி புக் ஹவுஸ்
9. பொ.வெ. சோமசுந்தரனார் (உ.ஆ), புறப்பொருள் வெண்பா மாலை
10. பக்தவத்சலபாரதி, 'பண்பாட்டு மானுடவியல்' அடையாளம் பதிப்பகம், 2019
11. ர. விஜயலெட்சுமி, 'தமிழகத்தில் ஆசீவகர்கள்' உலகத் தமிழாராய்ச்சி நிறுவனம், சென்னை, 1988
12. பேரா.க. நெடுஞ்செழியன், 'ஆசீவகம் என்னும் தமிழர் அணுவியம்' மனிதம் பதிப்பகம், 2021
13. சி.பி. சரவணன், 'தமிழர் சமயம் ஆசீவகம்' காம்ரேடு பப்ளிகேஷன்ஸ், 2019

14. கோ. *சசிகலா*, 'தொல்லியல் நோக்கில் சங்க காலச் சமூகம்', சிந்தன் புக்ஸ், சென்னை, 2019
15. ர.பூங்குன்றன், 'தொல்குடி-வேளிர்-அரசியல்', ஹெரிடேஸ் டிரஸ்ஸர்ஸ், சென்னை, 2017
16. ர.பூங்குன்றன், 'தொல்குடி-வேளிர்-வேந்தர்', நியூசெஞ்சுரி புக் ஹவுஸ், சென்னை, 2017
17. ஞா. தேவநேயன், 'பழந்தமிழாட்சி', கழகம் பதிப்பு, சென்னை 1972
18. அய்யனார் சரிதமும் தோத்திரப்பாடலும், சாத்தமங்கலம் அய்யனார் தேவஸ்தான வெளியீடு, 1947
19. கலையரசன் மு., 'பண்டைத் தமிழ் இலக்கியத்தில் கிழார்: பெயராய்வு' ஆகஸ்ட் 2019, ஆய்வியல் நிறைஞர் பட்ட ஆய் வேடு, சென்னைப் பல்கலைக்கழகம், சென்னை.
20. ஐராவதம் மகாதேவன் 'Early Tamil Epigraphy', 2014 செம்மொழி மத்திய ஆய்வு நிறுவனம், சென்னை.
21. ஆவணம் நூல்கள், தமிழகத் தொல்லியல் கழகம், தஞ்சாவூர்.